# ஆகாச வீடுகள்



வாஸந்தி

எழுத்து
பிரசுரம்

Title: Aagaasa Veedugal
Author's Name: Vaasanthi

Published by Ezutthu Prachuram



**Ezutthu Prachuram**
(An imprint of Zero Degree Publishing)
No. 55(7), R Block, 6th Avenue,
Anna Nagar,
Chennai - 600 040

Website: www.zerodegreepublishing.com
E Mail id: zerodegreepublishing@gmail.com
Phone: 89250 61999

Ezutthu Prachuram First Edition: January 2023
ISBN: 978-93-95511-10-0
TITLE NO EP: 408

Cover Design: Meenakshi Ayyappan
Layout : Vijayan, Creative Studio

# ஆகாச வீடுகள்

முன்னுரை

# அகிலன்

'ஆகாச வீடுகள்' நாவலைப் படித்து முடித்தவுடன், அண்மைக் காலத்தில் தமிழில் வெளிவந்துள்ள சிறந்த நாவல் ஒன்றைப் படித்த மகிழ்ச்சி எனக்கு ஏற்பட்டது. 'தினமணி கதிரில்' இது வெளிவந்தபோது எனக்குப் படிப்பதற்கு ஓய்வு கிடைக்கவில்லை. மேலும், இப்போது வெளிவரும் பல தொடர்கதைகள் வாழ்க்கையோடு சிறிதும் தொடர்பற்றவையாகவும் நுனிப்புல் மேய்பவையாகவும் இருக்கின்றன. 'பத்திரிகைகளில் இன்று தொடர்கதைகளாக வருபவற்றில் சிறந்த தரமான படைப்புக்களும் இருக்கின்றன' என்பதற்கு, இந்த 'ஆகாச வீடுகள்' ஓர் எடுத்துக்காட்டு.

நகரவாசியாக இன்று விளங்கும் பெண்மணி ஒருவர், கிராம வாழ்க்கையைப் பற்றி எழுதியுள்ள கதை இது. கிராமத்தின் ஒரு பகுதியான அக்ரஹாரத்தின் கதை. அக்ரஹாரத்தில் வாழ்ந்துவரும் ஒரு குடும்பத்தை மையமாக வைத்துக்கொண்டு, அந்தக் குடும்பத்தோடு பழகும் வேறுசில குடும்பங்களின் நிலையையும் வெகு நுணுக்கமாகச் சித்தரித்திருக்கிறார்.

“பச்சை வயல்களும், பட்சிகளும், நதியும் இருக்கிற இடத்திலே வாழற மனசிலே கல்மிஷமே இருக்க முடியாது. பட்டணத்து ஜனங்களுக்கு மனிதத்தன்மையே போய்விட்டது. ஆன்மாவே இல்லாத வெறும் கூடுகள் மாதிரி போய்விட்டது. இயற்கைக்கு நடுவில் இருப்பவர்களுக்குத்தான் மனசிருக்கும்... அன்பிருக்கும்... காருண்யம் இருக்கும்... உன்னைக் கிராமத்திலே நிலபுலன்களைப் பார்த்துக்கற ஒரு பையனுக்குத்தான் கொடுக்கப்போறேன்” என்ற லலிதாவின் அப்பா, அப்படியே கான்வென்டில் நகரத்தில் படித்த தம் பெண்ணை ஒரு கிராமவாசியான சபேசனுக்குக் கொடுக்கிறார்.

சபேசன், பி.ஏ. படித்தவன். நில புலன்கள் உள்ளவன். கொஞ்சம்கூட டாம்பீகம் இல்லாதவன். குடி, சீட்டாட்டம், பிற பெண்களோடு பழக்கம் இல்லாதவன். *ஆனால்?*

*ஆனால்? - இந்த ‘ஆனால்?’தான் ஆகாச வீடுகளின் அடித்தளம்!*

இன்றைய கிராமத்துக்கு, குறிப்பாக அதன் அக்ரஹாரத்துக்கு, *ஆன்மா இருக்கிறதா? இயற்கை அழகின் நடுவிலிருப்பவர்களுக்கு மனம் இருக்கிறதா? அன்பிருக்கிறதா? காருண்யம் இருக்கிறதா? அவர்கள் எப்படி வாழ்கிறார்கள்? கிராமத்து ஆண்களின் நிலை என்ன? பெண்களின் நிலை என்ன? குழந்தைகளின் நிலை என்ன? வாழ்க்கை அங்கே எப்படி இருக்கிறது?*

*அந்தக் கிராமத்து அக்ரஹாரத்திலுள்ள சில குடும்பங்களின் சோகக் கதைகளை மிக உருக்கமாக இதில் வெளியிடுகிறார் ஆசிரியை. கசப்பான உண்மைகளை இவர் எந்த இடத்திலும் பூசி மெழுகவில்லை. அதேசமயம் கசப்பான உண்மைகள் என்பதற்காக, இவர் அவற்றைப் ‘பச்சையாகச் சொல்கிறேன்’ என்று விரசமாக்கவும் இல்லை! ‘கிராமங்கள் இவ்வளவு மோசமான நிலையில் வீழ்ச்சியடைந்து கொண்டிருக்கின்றனவே’ என்ற ஆசிரியையின் பெருமூச்சு, இந்த நாவல் எங்கும் இழையோடுவதைத்தான் நான் காணுகின்றேன்.*

*“இந்த ஊர் ரொம்ப அழகாயிருக்கு. இங்கே இருக்கிறவா எப்படிப் பொழுதைக் கழிக்கிறா?” என்று, வீட்டு வேலைக்காரி*

லக்ஷ்மியைக் கேட்கிறாள் பட்டணத்திலிருந்து வந்துள்ள பெண் மீனு.

“ஊர் நல்லாத்தான் இருக்கு. ஜனங்க ரொம்ப மோசம் மீனு. பொழுதைக் கழிக்கத் தெரியாம நாசமாப் போயாச்சு ஊரு. சீட்டாட்டம், சூதாட்டம், குடி, பொம்பளை-- இந்தத் தெருவையே எடுத்துக்க, ஒவ்வொரு வீட்டிலேயும் ஒரு பயங்கரக் கதை இருக்கும்” என்கிறாள் லக்ஷ்மி.

அந்த ஒவ்வொரு வீட்டின் ஒவ்வொரு பயங்கரக் கதையையும் இதில் அற்புதமாக வெளிப்படுத்தியிருக்கிறார் திருமதி வாஸந்தி. சபேசன்-லலிதா குடும்பத்தின் கதைபோல் இது தோன்றினாலும், வேறுசில குடும்பங்களின் கதைகளும் ஊடும் பாவும்போல் வெகு இயற்கையாக இதில் பின்னிப் பிணைந்துள்ளன.

இந்த நாவலில் நான் முக்கியமாகக் குறிப்பிட வேண்டியது - இதில் உள்ள பாத்திரப் படைப்புத்திறன். துண்டு துண்டாக, தனித்தனியாக, அவரவருக்கே உரிய பண்புகளோடும் பண்புக் குறைவுகளோடும் அவர்கள் படைக்கப்பட்டிருக்கிறார்கள்.

குடும்பத் தலைவி லலிதாவை ஓர் உன்னதமான லட்சியப் படைப்பென்றே சொல்ல வேண்டும். லலிதாவைப்போல்கூட இந்தக் காலத்தில் பெண்கள் இருக்கிறார்களா என்ற சந்தேகம் நமக்கு வரும். அவள் தன் கணவனின் கொடுமைகளுக்கு எதிராகப் போர் தொடுத்திருக்கலாகாதா என்றுகூட நமக்குத் தோன்றும். லட்சியப் பாத்திரங்கள், நாவலில் இருக்கக்கூடாதென்பதில்லை. எத்தனையோ லலிதாக்கள் நம்மையறியாமல் இன்னும் எங்கெங்கோ இருக்கத்தான் செய்வார்கள்.

அவள் கணவன் சபேசன்:-

‘கடுகடுவென்றிருக்கும் அந்த முகத்தைப் பார்க்கும்போதெல்லாம் என்றைக்காவது இவர் முகத்தில் பிரசன்னம் தோன்றாதா ஈச்வரா?’ என்று நினைத்துக்கொண்டாள் லலிதா.

சபேசனின் பேச்சுக்களும் செயல்களும் எவ்வளவு

கொடுமையானவை என்பதை, நாம் அவன் வரும் ஒவ்வொரு கட்டத்திலும் காண முடிகிறது.

சென்னையிலிருந்து அந்தக் கிராமத்துக்கு வந்துள்ள பெண் மீனு. சபேசனின் சகோதரி மகள். அந்தப் பெண்தான் ஆசிரியையின் கருத்துக்களைத் துணிந்து வெளியிடுவதற்கு ஆசிரியையால் உருவாக்கப்பெற்ற பாத்திரமோ என்று நமக்கு நினைக்கத் தோன்றுகிறது. பாரதி படைத்த புதுமைப் பெண்ணின் சாயலைக் கொண்டிருக்கிறாள் மீனு. சபேசனோடு துணிந்து மோதக்கூடிய ஒரே பாத்திரம் இவள்தான்.

“மீனு! உனக்குப் பதினைஞ்சு வயசா.. இல்லை, ஐம்பத்தொண்ணான்னு எனக்குச் சந்தேகமா இருக்கு” என்கிறாள் லலிதா. உண்மைதான். வயதுக்கு மீறிய அவள் பேச்சைக் கேட்கும்போது நமக்கும் அப்படித்தான் தோன்றுகிறது.

சபேசன்-லலிதா தம்பதியரின் ஒரே மகன் ராஜு. ஓரளவு மனவளர்ச்சியற்ற பையன்தான் அவன். ஆனால், என்ன அற்புதமான படைப்பு அது! தாய்மை உள்ளத்திலிருந்து பிறந்த அந்தக் குழந்தை, நம்மால் எளிதில் மறக்க முடியாதவனாக மாறிவிடுகிறான். அவனுக்காக நாம் பதைக்கிறோம்; துடிதுடிக்கிறோம்; கண் கலங்குகிறோம்; கடைசியில் நீண்ட பெருமூச்சு விடுகிறோம்!

பாலு வாத்தியாரின் மனைவி, அவரையும் தன் பிள்ளை கிருஷ்ணனையும் விட்டு வேறு சாதிக்காரனோடு ஓடிப்போகிறாள். அவள் ஏன் ஓடிப்போனாள்?

அந்த ஓடிப்போன ருக்மிணியே பேசுகிறாள்; “பாதி நாள் சோத்துக்கு வழியில்லே. உலையிலே வைக்க ஒரு மணி அரிசி கிடையாது. வர்ற சம்பளத்திலே ‘மனுஷனுக்குக் குடியும் சூதாட்டமும். நானும் குழந்தைகளும் பட்டினியோட இருக்கறச்சே ஒருத்தர் வந்து ஒன்றும் கேக்கலே. பள்ளிக்கூடத்திலே வாத்தியாரா இருக்கேளே, நீங்க இப்படி நடக்கறது நியாயமா’ன்னு இவரை ஒருத்தர் ஒண்ணு கேக்கலே... இங்கேயே இருந்தேன்னா இந்த அக்ரஹாரம் உட்காத்தி வெச்சு எனக்குச் சாப்பாடு போடுமா?”

ருக்மணி ஓடிப்போனவள் என்றால், இதே நிலையிலுள்ள அந்தத் தெருவின் மற்றொரு குடும்பத்துப் பெண் சரோஜா தூக்குக் கயிற்றில் தொங்குகிறாள்.

இவ்வாறு அந்த அழகான கிராமத்தின் அக்ரஹாரத்தில் - நாம் குடியும், கூத்தியும், சீட்டாட்டமுமாக உள்ள ஆண்களையும், இந்தக் கெட்ட பழக்கங்கள் எதுவுமே இல்லாத, ஆனால் குரூரமே சுபாவமாகக் கொண்ட சபேசனையும், வேதனையால் வெந்து தணியும் பெண்களையும், ஓடிப்போகும் சிறுவர்களையும் காணுகின்றோம். ஓடிப்போவதும், தற்கொலை செய்துகொள்ளுவதும், அந்தக் கிராமத்துப் பெண்களும் குழந்தைகளும் தாங்கள் அந்த வாழ்க்கையிலிருந்து தப்பித்துக்கொள்ளச் செய்யும் முயற்சிகள்.

இதற்கு விடிவே கிடையாதா?

புதிதாக அந்தக் கிராமத்தில் வந்து தங்கி, அங்கே ஒரு மருத்துவமனை தொடங்க விரும்பும் இளைஞன் ஹரிஹரன் வாயிலாகவும், அந்தக் கிராமத்திலேயே ஒரு பள்ளிக்கூடத்தை நடத்தத் துணிந்த மீனுவின் வாயிலாகவும் நாம் இரு நம்பிக்கை நட்சத்திரங்களின் ஒளியைத் தரிசிக்கின்றோம்.

எதிர்காலத்தில் நம்பிக்கையோடுதான், நாவல் நிறைவு பெறுகிறது.

ஆனால், படித்து முடித்த பின்பும் நம்மிடம் நல்லுணர்ச்சிகளையும், நற்சிந்தனைகளையும் தூண்டிவிடும் நாவல் இது. புற அழகில் மூழ்கியுள்ள கிராமத்துத் தெருவின் அகத்தோற்றத்தை நமக்கு எடுத்துக்காட்டும் முயற்சி. இதில் இவர், முழு வெற்றி பெற்றிருக்கிறார்.

திருமதி வாஸந்தி, இனிய எளிய மொழிநடையில் எழுதுகிறார். பாத்திரப் படைப்புக்களை அவர்கள் சொற்கள் வாயிலாகவும் செயல்கள் வாயிலாகவும் பளிச்சென்று துலக்கிக் காட்டுகிறார். கதைப் பின்னலில் செயற்கைத் தன்மையில்லை. எல்லாம் இயல்பாக நடக்கக்கூடிய நிகழ்ச்சிகளே! வெளிப்படையாக அவர் எங்கும் ஓங்கிய குரல் எழுப்பவில்லையென்றாலும், இந்தக் கதையின் வாயிலாக அவர், வாயில்லாப் பூச்சிகளான

கிராமத்துப் பெண்களுக்காகவும் குழந்தைகளுக்காகவும் போராடும் துடிப்புக் கொண்டவர் என்பதை நிரூபிக்கிறார்.

மீண்டும் சொல்கிறேன்: நான் அண்மைக்காலத்தில் படித்த நாவல்களில், எனக்கு மனநிறைவைத் தந்த உயிர்த் துடிப்புள்ள நாவல் இது. ஆசிரியை திருமதி வாஸந்தி அவர்களுக்கு என் வாழ்த்துக்கள். பாராட்டுக்கள்.

அன்புள்ள,<br>
**அகிலன்**<br>
சாந்தோம், மயிலாப்பூர்,<br>
சென்னை-4

# 1

ஈரமண் தரையில் புள்ளிகள் பளிச் பளிச்சென்று விழுந்தன. புள்ளிகளைச்சுற்றி மேலும் கீழும் பக்கவாட்டிலும் பரபரவென்று ஓடிய கோடுகளில் தாமரை இதழ்கள் விரிந்தன. கொடிகள் வளைந்தன; கிளிகள் உட்கார்ந்தன.

“எத்தனை பெரிய ஆர்ட்டிஸ்ட் மன்னி நீங்க?”

கோலத்துக்குச் சற்றுத் தள்ளி இருந்த திண்ணையில் உட்கார்ந்திருந்த மீனுவின் கால்கள் உற்சாகத்துடன் ஆடிக்கொண்டிருந்தன. சிவந்த மெல்லிய பாதங்களில் நேற்று இரவு இட்டுக்கொண்ட மருதோன்றி இரத்தமாய் ஜொலித்தது. நலங்கிட்ட பாதங்களின் மேல் மெல்லிய வெள்ளிக்கொலுசு. அந்தப் பாதத்தின் ஒவ்வொரு விரலையும் தனித்தனியாய் எடுத்துக் கொஞ்ச வேண்டும் போலிருந்தது லலிதாவுக்கு. ‘ஓ, இவள் என்னவோ சொன்னாளே?’

“என்ன மீனு?”

“எத்தனை அழகாகக் கோலம் போடறேள், மன்னி! ரொம்பப் பெரிய ஆர்ட்டிஸ்ட் நீங்க.”

லலிதா சிரித்தாள். எந்தப் பதிலும் சொல்லாமல் கிளிகளின் இறக்கைகளைச் சரி செய்துவிட்டு, நிமிர்ந்தாள்.

"எப்படி மன்னி நீங்க இப்படி இருக்கேள்?"

"எப்படி?"

"சதா சிரிச்சுண்டு, சதா வேலை செஞ்சுண்டு... எப்பவும் பரபரத்துண்டு..."

லலிதா மறுபடியும் சிரித்தாள்.

செல்லமாக மீனுவின் கன்னத்தில் தட்டினாள்.

"நல்ல பெண் நீ. வீடுன்னா வேலை இருக்காதா? அதை நான் செய்யல்லேன்னா யார் செய்வா?"

"இந்த மாதிரி சிரிச்சுண்டே செய்றவாளைப் பார்த்ததில்லே!"

"காலங்காத்தாலே என்ன அரட்டை அங்கே வாசல்லே! காப்பீ கீப்பீ ஏதானும் உண்டா இன்னிக்கு?"

சட்டென்று கோலமாவுக் கிண்ணத்தைக் கையில் எடுத்துக்கொண்டு லலிதா உள்ளே விரைந்தாள்.

பளிச் பளிச்சென்று சபேசன் வெற்று மார்பில் விபூதிப் பட்டைகளை இடும் வேகத்தில் கோபம் தெரிந்தது.

'ஓ, இவர் அதுக்குள்ளே குளிச்சு வந்தாச்சா' என்கிற திகைப்புடன், இத்தனை நேரம் கோலம் போட்டது தப்புதான் என்கிற குற்ற உணர்வுடன் லலிதா சமையற்கட்டுக்குள் விரைந்துகொண்டே சொன்னாள்,

"இதோ ஒரே நிமிஷம். கொண்டு வரேன்."

"எதெது எப்ப செய்யணும்கிற விவஸ்தையே இல்லே இந்த வீட்டிலே!"

லலிதா பதிலே சொல்லாமல் காப்பியைக் கலந்துகொண்டு வந்து ஊஞ்சல் மேல் வைத்தாள்.

சபேசன் தனக்கு இன்னும் கோபம் ஆறவில்லை என்பதைக் காண்பிப்பதற்காக டக்கென்று காலித் தம்ளர் டபராவை ஊஞ்சலில் திருப்பி வைத்தார்.

மீனு உள்ளே எட்டிப் பார்த்தாள். மாமா காப்பி குடித்துவிட்டார் என்ற நிச்சயத்துடன் உள்ளே வந்தாள்.

"மாமா, வாசல்லே வந்து பாருங்கோ. மன்னி எத்தனை நன்னா கோலம் போட்டிருக்கா தெரியுமோ?"

"ஆமாமா.. அதுக்கெல்லாம் குறைச்சலில்லே இந்த ஆத்திலே. சாஸ்திரத்துக்கு இரண்டு இழை இழுப்பா. மணிக்கணக்கா வாசல்லே நின்னுண்டு அரை டப்பா கோலப் பொடியை வீணாக்கிண்டு - இதெல்லாம் வீடு உருப்படற காரியம் இல்லே!"

சபேசன் கொடியிலிருந்த ஒரு சட்டையை உருவி அவசரமாய்ப் போட்டுக்கொண்டு நைந்துபோன செருப்புக்குள் கால்களைத் திணித்துக்கொண்டு சரக்சரக்கென்று கருணையேயில்லாமல் வாசல் மணல் தரையில் விரிந்திருந்த கிளிகள் மேல், மலர்கள்மேல் கனமாகப் பாதங்கள் அழுந்த வெளியில் செல்வதை, மீனு விக்கித்துப் போனவளாய்ப் பார்த்தாள். கிளிகளும் தாமரைகளும் அமுங்கிக் கலங்கிப் போயின. விழியில் நீர்கோத்து நின்ற மாதிரி–

"மீனு"

அவள் அவசரமாக உள்ளே திரும்பினாள்.

"என்ன மன்னி?"

"காப்பி குடிக்கல்லியா?"

"வரேன்."

காப்பியை மௌனமாகக் குடித்துவிட்டு மீனு மெள்ளக் கேட்டாள்:

"இந்த மாமா தினமும் இந்த மாதிரிதான் நடந்துப்பாரா?"

லலிதா முகத்தில் எந்தவிதச் சலனமுமில்லாமல், "எப்படி நடந்துக்கறார்?" என்றாள்.

"எப்பப் பார்த்தாலும் சிடுசிடுத்துண்டு கோச்சுண்டு..!"

லலிதா சிரித்தாள்.

“ஒவ்வொருத்தர் சுபாவம் ஓரொரு மாதிரி இருக்கும். நான் சிரிச்சாலும் ஆச்சரியப்படறே. அவர் கோச்சுண்டாலும் ஆச்சரியப்படறியே?"

மீனுவின் முகத்தில் யோசனைக் கோடுகள் தெரிந்தன. அதைக் கவனிக்காத மாதிரி லலிதா கொடியடுப்பில் பருப்பை வைத்துவிட்டு வெண்டைக்காயை நறுக்க உட்கார்ந்தாள்.

“நான் நறுக்கட்டுமா மன்னி?”

“நறுக்கேன்! கையை வெட்டிக்காமெ நறுக்கத் தெரியுமா?"

“ஓ!”

“ராஜுவை எழுப்பணும்” என்று தனக்குள் முணுமுணுத்துக்கொண்டு லலிதா உள் அறைக்குச் சென்றாள்.

ராஜு அயர்ந்த நித்திரையில் இருந்தான். தூக்கத்திலும், முகத்தில் ஒரு பயமும் கையாலாகாத்தனமும் தெரிந்தன. அந்த முகத்தைப் பார்க்கும்போதெல்லாம் மனசில் ஏற்படும் சஞ்சலம் இப்பவும் ஏற்பட்டது. பிரவாகமாய் ஏதோ ஒன்று கிளம்பி, நெஞ்சையடைத்துக் கொண்டு கண்களைப் பனிக்கச் செய்தது.

“ராஜு!”

அவன் வாரிச் சுருட்டிக்கொண்டு எழுந்து உட்கார்ந்து பேந்தப் பேந்த விழித்தான்.

“எழுந்திருடா கண்ணா. மணியாயிடுத்து."

“இன்னும் தூக்கம் வரதே?”

“கண்ணிலே தண்ணியைக் கொட்டிண்டு மூஞ்சியலம்பிக்கோ, தூக்கம் போயிடும்.”

அவன் எழுந்தான்.

“அப்பா இருக்காராம்மா?” என்றான் மெள்ள.

“இல்லே. வயலுக்குப் போயிட்டார்.”

சட்டென்று அவனுடைய பார்வையும் தசைகளும் இளகின மாதிரி அவளுக்குப் பிரமையேற்பட்டது. மனசை ஒரு சோகம் அழுத்திற்று. எதற்கும் கலங்காத இந்த மனசு இவனைப் பார்க்கும்போது மட்டும் ஏன் கலங்குகிறது என்று, அவள் தன்னைக் கட்டுப்படுத்திக்கொண்டு சமையல் கட்டுக்குள் நுழைந்தாள்.

மீனு தலையைக் குனிந்துகொண்டு ரொம்ப சிரத்தையாக வெண்டைக்காயை நறுக்கிக் கொண்டிருந்தாள். இந்தப் பெண்ணுக்குப் பார்வையும் புத்தியும் எவ்வளவு தீர்க்கமானது என்று நினைக்கையில் ஆச்சரியமாக இருந்தது. பட்டணத்திலிருந்து விடுமுறையைக் கழிக்க வந்திருக்கும் இவள், ஒரு மாதத்தில் காண்பதெல்லாம் எந்த அளவுக்குக் கிரகித்துக்கொண்டு சஞ்சலப்படப் போகிறாளோ என்று கவலையேற்பட்டது.

“ஏன் மன்னி, ப்ரஷர் குக்கர் வாங்கிக்கக் கூடாதோ?"

“அதெல்லாம் விறகடுப்பிலே சரிப்பட்டு வராது மீனு!”

“இந்த ஊரிலே கெரஸின் கிடைக்கிறதில்லே?"

“கிடைக்கிறதே?"

“பின்னே ஏன் இப்படி விறகைக் கட்டிண்டு பிராணனை விடறேள்?”

லலிதா பெரிதாகச் சிரித்தாள்!

“எங்கே? என்னைச் சரியாப் பாரு, இதைவிடக் கெட்டியான உசிரை நீ பார்த்திருக்கியோ?”

மீனு ஒரு வினாடி ஒரு லேசான புன்னகையுடன் அவளைப் பார்த்துவிட்டு காயைத் தொடர்ந்து நறுக்க ஆரம்பித்தாள். இவளுடைய வயசுக்கு இவளுக்கு அறிவு அதிகம்தான் என்று நினைத்தபடி லலிதா ராஜுவுக்குக் காப்பியைக் கலந்து வைத்தாள்.

“எனக்கு ரொம்ப ஆச்சரியமாயிருக்கு மன்னி?”

லலிதாவுக்கு மறுபடி சிரிப்பு வந்தது.

"சரியாப் போச்சு போ. இப்ப எதைக் கண்டு ஆச்சரியம்?"

"காஸ் அடுப்பு, குழாய் ஜலம், ஃபிரிஜ்ஜுனு எத்தனையோ செளகர்யம் இருக்கு மெட்ராஸிலே. இருந்தாலும் அம்மா எதுக்காவது முணுமுணுத்துண்டே இருப்பா. காஸ் சில சமயம் தீர்ந்து போச்சுன்னா சட்டுனு கிடைக்காது. அப்போ கெரஸின் அடுப்பிலே சமைக்க வேண்டிவரும். இதிலே எத்தனை நேரமாறதுன்னு அம்மா அலுத்துக்கிற அலுப்பைப் பார்க்கறச்சே, இந்த காஸ் எப்படாப்பா வரப்போறதுன்னு எங்களுக்கெல்லாம் ஆயிடும்."

லலிதா தனக்குள் சிரித்துக் கொண்டாள். மீனுவின் அம்மா பாலாவின் நினைவு வந்தது. நிதானமே இல்லாத பாலா - ஆத்திரமும் கோபமும் படபடப்பும் கொண்ட பாலா - திடீர் சிரிப்பும் திடீர் ஆங்காரமும் காட்டும் பாலா- அண்ணனுக்கு ஏற்ற தங்கை. அவளைக் கல்யாணம் செய்து கொடுக்கும்வரை அவள் குணத்தைக் கண்டு ஆச்சரியமாக இருக்கும். இந்த மாதிரி ஒரு பெண் ஒருத்தனோடு பொருந்தி எப்படிக் குடித்தனம் செய்யப்போகிறாள் என்று கவலையேற்படும். அந்தக் கவலைக்கெல்லாம் ஏதும் அர்த்தமில்லாமல் போய் விட்டது. நல்ல வேளையாய் பாலாவுக்கு நேர் எதிரிடையாய்க் கணவன் சாமிநாதன் இருக்கிறார். வாயே திறக்காமல், அதிர்ந்தே பேசாமல், எந்தக் கேள்வியையும் கேட்காமல், செலவைப் பற்றிக் கணக்குக் கேட்காமல்... எப்படிப்பட்ட பாலன்ஸ் அது!

அவளுக்குச் சிரிப்பு வந்தது. சட்டென்று மனசின் மூலையில் ஒரு சின்னக் கீறல் ஏற்பட்டது.

அதிர்ந்தே பேசாத, அதட்டாத, செலவைப்பற்றி, காசைப் பற்றிப் பேசாத ஒரு மனிதனாய் சபேசன் இருந்திருந்தால், இந்த வீடு எப்படி இருந்திருக்கும்?

வாசலில் போட்ட கோலம் மாலைவரை அழியாமல் இருக்கும்; சின்னச் சின்னக் கனவுகள் பூக்க ஆரம்பித்திருக்கும். பதினைந்து வயசுப் பெண்ணின் மனசு அதிர்ந்து, இப்படித்தான் மாமா எப்பவும் இருப்பாரா என்று கேட்காமல் இருந்திருக்கும்.

காலையில் கண் விழிக்கும்போதே எட்டு வயசுக் கண்கள் பயத்தோடு அப்பா இருக்காரா என்று கேட்காமல் இருக்கும்...

அவள் சட்டென்று சுயநினைவுக்கு வந்தாள். இவை என்ன உபயோகமற்ற சிந்தனைகள்?

ராஜு இன்னும் காப்பி குடிக்க வரவில்லை என்று ஞாபகத்துக்கு வந்தது. அவள் அவசரமாகக் கொல்லைக் கிணற்றடிக்குச் சென்றாள்.

கிணற்றை ஒட்டினாற்போல் இருந்த தோய்க்கிற கல்லின்மேல் உட்கார்ந்தபடி ராஜு எதிரில் இருந்த தென்னை மரத்தின் மேலும் கீழும் ஓடிக்கொண்டிருந்த ஒரு அணிலைப் பார்த்துக்கொண்டிருந்தான்.

“ராஜு!”

“அவனுடைய உடல் தூக்கிவாரிப் போட்டுத் திரும்பிற்று.”

“ஓ! நாம் இவ்வளவு பலக்கக் கூப்பிட்டிருக்கக் கூடாது" என்கிற உணர்வு அவளுள் ஒரு விசனத்தை ஏற்படுத்திற்று.

“பல் தேய்ச்சு காப்பி குடிக்க வா" என்றாள் அவள் மிருதுவாக.

“வரேன்” என்று அவன் அசையாமல் உட்கார்ந்திருந்தான்.

அவள் சில விநாடிகள் அந்த முதுகைப் பார்த்தபடி நின்றாள். இந்தப் பிள்ளை வேறே எங்கேயாவது பிறந்திருக்க வேண்டும், அல்லது அப்பாவுக்கு ஜோடியாக முரட்டுத்தனத்தோடு பிறந்திருக்க வேண்டும். இப்படி இரண்டும் கெட்டானாய்ப் பிறந்து, பூ மாதிரி ஒரு மனசாய்!

இந்தப் பிஞ்சு எப்படி வளரப்போகிறது?

‘என்னுடைய பிராரப்த கர்மம்!’

விவரம் தெரிந்த நாளிலிருந்து இதே வார்த்தையை தந்தையின் நாவிலிருந்து கேட்டுக்கொண்டிருக்கும் இது, எந்தமாதிரி மனுஷனாய் உருவாகப் போகிறது?

"...சீக்கிரம் பல் தேய்ச்சுட்டு வாடா ராஜு!”

அவன் எழுந்திருப்பதைக் கவனித்துவிட்டு அவள் உள்ளே வந்தாள்.

யாரோ ஆண்பிள்ளை, நடையில் நிற்பது தெரிந்தது.

அவள் மெல்லிய குரலில், “யாரது?” என்றாள்.

“நான்தான்" என்றபடி முனிசிபல் ஸ்கூல் வாத்தியார் பாலு, தன் பையன் கிருஷ்ணனைத் தோளில் சுமந்தபடி உள்ளே வந்தார்.

“என்ன, கிருஷ்ணனுக்கு உடம்பு சரியில்லையா?"

“ஆமாம். ராத்திரியிலேருந்து ரொம்ப ஜுரம். நான் டவுன்லேருந்து டாக்டரை அழைச்சுண்டு வரேன். அதுவரைக்கும் இவனை இங்கே படுக்க வெச்சுட்டுப் போகட்டுமா?"

“ஓ. தாராளமா போங்கோ. நான் பார்த்துக்கறேன்."

லலிதா விரைந்து கூடத்திலிருந்த பெஞ்சின்மேல் ஜமுக்காளத்தை விரித்துத் தலையணையை வைத்தாள்.

கிருஷ்ணனை பெஞ்சில் கிடத்திவிட்டுப் பாலு தயங்கி நின்றார்.

“உங்களுக்குக் கஷ்டம் ஒண்ணுமில்லையே?"

“நிச்சயமா இல்லே. நீங்க போயிட்டு வாங்கோ."

இன்னும் ஏதேனும் பேச்சுக் கொடுத்தால் அவர் கண்ணில் ஜலம் வந்துவிடுமோ என்று பயமாக இருந்தது.

“ரொம்ப தாங்க்ஸ் உங்களுக்கு" என்று சொல்லிவிட்டு அவர் போகையில் அவளுக்குப் பாவமாக இருந்தது.

“யார் மன்னி இவர்?”

“இந்த ஊர் ஸ்கூல்லே ஒரு வாத்தியார்."

“அவாத்திலே வேறே யாரும் இல்லையா?"

“ஊஹும்."

“அந்தப் பையனுக்கு அம்மா இல்லையா?”

காப்பி தம்ளரைக் கையில் ஏந்தியபடி ராஜூ வந்து நின்றான்.

“அந்தப் பையனோட அம்மா ஓடிப் போயிட்டா" என்றான்.

“உஷ் ராஜூ!" என்று லலிதா அதட்டுகையில், ராஜூவின் கையிலிருந்த டம்ளர் கீழே விழுந்தது. அவளுடைய அதட்டலினால் அது கீழே விழவில்லை என்று புரிந்தது.

நிலைப்படியில் சபேசன் நின்றிருந்தார்.

# 2

ஒரு வினாடி என்ன செய்வது என்று புரியாமல் லலிதா திகைத்துப்போய் நின்றாள். சபேசனை ஒரு கிலியுடன் பார்த்தபடி பேந்தப் பேந்த விழித்துக்கொண்டு நிற்கும் ராஜுவைப் பார்க்கையில், அடிவயிற்றைச் சுருட்டிக்கொண்டு ஒரு கவலை எழுந்தது.

சபேசன் எதுவுமே பேசாமல் நேராக ராஜுவின் அருகில் வந்தார். ராஜு பயத்துடன் பின்னுக்கு நகர்கையில், அவர் ஒரு வேகத்துடன் முன்னுக்கு நகர்ந்து அவன் தலைமயிரைப் பிடித்து–

"அடிக்காதீங்கோ!"

"நீ போடி அந்தண்டை!" என்று இன்னொரு கையால் அவன் முதுகை மொத்தி–

"படவா! பொம்மனாட்டிகளோட நின்னுண்டு வம்பு பேசறியா நீ? இருக்கிற பவிசுக்கு வம்பு வேறயா? சொல்லு! பேசமாட்டேன்னு சொல்லு?"

"பேசமாட்டேன், பேசமாட்டேன்! அடிக்காதீங்கோ. வலிக்கிறது."

"வம்பு பேசமாட்டேன்னு திருப்பிச் சொல்லு!"

"வம்பு பேசமாட்டேன்! வம்பு பேசமாட்டேன்!"

மீனா விக்கித்துப்போய் மூலையில் நின்றிருந்ததையும், லலிதாவின் கண்களில் நீர் தளும்புவதையும் கவனிக்காத மாதிரி ஆக்ரோஷத்துடன் கத்தினார்.

"போங்கோ எல்லாரும் உள்ளே. இந்த மாதிரி பிள்ளையை வளர்த்தா வீடு உருப்பட்டாப்பலேதான்!"

லலிதா வாயை மூடிக்கொண்டு சமையலறைக்குள் நுழைந்தாள். மீனு பக்கத்து அறைக்குள் நுழைந்து கொண்டாள்.

"எழுந்திருடா உதவாக்கரை! கொட்டின காப்பியைத் துடைச்சுட்டு வாய்ப்பாடெல்லாம் ஒழுங்கா உக்காந்து பலக்கச் சொல்லு."

கொல்லையிலிருந்து சுருணையைக் கொண்டுவந்து கீழே சிந்திப்போன காப்பியை ராஜு துடைக்கையில், முதுகு இன்னும் விசும்பலில் குலுங்குவதை லலிதா சமையலறையிலிருந்தபடி கவனித்தாள்.

பாவம், ஒரு வாய்க் காப்பிகூடக் குடிக்கவில்லை. குழந்தை என்கிற உணர்வில் மறுபடி அவனுக்குக் காப்பி கலந்து தர வேண்டும் என்று பரபரத்த மனசு பழக்க தோஷத்தில் தானே அடங்கிப்போயிற்று.

கொல்லையில் சுருணையை ராஜு அலசப்போனதும், வேலைக்காரி லக்ஷ்மி, "நா அலசறேன் நீ போ" என்று மெல்லிய குரலில் சொல்வதும் கேட்டது.

ராஜு சமையலறையைத் தாண்டிக்கொண்டு போகையில்-

"கொஞ்சம் காப்பி குடிக்கிறியா?" என்று தன்னையும் மீறி லலிதா கிசுகிசுத்தாள்.

ராஜு ஒரு வினாடி தயங்கி நின்றான். கண்களில் மிக லேசாகச் சபலம் தெரிந்தது. பிறகு, தன்னைச் சமாளித்துக் கொண்டு -

"வேண்டாம்" என்றான்.

"சரி, அப்போ போய் வாய்ப்பாடெல்லாம் சமத்தா தப்பு பண்ணாமெ சொல்லுடா கண்ணா!"

"சரி."

அழுததால் கரகரத்துப்போன குரல் கேட்டது.

"ஈரொண் இரண்டு."

சமையலில் மனசு செல்லவில்லை. இவன் ஒழுங்காகத் தப்பில்லாமல் சொல்ல வேண்டுமே என்று கவலையாக இருந்தது. சபேசன் பூஜைக்கு உட்கார வந்துவிடுவார் என்று ஞாபகம் வந்தது. அவள் இயந்திர கதியில் அதற்குத் தயார் செய்தாள்.

"நான்னான்கு பதினாறு...!"

"என்ன பஞ்சாத்தர உத்தரணியைப் புளி போட்டுத் தேய்க்கல்லியா?"

"தேச்சுதே?"

"அதான் இத்தனை லட்சணமா இருக்கா?'

"நாலெட்டு முப்பத்திரண்டு..."

"இனிமே நானே தேய்ச்சுக்கறேன். பூஜைப் பாத்திரங்களை நீ தேய்க்க வேண்டியதில்லே."

"இனிமே பளிச்சுனு தேய்ச்சு வெச்சுடறேன்."

"வேண்டியதில்லே!"

"ஐ அஞ்சு இருபத்தி அஞ்சு..."

சபேசன் பரபரவென்று புளி ஜாடியிலிருந்து புளியை எடுத்துப் பஞ்சாத்திரத்தைக் கிணற்றடியில் தேய்த்துக்கொண்டு வருவதை லலிதா ஒரு கையாலாகாத்தனத்துடன் பார்த்துக்கொண்டு நின்றாள்.

கடுகடுவென்று இருக்கும் அந்த முகத்தைப் பார்க்கும் போதெல்லாம் என்றைக்காவது இவர் முகத்தில் பிரசன்னம்

தோன்றாதா ஈச்வரா என்று நினைப்பதை இப்பவும் நினைத்துக் கொண்டாள்.

பெருத்த ஓசையுடன் மணி சப்தித்து பூஜை ஆரம்பிக்கப்பட்டது.

"சுக்லாம் பரதரம் விஷ்ணும்

சசிவர்ணம் சதுர்புஜம்

பிரஸன்ன வதனம் த்யாயேத்

சர்வ விக்னோப சாந்தயே..."

அவளுக்கு மனசுக்குள் சிரிப்புகூட வந்தது. இவருக்கு இதன் தாத்பர்யம் தெரியுமோ?

"ஆறு நான்கு இருபது..."

ஓ!

அவள் கலவரத்துடன் கூடத்துக்கு விரைந்தாள்.

"ராஜு சரியாகச் சொல்லு!" என்றாள் மெல்ல.

"ஆறு நான்கு இருபது!"

"இருபத்தி நாலு ராஜு!"

"ரெண்டு வருஷமா தினமும் சொல்ற வாய்ப்பாடு இன்னும் நெட்டுருவாகல்லேன்னா என்ன அர்த்தம்னு கேக்கறேன்!"

அவள் திடுக்கிட்டுத் திரும்பிப் பார்த்தாள்.

சபேசன் - ரௌத்ராகாரமாய் கையை ஓங்கிக் கொண்டு!

அவள் சரேலென்று வழியை மறித்துக்கொண்டு நின்றாள்.

"தயவு செய்து அவனை அடிக்காதீங்கோ. ஏதோ வாய் தவறிச் சொல்லிட்டான். குளிச்சி ஸ்கூலுக்குக் கிளம்பியாகணும் அவன்!"

"நீ போ அந்தண்டை! பெரிசா வக்காலத்து பேச இவ வந்துடறா. ஸ்கூலுக்குப் போறானாம். இவன்தான் பெரிய கலெக்டரா வரப்போறான் பாரு-சொல்லுடா, ஆறு நான்கு?"

ராஜு பேந்தப் பேந்த விழித்தான். எதிரில் தெரிந்த

ரௌத்திரத்தில் உள்ளதும் மறந்துபோயிற்று.

“ஆறு நான்கு...”

“உம்!"

“ஆறு நான்கு.”

“சொல்லு. இல்லேன்னா தோலை உரிச்சிப்பிடுவேன்.' அவர் கிட்ட நெருங்குமுன் ராஜு அழ ஆரம்பித்தான்.

“சாமி!"

சபேசனின் ஓங்கிய கை கீழே இறங்கிற்று. கூடத்தின் ஜன்னலைத் தாண்டிப் பார்வை வெளியே ஓடிற்று.

“யாரு?"

“நான்தாங்க பாவாடை!"

“ஓ வா! என்ன விஷயம்?” என்றபடி வாசல் திண்ணைக்கு நடந்துகொண்டே சபேசன் ராஜுவிடம் சொன்னார்.

“சீக்கிரமா குளிச்சு ஸ்கூலுக்குக் கிளம்பு."

சட்டென்று ராஜுவின் முகத்தில் ஒரு மாற்றம் தெரிந்தது. லலிதாவைப் பார்த்த பார்வையில் ஒரு சின்னச் சிரிப்புக்கூடத் தெரிந்தது. அவன் விடுவிடுவென்று கிணற்றடிக்குக் குளிக்கச் செல்வதைப் பார்த்துவிட்டு லலிதா, “அந்தப் பாவாடை தீர்க்காயுசா இருக்கணும்" என்று முணுமுணுத்தபடி உள்ளே சென்றாள்.

பாவாடை இன்னும் அரைமணி நேரம் உட்கார்ந்திருப்பான் என்கிற நிம்மதி ஏற்பட்டது. அதற்குள் ராஜு, தயாராகி பள்ளிக்கூடத்துக்குப் போய்விடுவான்.

ராஜு குளித்துவிட்டு வந்து இயந்திரகதியில் நெற்றிக்கு விபூதி இட்டுக்கொண்டு கண்களை மூடி சுவாமி படங்களின் முன் விழுந்து நமஸ்கரித்தான். சொல்லிக் கொடுத்த பாடத்தை ஒப்பிக்கிற மாதிரி அவன் இதையெல்லாம் செய்வதைப் பார்க்கையில் அவளுள் ஒரு நெகிழ்ச்சி ஏற்பட்டது.

எட்டு வயசு. எட்டு வயசுதானே என்றிருக்க முடியவில்லை. பக்கத்து வீட்டு கோபாலிக்கும் எட்டு வயசு. என்ன சவுடாலாகப் பேசுகிறான்? எத்தனை விஷயங்கள் தெரிந்து வைத்திருக்கிறான். இத்தனைக்கும் படிப்பு வாசனையே இல்லாதவர்களுக்குப் பிறந்தவன்-

"சாதம் போடறியாம்மா?"

"உக்காரு!"

சற்று முன்னால் அடியும் திட்டும் வாங்கின நினைவேயில்லாமல் நிதானமாக ரசித்துச் சாப்பிடும் ராஜுவை அவள் யோசனையுடன் பார்த்தாள். இந்தப் பிள்ளை பக்கத்து வீட்டில் பிறந்திருந்தால், அந்தக் கோபாலியை விட அதிக சாமர்த்தியமாய் இருந்திருப்பான் என்று தோன்றிற்று. பக்கத்து வீட்டில் வெளிச்சம் அதிகம் இருந்திருக்கும். சுவாசிக்கக் காற்று இருந்திருக்கும். கோபாலி மாதிரி இவனும் பளிச்சென்று சிரித்திருப்பான். பேந்தப் பேந்த விழிக்காமல், இரண்டு வருஷமாக நித்யம் சொல்லும் வாய்ப்பாட்டைத் தவறிச் சொல்லாமல்-

"இன்னும் கொஞ்சம் சேப்பங்கிழங்கு கறி வேணும்.."

இந்தமாதிரி சுரணை கெட்டுப் போகாமல்-

சட்டென்று அவள் சுயநினைவுக்கு வந்தாள்.

நமக்கு என்ன நேர்ந்துவிட்டது இன்றைக்கு. மீனு கேட்ட கேள்வி மனசைக் குழப்பிவிட்டதா?

'இப்படி சிரிச்சுண்டே காரியம் செய்யறவாளெப் பார்த்ததில்லே'

'சிரிக்கல்லேன்னா காரியம் ஆகுமோ?' என்று அவள் தனக்குள் சொல்லிக்கொண்டாள்.

யாரையும் தப்பு சொல்றதுக்கோ திருத்தப் பார்க்கறதுக்கோ அதிகாரம் நமக்குக் கிடையாது. எல்லாரும் தனிப் பிறவிகள். ஏதோ ஒரு சத்தியத்துக்குக் கட்டுப்பட்ட மாதிரி ஒரு சுழற்சியிலே சுழண்டு வரோம். எதெது எப்படியெப்படி நடக்கணுமோ அதது அச்சு விழற மாதிரி நடக்கறது. விஷயம் இப்படி இருக்கும்போது

சிரிக்காம என்ன பண்ண முடியும்?

ராஜு பையைத் தூக்கிக்கொண்டு தெருவில் இறங்குகிற வரை பாவாடை ஏதோ தீவிரமாக சபேசனிடம் பேசிக்கொண்டிருந்தான்.

"அப்ப கருக்கல்லே எழுந்திரிச்சு பனையாத்தாவுக்கு ஒரு கும்பிடு போட்டுக் கிளம்பறேன் சாமி."

"ஆமாம் அதுதான் சரி, போயிட்டு வா."

சபேசன் ஏதோ யோசனையுடன் உள்ளே வந்தார்.

"இலையைப் போடு" என்றார். அவள் அவசரமாக அவருக்குத் தட்டை வைத்துப் பரிமாறினாள். அவர் பேசாமலேயே சாப்பிட்டுவிட்டு எழுந்தார். சட்டையை அவசரமாக மாட்டிக்கொண்டு-

"வெளியிலே வேலையிருக்கு. இன்னிக்கு சாயங்காலம் வீட்டுக்கு வரதுக்கு நாழியாயிடும்" என்றார்.

"சரி."

"இந்தப் பிள்ளையை இங்கே விட்டுட்டு எங்கே போயிட்டான் பாலு?"

"டாக்டரை அழைச்சுண்டு வரப்போயிருக்கார்?"

"என்ன உடம்போ என்னவோ, எதையும் விசாரிக்காமெ பார்த்துக்கறேன்னு சொல்லிட்டியாக்கும்..."

இதற்கு என்ன பதில் சொல்வதென்று அவள் ஒரு வினாடி தயங்கினாள்.

"சித்த நேரத்துக்குத்தானே?" என்றாள் மெள்ள.

"ஊர் வம்பையெல்லாம் விலைக்கு வாங்கிக்கிறதுனாலேதான் பிள்ளையும் அப்படியிருக்கு."

அவள் உதட்டைக் கடித்துக்கொண்டாள்.

இவர் வேண்டுமென்றே ஒவ்வொரு விஷயத்துக்கும் கோபத்தை

வரவழைத்துக்கொள்கிறார் என்கிற ஆயாசம் மறுபடி ஏற்பட்டது.

அவர் அவசரமாக சட்டையை மாட்டிக்கொண்டு கக்கத்தில் குடையைச் செருகிக்கொண்டு கிளம்பினார்.

“நா கிளம்பறேன். பாலு வந்தான்னா பிள்ளையை எடுத்துண்டு போகச் சொல்லு. நீ சீராட்டிண்டிருக்க வேண்டாம்...”

“சரி.”

சரக் சரக்கென்று செருப்பு சப்திக்க அவர் படியிறங்கிப் போவதை அவள் சற்று நேரம் ஒரு வெற்றுப் பார்வை பார்த்துவிட்டு வாசற்கதவை சாத்திக்கொண்டு உள்ளே வந்தாள். கூடத்து பெஞ்சின்மேல் கிருஷ்ணன் துவண்டு படுத்திருந்தான். அவள் நெற்றியில் கைவைத்து பார்த்தபோது கண் திறந்தான்.

“கொஞ்சம் காப்பி தரட்டுமா கிருஷ்ணா?” என்றாள் மிருதுவாக.

“உம்” என்று அவன் தலையசைத்தான்.

ஜுரத்தின் கடுமையையும், அந்த பலஹீனமான திக்கற்ற பார்வையையும் பார்க்கையில் மனசில் சங்கடமேற்பட்டது.

“அப்பா எப்ப வருவா?”

“இதோ வந்துடுவா. காப்பி கலந்துண்டு வரேன்.”

காப்பியைக் கலக்கும்போது அந்த நிர்க்கதியான பார்வை - ஏக்கம் மிகுந்த அனாதைப் பார்வை மனசை அலைக்கழித்தது.

இந்த மாதிரி ஒரு குழந்தையை விட்டுட்டுப் போக அவளுக்கு எப்படி மனசு வந்தது?

“ஓடிப் போயிட்டா!”

எதையும் சட்டென்று கிரஹித்துக் கொள்ளாத ராஜு கூட, எப்படி அப்படிச் சொன்னான் என்று அவளுக்குத் திகைப்பேற்பட்டது.

அதன் தாத்பர்யமே உணராமல் அவன் அதை ஒரு சாதாரண விஷயம்போல் சொன்னதைப் பார்த்தால், ஊரில் எல்லாக் குழந்தைகளுமே இதைப்பற்றி சகஜமாகப் பேசிக்கொள்கிறார்கள்

என்று தோன்றிற்று. தெரியாத்தனமாக சொன்ன வார்த்தைக்கு எத்தனை மூர்க்கமான தண்டனை! எதற்கு அந்த உதை கிடைத்தது என்றுகூட ராஜுவுக்குப் புரிந்திருக்காது. பிறகு, அந்தக் கோபத்தினால் என்ன லாபம்?

கிருஷ்ணன் காப்பியைக் குடித்ததும் திடீரென்று அழ ஆரம்பித்தான். அவள் பதறிப்போனாள்.

“அப்பா இதோ வந்துடுவா, கிருஷ்ணா. அழாதே” என்று முதுகைத் தடவினாள்.

அவன் ஒன்றுமே பதில் சொல்லாமல் விசும்பிக் கொண்டிருந்தான். அவள் எத்தனையோ சமாதானம் செய்தும் சமாதானமாகாமல் கடைசியில் அவனாகவே ஓய்ந்து சுவர் பக்கம் முகத்தைத் திருப்பிக்கொண்டு படுத்துக் கொண்டான். அம்மாவை நினைத்துக்கொண்டு சொல்லத் தெம்பில்லாமல் அழுகிறான் என்று தோன்றிற்று.

“ஓடிப் போயிட்டா.”

அப்படிச் செய்ய எப்படி மனசு வந்தது?

வாயிற் கதவு தட்டப்படும் ஓசை கேட்டது. அவள் சட்டென்று எழுந்து கதவைத் திறந்தாள்.

பாலு டாக்டருடன் உள்ளே நுழைந்தார்.

“எப்படியிருக்கான்?" என்றார் கவலையுடன்.

“இத்தனை நேரம் தூங்கினான். இப்ப கொஞ்சம் காப்பி கொடுத்தேன்."

டாக்டர் பரிசோதனை செய்து முடித்தார். கையுடன் கொண்டு வந்திருந்த சில மருந்துகளைக் கொடுத்துவிட்டுக் கிளம்பினார்.

பாலு கிருஷ்ணனை மறுபடி தோளில் தூக்கிக் கொண்டார்.

# 3

“நா வீட்டுக்கு அழைச்சுண்டு போறேன். உங்களுக்கு ரொம்ப தாங்க்ஸ்.”

“நா ஏதாவது கஞ்சி வெச்சுத் தரட்டுமா?"

“வேண்டாம். இத்தனை நேரம் இவனைப் பார்த்துண்டதே எனக்கு ரொம்பப் பெரிசு."

நிலைப்படியைத் தாண்டுகையில் அவர் அவளைப் பார்த்து மெல்லச் சொன்னார்:

“வேறெ யார்கிட்டயும் இத்தனை சுவாதீனமா உதவி கேட்கமாட்டேன் நான்.”

“நீங்க தயங்கவே கூடாது எங்ககிட்டே”

அவர் தெருவில் தன் வீட்டை நோக்கி நடக்கையில் எதிர்த்த வரிசை அக்கம் பக்கத்து வீடுகளின் ஜன்னல்கள் வழியே பார்வைகள் துளைப்பதை அவளால் உணர முடிந்தது.

என்ன மனிதர்கள் என்று நினைக்கையில் சிரிப்பு வந்தது.

மீனு கூடத்தில் நிற்பதைப் பார்த்து சிரித்துக்கொண்டே -

“சாப்பிட வரியா மீனு?" என்றாள்.

“ஊஹூம்.”

“ஏன்?"

“மனசு சரியாயில்லே."

லலிதா சிரித்தாள்.

“அதை நா சரி பண்ணறேன் வா. அதென்ன மனசு அது. அடங்காப்பிடாரி மனசு? ஒரு நிமிஷம் சிரிக்கும். மறு நிமிஷம் மூஞ்சியைத் தூக்கி வைச்சுக்குமா?"

மீனு சிறிது நேரம் ஒன்றும் சொல்லாமல் ஜன்னல் வழியே பார்த்தாள். பிறகு தயங்கிக்கொண்டு சொன்னாள்:

“சராசரி மனசு அப்படித்தான் இருக்கும். உங்களுக்கிருக்கிற மனசு மாதிரி யாருக்கும் இருக்காது.”

“போச்சுடா. மறுபடியும் என்னைப் பத்திப் பேசறியா? அதைவிட உபயோகமான காரியம் பார்க்கலாம் வா. சமையல் ஆறிப்போறது. திருப்பிச் சுடவைக்க காஸ் இல்லே, தெரியுமோ?"

“ராஜூவை மாமா அப்படி அடிச்சதைப் பார்த்ததும் அதிர்ச்சியாப் போயிடுத்து மன்னி எனக்கு! நினைச்சுப் பார்த்தாலே இரண்டு நாளைக்கு சாப்பாடு வேண்டி இருக்காது போலேயிருக்கு."

“நினைச்சே பார்க்காதே!"

மீனு ஒரு விநாடி அவளை லேசான வியப்புடன் பார்த்தாள். பிறகு தெருவைப் பார்த்துக்கொண்டு சொன்னாள்:

“நா சொன்னா தப்பா நினைக்கமாட்டேளே மன்னி. மாமாவுடைய கோபத்தைவிட, ஒண்ணும் நடக்கலியே இப்பங்கற மாதிரி நீங்க வளைய வர்றதுதான் அநியாயமா படறது எனக்கு. செயற்கையாப் படறது..."

லலிதா திடுக்கிட்டுப் போய் அவளைப் பார்த்தாள். பிறகு சமாளித்துக்கொண்டு சிரித்தாள்.

"என்ன செய்யச் சொல்றே என்னை? நானும் சேர்ந்து கத்தணும்கிறயா?"

"கத்தாட்டாலும் எதிர்ப்பையாவது காட்டலாமோல்லியோ?"

"எப்படி? அதனாலே பிரயோஜனமில்லேன்னு நிச்சயமாத் தெரியும்போது எதிர்ப்பானேன்?"

"இந்தமாதிரி என் புருஷன் இருந்தான்னா நா ஓடிப் போயிடுவேன்!"

"பேசறது ரொம்ப சுலபம் மீனு!'

"அவ ஏன் ஓடிப்போனா?"

"எவ?"

"அதான் அந்தப் பையனோட அம்மா!"

"தெரியாது!"

"பொய், மாமா கோச்சுப்பான்னு பயப்படறேள்!"

"அதனாலேன்னு இல்லே. நமக்கெதுக்கு மீனு அதைப் பத்தியெல்லாம்? ஒவ்வொருத்தர் ஒவ்வொரு காரணம் சொல்லுவா. போனவளுக்குத்தான் உண்மையான காரணம் தெரியும்."

"எங்கேயிருக்கா?"

"டவுன்லேதான்."

"யாரோட."

"யாரோ ஒருத்தரோட."

"ஓ!"

லலிதா சிரித்தாள்.

"மீனு! உனக்குப் பதினேழு வயசா, இல்லை ஐம்பதான்னு எனக்குச் சந்தேகமா இருக்கு."

"பதினேழா இருக்க ட்ரை பண்றேன். இன்னும் கொஞ்சம்

கறி போடுங்கோ... ரொம்ப நன்னாயிருக்கு."

“அப்படி வா வழிக்கு!"

அவர்கள் சாப்பிட்டு எழுந்திருக்கையில் லக்ஷ்மி ஏதோ பேச வந்தவள்போல் தயங்கி நின்றாள்.

“என்ன லக்ஷ்மி?"

“இன்னிக்குக் காலையிலே பாவாடை எதுக்கு வந்திருந்தான் தெரியுமாம்மா?"

“தெரியாதே?”

“சாமி உங்ககிட்ட சொல்லலியா?”

“ஊஹூம்."

“மேலத்தெரு சங்கரலிங்க ஐயர் இல்லே, நிலத்தை விக்கப் போறாராம்."

அடிவயிற்றில் ஏதோ திக்கென்றது.

“ஐய்யய்யோ, இருக்கிறதை வித்துட்டா அப்புறம் சாப்பாட்டுக்கு?"

லக்ஷ்மி சிரித்தாள்.

“விக்காம என்ன செய்யறது? பட்டணத்திலே ஒரு பையன் வேலை பார்க்கிறானாமில்லே? எல்லாரும் அங்கே போயிரப் போறாங்களாம்!"

“...இத்தனை பேருமா?"

லக்ஷ்மி மறுபடியும் சிரித்தாள்.

“இந்த ஊர் வைப்பாட்டியும் குடியும் அலுத்துப் போச்சு அவங்களுக்கு!”

“லக்ஷ்மி, உனக்கு ரொம்ப வாய் நீளம். நா உன்னோட பேச வந்ததே தப்பு."

“நா எதுக்குச் சொல்ல வந்தேன்னா, ஐயாதான் நிலத்தை வாங்கப் போறாங்களாம்."

“ஓ, இருக்கும்" என்று பதில் அளிக்கையில் மனசில் ஒரு நமைச்சல் ஏற்பட்டது.

லேசான விவரம் புரியாத ஏக்கம் மூலையில் எட்டிப் பார்த்தது. நான் இந்த வீட்டில் ஒரு மூன்றாம் மனுஷி...

கொல்லைக் கதவை யாரோ தட்டினார்கள். லஷ்மி கதவைத் திறந்ததும் கொல்லை முற்றத்தில் வந்து நின்றவளைப் பார்த்து லலிதாவுக்கு ஆச்சரியமாக இருந்தது.

“யார் மன்னி அது!" என்று மீனு மெல்லக் கேட்டாள்.

லலிதா கிசுகிசுத்த குரலில் பதில் சொன்னாள்.

“கிருஷ்ணனுடைய அம்மா!"

“அம்மா, ருக்மிணி அம்மா வந்திருக்காங்க" என்றாள் லக்ஷ்மி.

லலிதா ஒரு புன்னகையுடன் வெளியில் வந்தாள்.

“வாங்கோ. ஏன் அங்கேயே நிக்கறேள்?"

ருக்மிணியின் முகத்தில் ஒரு தயக்கம் தெரிந்தது. கண்களுக்கடியில் வாயோரங்களில் மெலிதான கோடுகள் தெரிந்தன. கண்கள் சஞ்சலத்துடன் அலை பாய்ந்தன.

“நா உள்ளே வரலே லலிதா. இங்கேயே இந்தக் குறட்டிலே உட்கார்ந்துக்கிறேனே?"

“உங்களுக்குச் சௌகரியம்னா இங்கேயே உட்கார்ந்துக்கலாம் வாங்கோ."

ருக்மிணி ஒரு கூச்சத்துடன் உட்கார்ந்தாள். லலிதா அவள் எதிரில் உட்கார்ந்து கொண்டாள்.

“யாரது உள்ளே? புதுசாத் தெரியறதே?"

“மீனு! என் நாத்தனார் பெண். லீவுக்கு மதராஸிலிருந்து வந்திருக்கா."

“ஓ!"

ருக்மிணியின் பார்வை தாழ்ந்தது. ஏதோ சொல்லத் தயங்குகிற மாதிரி இருந்தது. வார்த்தைகளை ஜோடிப்பதைப் பெரிய கஷ்டம்போல் அவள் உட்கார்ந்திருந்ததைப் பார்க்கச் சகிக்காமல் லலிதா மெள்ளக் கேட்டாள்.

“என்ன விஷயம் மாமி?"

“கிருஷ்ணனுக்கு உடம்பு சரியாயில்லையாமே?’

“ஆமாம், உங்களுக்கு எப்படித் தெரியும்?"

“டவுன்லே டாக்டரோட பொண்ணு சொன்னா. மனசு கேக்கல்லே. உடனே பஸ்ஸைப் பிடிச்சு வந்தேன்."

இதைச் சொல்வதற்குள் ருக்மிணியின் முகம் சிவந்து போயிற்று. நெற்றியில் வியர்வை துளிர்த்தது.

லலிதா வியப்புடன் அவளைப் பார்த்தாள்.

இந்த உறவே வேண்டாம் என்று அறுத்துக்கொண்டு போனவள் இவள் என்று நம்புவது கஷ்டமாக இருந்தது.

“இந்த மாதிரி ஒரு வாழ்க்கை வாழறதைவிட தூக்குப் போட்டுக்கொண்டு சாகலாம் லலிதா!" என்று இரண்டு வருஷங்கள் முன்பு நடுக்கூடத்தில் உட்கார்ந்து இவள் கண்ணீர் விட்டது நினைவுக்கு வந்தது.

“இந்தப் பிள்ளைக்காகப் பல்லைக் கடிச்சுண்டு உட்கார்ந்திருக்கேன்!”

கடைசியில் பல்லைக் கடித்துக்கொண்டு உட்காரவும் இல்லை, தூக்குப் போட்டுக்கொண்டு சாகவும் இல்லை. ஒருநாள் இரவு வீட்டை விட்டுப் போய்விட்டாள். ஊர் இன்னமும் தூற்றிக்கொண்டு இருக்கிறது இவளை. டவுனில் யாரோ ஒரு செட்டியாருடன் இருக்கிறாள் என்கிறது. பாலு வாத்தியார் தெருவில் போகும்போது தலைநிமிர்ந்து நடப்பதில்லை.

சோர்வும், லேசாய் மூப்பும் முகத்தில் தெரிய, ‘மனசு கேக்கல்லை’ என்று இன்று இந்த வெயிலில் வந்து நிற்கும் இவளைப் பார்க்கும்போது அதிர்ச்சி ஏற்பட்டது. இந்த

மாதிரி மனசுடையவள் இன்னும் கொஞ்சம் ஏன் பல்லைக் கடித்துக்கொண்டு உட்காரவில்லை என்று தோன்றியது.

"கிருஷ்ணனை இங்கதான் காலையிலே அவர் விட்டுவிட்டுப் போனார்னு லக்ஷ்மி சொன்னா. கிருஷ்ணன் எப்படியிருக்கான் லலிதா?"

"நல்ல ஜுரமாத்தான் இருந்தது. டாக்டர் வந்து பார்த்து மருந்தெல்லாம் கொடுத்திருக்கார். சரியாப் போயிடும் மாமி. கவலைப்படாதேங்கோ."

ருக்மிணி திடீரென்று முழங்கால்களுக்குள் முகத்தைப் புதைத்துக்கொண்டு விசித்து விசித்து அழ ஆரம்பித்தாள்.

இவளை எதைச் சொல்லிச் சமாதானப்படுத்துவது என்று லலிதாவுக்குத் திகைப்பேற்பட்டது. கிருஷ்ணனின் இப்போதைய உடல்நிலைக்காக இவள் அழவில்லை. வேறு எதற்கோ இவள் அழுகிறாள். காலையில் கிருஷ்ணன் அழுத மாதிரி...

பாத்திரம் தேய்த்துக்கொண்டிருந்த லக்ஷ்மியின் முகத்தில் ஓர் எகத்தாளச் சிரிப்பு தெரிந்தது.

"மாமி, அழாதீங்கோ!".

ருக்மிணி சட்டென்று நிமிர்ந்து புடவைத் தலைப்பால் முகத்தை அழுத்தித் துடைத்துக்கொண்டாள். முற்றத்திற்குச் சென்று கிணற்றுத் தண்ணீரை மொண்டு முகத்தைக் கழுவிக்கொண்டு வந்தாள்.

"உள்ளே வாங்கோ மாமி. காப்பி சாப்பிடுங்கோ!"

ருக்மிணியின் முகத்தில் நன்றி தெரிந்தது. குரல் நெகிழ்ந்து போயிற்று.

"நா கூடத்திலே உட்கார்ந்துக்கறேன். சமையல் கட்டுக்கு வரல்லே."

லலிதா ஒன்றும் பதில் சொல்லாமல் காப்பியைக் கலந்துகொண்டு வந்தாள்.

தம்பளரைக் கையில் எடுத்த ருக்மிணியின் கண்களில் நீர் தளும்பிற்று.

“நீ ஒருத்திதான் இந்த ஊரிலே வித்தியாசமானவ லலிதா. வேறே எந்த வீடும் என்னை உள்ளே விடாது.”

லலிதா லேசாகப் புன்னகைத்தாள். “எப்படியிருக்கேள் மாமி?”

“உடம்பைத்தானே கேக்கறே?” கண்ணில் தளும்பியிருந்த நீர் கன்னத்தில் வழிந்தது.

“சுரணை கெட்டுப்போன உடம்பு நன்னாயிருக்கு பாரேன். மூணு வேளை சாப்பிட்டுண்டு, நல்ல புடவை உடுத்திண்டு, கட்டில்லே படுத்துண்டு...!”

லலிதா பதில் ஏதும் சொல்லாமல் உட்கார்ந்திருந்தாள். இவள் என்னவெல்லாம் பேசப்போகிறாளோ என்று மனசில் உதைத்தது.

“ஒரு வேடிக்கை தெரியுமோ லலிதா? இந்த மனசுக்கு ஆகாரம் கிடைக்கிற வரைக்கும் வயறு ஒன்றுதான் பிரதானமாத் தோணறது. அது கிடைச்சப்புறம் இந்த உடம்பு எத்தனை அல்பம்னு வெறுத்துப் போறது. உனக்குப் புரியுமோ என்னவோ?”

“புரியறது மாமி.”

“புரியாது. என்னை மாதிரி அனுபவிச்சவாளுக்குத்தான் புரியும். நா அனுபவிச்ச கஷ்டங்கள், சத்தியமான கஷ்டங்கள். அதைத் தீர்க்க எனக்குத் தெரிஞ்ச வகையிலே வழி தேடிண்டேன்!”

இவள் மேற்கொண்டு எதுவும் பேசாமல் கிளம்பிப் போகமாட்டாளா என்றிருந்தது லலிதாவுக்கு. இவள் பேச்சையெல்லாம் மீனு கேட்டுக் கொண்டிருப்பாளே?

“பாதி நாள் சோத்துக்கு வழியில்லே. உலையிலே வைக்க ஒரு மணி அரிசி கிடையாது. வர பிஸாத்து சம்பளத்திலே மனுஷனுக்குக் குடியும் சூதாட்டமும். நானும் குழந்தைகளும் பட்டினியோட இருக்கறச்சே ஒருத்தர் வந்து ஒன்றும் கேக்கலே. பள்ளிக்கூடத்திலே வாத்தியாரா இருக்கேளே, நீங்க இப்படி நடந்துக்கறது நியாயமான்னு இவரை ஒருத்தர் ஒண்ணு கேக்கலே.

ஏன்னா அவர் புருஷன். நா பொறுக்க முடியாமே கிளம்பிப் போனதும் ஓடிப் போயிட்டா'ன்னு தூஷிக்கிறது. இங்கேயே இருந்தேன்னா இந்த அக்ரஹாரம் உட்காத்திவெச்சி எனக்குச் சாப்பாடு போடுமா?"

அந்தக் குரலிலிருந்த சோகமும் துருத்திக்கொண்டிருந்த கோபமும் வார்த்தைகளின் அழுத்தமும், லலிதாவின் மனசில் ஒரு கலவரத்தை ஏற்படுத்திற்று.

# 4

ருக்மிணி கண்களைத் துடைத்துக்கொண்டு லலிதாவை தீர்க்கமாகப் பார்த்தாள்.

"பசியோட கொடுமை அதை அனுபவிச்சவாளுக்குத்தான் தெரியும். அவர் கொடுத்த காசு ஒரு வாரச் சாப்பாட்டுக்குத்தான் காணும். அப்புறம் என்ன பண்ணுவேன்? எனக்குச் சில சமயம் தோணும் லலிதா, அந்த சித்தேரி இருக்கு பாரு, அங்கே பிறந்திருந்தா எவ்வளவு நன்னாயிருக்கும்னு தோணும். எந்த வேலையை வேணும்னாலும் கூச்சமில்லாமெ செய்யலாம். வயித்தை நிரப்பிக்கலாம். இங்கே அக்ரஹாரத்திலே ஒரு பள்ளிக்கூட வாத்தியாரோட பெண்டாட்டியா இருந்துண்டு நா என்ன வேலைக்குப் போக முடியும்? டவுன்லே யார் வீட்டிலேயாவது சமைக்கப் போகலாம்னு எவ்வளவோ பார்த்தேன். வேலை கிடைக்கல்லே. என்ன செய்யட்டும்?"

லலிதா தலையைக் குனிந்தபடியே உட்கார்ந்திருந்தாள். 'நா உங்களை எந்தக் காரணத்தையும் கேட்கலியே?' என்று தனக்குள் சொல்லிக்கொண்டாள்.

"இதப்பாரு, நா யார்கிட்டயும் போயி பிச்சைக் கேக்கலே. யாரையும் ஏமாத்தலே. இன்னொருத்தர் பண்டத்தைத்

திருடல்லே. எனக்குச் சொந்தமான இந்த உடம்பைத்தான் உபயோகிக்கிறேன்."

வெகு யதார்த்தமாக வந்த இந்த வார்த்தைகள் ஊசி முனைகளாய்க் குத்தின. லலிதா நிமிர்ந்தே பார்க்கத் தெம்பில்லாமல் உட்கார்ந்திருந்தாள். இன்னும் எத்தனை நேரம் இவள் இங்கே உட்கார்ந்து புலம்பப் போகிறாள்?

"லலிதா! நீ நம்புவியோ மாட்டியோ, இந்த சரீரத்துக்கும் எனக்கும் சம்பந்தமேயில்லைன்னு எனக்குத் தோணறது. கழட்டிக் கழட்டி மாட்டிக்கிற சட்டை இது. ஒரு ஜன்மத்திலே சட்டை அழுக்காப் போச்சு, சூழ்நிலையினாலே. அடுத்த ஜன்மத்திலே அதுக்குப் பிராயச்சித்தம் கிடைச்சுட்டுப் போறது?!"

லலிதாவுக்குப் பெரிதாகச் சிரிக்க வேண்டும் போலிருந்தது. எத்தனை அழகான வியாக்கியானம் இது? இந்த அக்ரஹாரத்தில் எத்தனை பேருக்கு இதன் அர்த்தம் புரியும்? இந்த ருக்மிணிக்கே புரியுமா என்று சந்தேகமாக இருந்தது. பேச்சிலிருந்த யதார்த்தம், கண்கள் சொரிந்த நீரில் தெரியவில்லை. வயிற்றின் ஓலம் குறைந்ததும், பாசமும் பந்தமும் இவளை ஆட்டவில்லையா? பிள்ளைக்கு உடம்பு சரியில்லையென்றதும், வெயிலில் இந்த சரீரம்தானே ஓடி வந்திருக்கிறது?

"இந்தப் பிள்ளைப் பாசத்தைத்தான் என்னாலே மறக்க முடியல்லே. அவனையும் என்கூட வச்சுக்கணும்னு எத்தனைப் பார்த்தேன்! இந்த நாசமாப் போற ஊர் ஜனங்கள் குழந்தையோட மனசைக் கெடுத்து, பிரிச்சு அழைச்சுண்டு போயிட்டா லலிதா. என்மேலே எத்தனை பாசமாயிருப்பான் அவன் தெரியுமா?"

காலையில் கிருஷ்ணன் சுவர்ப்பக்கம் திரும்பிக்கொண்டு அழுதது நினைவுக்கு வந்தது. லலிதா மெள்ள நிமிர்ந்து ருக்மிணியைப் பார்த்தாள். கண்களில் நீர்கோத்து முகம் சிவந்தது. கன்னங்களில், தாடைகளில் மூப்பின் கோடுகளுடன்–

'ஓ, நீ கொஞ்சம் பல்லைக் கடித்துக்கொண்டு இருந்திருந்தால் இதையெல்லாம் தவிர்த்திருக்கலாம்' என்று சொல்ல வேண்டும்போல் இருந்தது.

"மன்னி!"

"என்ன மீனு?'

"லக்ஷ்மி ஏதோ பயத்தரிசி வேணும்னு கேக்கறா. அப்படின்னா என்ன?"

"இதோ வரேன். பயத்தம்பருப்பைப் பொறுக்கணும்னு சொல்லியிருந்தேன்!"

அவள் உள்ளே வந்ததும் லக்ஷ்மி கிசுகிசுத்தாள்.

"ஏம்மா, இந்தப் பொம்பிளையை எத்தனை நேரம் இங்கே உக்காத்தி வெச்சுக்கிட்டு உபசாரம் பண்ணப் போறே?"

"பேசாம இரு லக்ஷ்மி, பாவம்!"

"உனக்கு யாரைப் பார்த்தாலும் பாவமாத்தான் இருக்கும். அப்புறம் சாமிக்கு விஷயம் தெரிஞ்சா அப்பத் தெரியும் யார் பாவம்னு!"

சட்டென்று மனசு வடிந்துபோயிற்று. நம்மைப் பற்றி நாம் எப்படி மறந்துபோனோம்? அவள் பதில் ஏதும் சொல்லாமல் பயத்தம்பருப்பை முறத்தில் கொட்டிக் கொடுத்துவிட்டுக் கூடத்துக்கு வந்தாள்.

ருக்மிணி ஜன்னல் வழியே தெரிந்த ஆகாசத்தைப் பார்த்தபடி உட்கார்ந்திருந்தாள்.

பதைக்கப் பதைக்க வெயிலில் ஓடி வந்தவளை, 'உனக்குப் புரியுமோ?' என்று தாபத்துடன் கேட்பவளை எப்படிப் போய்விடு என்று சொல்வது?

அவளைக் கண்டதும் ருக்மிணி எழுந்தாள்.

"நா கிளம்பறேன் லலிதா. நாளை நாளன்னிக்கு யாரையாவது அனுப்பறேன், கிருஷ்ணன் எப்படியிருக்கான்னு தகவல் சொல்றியா?"

"கண்டிப்பா தெரிவிக்கிறேன்."

ருக்மிணி கிளம்புவதற்கு முன் ஞாபகம் வந்தவள் போல்,

"நீ எப்படியிருக்கே?" என்றாள்.

"நன்னாயிருக்கேனே, பாருங்கோ!"

"அவரோட கோபம் தாபம் எல்லாம்?"

லலிதா சிரித்தாள்.

ருக்மிணி ஒரு விநாடி அவளை யோசனையுடன் பார்த்தாள்.

"நம்பளையெல்லாம் செக்கு மாடுகளா இவா நினைச்சுண்டிருக்கா, செக்கு மாடு திமிர ஆரம்பிச்சா அப்பத் தெரியும்!"

உடம்புக்குள் என்னவோ சிலிர்த்தது. அவள் விடுவிடுவென்று திரும்பிப் பார்க்காமல் கொல்லைக் கதவைத் திறந்துகொண்டு வெளியேறுவதை லலிதா லேசான திகைப்புடன் பார்த்துக்கொண்டு நின்றாள்.

"அடேயப்பா, என்ன டயலாக் பேசறா மன்னி, இந்த மாமி!"

"டவுன்லே இருக்கா, நிறைய நாடகம் பார்ப்பா போலேயிருக்கு!"

மீனு பெரிதாகச் சிரித்தாள்.

"ஆனா இந்த மாமி சொல்றதிலேயும் பாயின்ட் இருக்கு மன்னி!"

லலிதா மீனுவை வியப்புடன் பார்த்தாள். இத்தனைச் சின்ன வயசில் எப்படியெல்லாம் பேசுகிறது இந்தப் பெண்!

"நீங்க என்ன மன்னி நினைக்கிறேள்?"

"எனக்கும் தெரியலே மீனு, ஒவ்வொருத்தருடைய செய்கைக்கும் ஒரு பலமான காரணம் இருக்கும்னு தோணறது. அந்தச் சமயத்திலே அதது நியாயமாப் படறதினாலேதானே அதைச் செய்யறா?"

"அவ செஞ்சது நியாயமா இல்லையா?"

"எனக்குத் தெரியாது. இந்த மாதிரியெல்லாம் அவ தன்னைச் சமாதானப்படுத்திக்கலேன்னா அவளுக்கு ரொம்பக் கஷ்டம்."

"பெரிய ஃபெமினிஸ்ட் மன்னி அந்த மாமி! இந்த மாதிரி நாலு பொம்மனாட்டிகள் ஒரு தெருவிலே இருந்தாத்தான்

இந்த ஆண்களுடைய கொட்டம் அடங்கும்!"

லலிதா பதில் சொல்லவில்லை.

'ஆனா தெரு முழுக்க அனாதைக் குழந்தைகளாயிருக்கும்!' என்று தனக்குள் சொல்லிக்கொண்டாள்.

லக்ஷ்மி பயத்தம்பருப்பைச் சுத்தம் செய்துகொண்டே ஏதோ தனக்குள் பேசிக்கொண்டிருந்தாள்.

"பாப்பார ஜாதியிலே பிறந்துட்டு நீ இந்தமாதிரி செஞ்சேன்னா, ஊருக்கு உன்மேலே என்ன மதிப்பிருக்கும்?"

லலிதா ஒரு தலையணையை வைத்துக்கொண்டு ஊஞ்சலில் படுத்தாள். படுத்த நிலையில் ஜன்னல் வழியே ஆகாசம் வெளிர் நீலமாகத் தெரிந்தது. வெள்ளை வெளேரென்று பனிப் பொட்டலங்களாய் மேகங்கள் தெரிந்தன. சின்ன வீடுகளாய், பெரிய மாளிகைகளாய், எத்தனை தினுசு! கீழேயிருக்கும் அசிங்கங்கள், கோபங்கள், ஏமாற்றங்கள், ஏக்கங்கள், எதுவுமே கண்ணுக்குத் தெரியாத தூரத்தில்- எத்தனை சுத்தமாகத் தெரிகின்றன? அத்தனை உயரத்துக்கு மனசு ஏன் உயரமாட்டேன் என்கிறது? அந்த உயரத்துக்கு மனசு பறந்தால் எப்படியிருக்கும்? கீழே இருப்பது எல்லாமே துச்சமாகத் தெரியும். தப்பே நினைக்காத மனசாய், கோபப்படாத மனசாய், சின்னச் சின்ன விஷயத்துக்கெல்லாம் ஆத்திரப்படாத மனசாய் இருந்திருக்கும்.

'நான்' என்கிற மதம் பார்வையை மறைத்து, மூளையை மறக்கடித்து, மிருகமாக்கிவிடாமல் இருந்திருக்கும். இந்தச் சரீரத்துக்கும் எனக்கும் சம்பந்தமில்லை என்று சொல்லிக் கொண்டே சரீரத்தைப் பண்டமாக்காத மனசாயிருந்திருக்கும்.

இந்த மனசு ஏன் உயரப் பறக்கமாட்டேன் என்கிறது?

ஓ, பெரிய சுவரல்லவா குறுக்கே நிற்கிறது?

நான்.

இதுதான் கண்ணை மறைக்கிறது, வெட்கத்தையும் மானத்தையும் மறைக்கும் சுவர். அன்பை மறைக்கும் சுவர். எட்டு வயசுக்

குழந்தை தவறிப்போய்ச் சொன்ன வார்த்தைக்கு, தப்பிய கணக்குக்கு, லேசான அசிரத்தை காரியத்துக்கு மனசை ரௌத்திரமாக்கும் சுவர். இந்தச் சுவரை உடைத்தெறிய யாருக்கு தைரியம் வரப்போகிறது என்று அவள் நினைத்துக்கொண்டாள்.

'செக்கு மாடு திமிற ஆரம்பிச்சா அப்பத் தெரியும்!'

திமிறினால் என்ன லாபம் என்று அவள் யோசித்தாள். மாடல்லவா உதவாக்கரை, ஓடுகாலி என்று பெயர் வாங்கும்?

# 5

கொல்லையில் ஒரு பெரிய பூவரசமரம் இருந்தது. வாழையும், தென்னையும், எலுமிச்சையும் ஒரு குளுமையை ஏற்படுத்தின. சின்னச்சின்ன குருவிகள் பூவரச மரத்துக்கும் வாழைக்கும் எலுமிச்சைக்கும் மாறி மாறித் தாவிக்கொண்டு இருப்பதைப் பார்க்க மீனுவிற்கு வேடிக்கையாக இருந்தது.

எலுமிச்சை மரத்தடியில் நிற்கையில் உள்ளங்காலிலிருந்து கண் இமைகள் வரை குளிர்ந்து போயிற்று. சற்று முன்னால் கொல்லை முற்றத்தைத் தாண்டி நடக்கையில், வெயில் சுரீரென்று விழுந்த கடப்பாக்கல் தரைமீது கால் பாவ முடியாமல் இங்கே அவசரமாக ஓடிவர நேர்ந்தது. இந்தக் குளிர்ச்சி இங்கே எத்தனை நம்ப முடியாததாக இருக்கிறது!

வீட்டுக்கு வெளியில் இந்தக் கிராமம் எத்தனை அழகாயிருக்கிறது என்று அவள் நினைத்துக் கொண்டாள்.

தோட்டத்துத் தோய்க்கற கல்லின் மேல் பூவரச மரத்தின் நிழல் விரிந்திருந்தது, அவள் கல்லின்மேல் ஏறிச் சுற்றிலும் பார்வையை ஓட்டினாள். வீடுகளின் வரிசைக்குச் சற்றுத் தள்ளி நெடுகப் பச்சை, கிளிப் பச்சை. வெயிலில் பள பளத்துக்கொண்டு வெல்வட்டு மாதிரி வயல்களுக்கு நட்ட நடுவிலே ஊர்

அமர்ந்திருக்கிற மாதிரி பிரமை ஏற்பட்டது. இத்தனை பசுமைக்கு நடுவில் இந்த ஊரில் சாப்பாட்டுக்கில்லாமல் வீட்டை விட்டுப் போகிறார்கள் என்றால், அதற்குக் காரணங்கள் வேறாக இருக்க வேண்டும். ‘சோத்துக்கு வழியில்லே.. நான் என்ன பண்ணுவேன்?’ என்று காலையில் அழுதுவிட்டுப் போன ருக்மிணியின் நினைவு அவளுக்கு வந்தது. எத்தனை நன்றாகத் தன் செய்கைக்கு நியாயம் பேசுகிறாள்! அவள் விட்ட கண்ணீரைப் பார்த்தபோது, தன்னையே சமாதானம் செய்து கொள்ளத்தான் அந்த நியாயங்களோ என்று தோன்றிற்று.

‘மாமி நீங்க ஓடிப் போனதிலே ஏதும் தப்பில்லே. நானாயிருந்தா அப்படித்தான் செஞ்சிருப்பேன்’ என்று தனக்குள் மீனு சொல்லிக்கொண்டாள்.

‘சாப்பாட்டுக்குப் பணத்தைக் கொடுக்காமலே குடிச்சுண்டு, சூதாடிண்டு புருஷன் இருந்தா, பெண்டாட்டி அது பொறுக்காமே வெளியிலே போனா என்ன தப்பு?’

அந்த ருக்மிணி மாமி ரொம்ப சுவாரஸ்யமான கேரக்டர் என்று அவள் நினைத்துக்கொண்டாள். சுயமாகச் சிந்திக்கத் தெரிந்தவள். மகா கட்டுப்பெட்டித்தனமாக இருக்கும் இந்த கிராமத்தில் பிறந்த ஒருத்தி, இந்த மாதிரி செய்ய வேண்டுமென்றால் அசாத்திய துணிச்சல் இருக்க வேண்டும் என்று தோன்றிற்று. கட்டுப்பாட்டை மீறுபவர்கள்தான் அதிக சுவாரஸ்யமானவர்கள் - ராமாயணத்து ராவணன் மாதிரி; ‘மில்ட்ட’னின் சைத்தான் மாதிரி.

லலிதா மன்னியைப்போல் இருந்தால் செக்கு மாட்டைவிடக் கேவலமாகத்தான் வாழ்க்கை இருக்கும். இங்கு வந்து கழிந்துபோன மூன்று நாட்களில், மாமாவின் சிடுசிடுப்புக்கெல்லாம் மன்னி வாயை மூடிக் கொண்டிருப்பதைப் பார்க்கையில் நன்றாக நான்கு உலுக்கு உலுக்கி இயல்பாயிருங்கள் என்று சொல்ல வேண்டும் போலிருந்தது. கொஞ்சம் எதிர்ப்பைக் காட்டுங்கள். எனக்கும் உணர்ச்சிகள் உண்டு என்று காட்டுங்கள் என்று கத்தவேண்டும் போலிருந்தது. மன்னி எதிர்த்துப் பேசினால், மாமா என்ன செய்வார்? ராஜுவை அடித்த மாதிரி.

அடிப்பாரோ, கதறக் கதற?

'இனிமே பேசமாட்டேன்! இனிமே பேசமாட்டேன்!'

இப்பொழுது அந்தக் காட்சியைக் கண்ட மாதிரி மீனு கண்களை மூடிக்கொண்டாள். கைவிரல்கள் லேசாக நடுங்கின.

மனிதர்தானா அவர்? அந்த மூர்க்கத்தனத்தில் எத்தனை குரூரத்தனம்! அதில் அவருக்கு ஒரு திருப்தியிருந்த மாதிரி தோன்றிற்று. வேறு எங்காவது பிறந்திருந்தால் மாஃபியா கூட்டத்துக்குத் தலைவராயிருந்திருப்பார். மன்னியையும், ராஜுவையும் அவர் என்னவென்று நினைத்துக் கொண்டிருக்கிறார்? அடிமைகள் என்றா? ராஜுவின் கண்களில் நிரந்தரமாகத் தெரியும் அந்தப் பயத்தையும் பேச்சையும் பார்க்கையில், தங்களை இவர்களே அடிமைகளாகப் பாவித்துக் கொள்கிறார்கள் என்று தோன்றிற்று.

அம்மாவுக்கும் மன்னிக்கும் எத்தனை வித்தியாசம்! மெட்ராஸில், அம்மாவின் குரல்தான் ஓங்கியிருக்கும். அப்பா அதிகம் வாயே திறக்கமாட்டார். இப்பொழுது மாமாவைப் பார்க்கும்போது, அப்பா எவ்வளவு பெரிய ஜென்டில்மென் என்று தோன்றிற்று. இங்கு வந்து இரண்டு நாள் தங்கினால்தான், அம்மாவுக்கு அப்பாவின் அருமை தெரியும்.

"என்ன மீனு பண்றே இங்கே?" கொல்லைக் கதவைப் பிடித்தபடி லலிதா மன்னி நின்றிருந்தாள். வெளிர் மஞ்சள் முகத்தில் புருவமும் மூக்கும் எத்தனை நேர்த்தி என்று மீனு நினைத்துக்கொண்டாள். இதெல்லாம் அந்த மாமாவின் கண்ணுக்குத் தெரியவே தெரியாதோ?

லலிதா லேசாகப் புன்னகையுடன் அவள் அருகில் வந்தாள்.

"என்ன பண்றே இங்கேன்னு உன்னைக் கேட்டேனே?"

"ஒண்ணுமில்லே. இங்கே ரொம்பக் குளிர்ச்சியா இருக்கு மன்னி. இந்த கல்லுமேலே நின்னு பார்த்தா ஊர் முழுக்கப் பச்சையாத் தெரியறது. ரொம்ப அழகு மன்னி இந்த ஊர்!"

லலிதா ஒரு சின்னப் புன்னகையுடன் தோய்க்கிற கல்லின்மீது

உட்கார்ந்து கொண்டாள்.

"இந்த ஊரிலேயே இருந்தியானா இந்தப் பச்சையே உனக்குக் கண்ணுக்குத் தெரியாது, மீனு! உள்ளேயிருந்து ஒரு சின்ன பாத்திரம் கொண்டு வா. மல்லிச் செடியிலே நிறைய அரும்பு இருக்கு, பறிக்கலாம்."

"இன்னிக்கு இப்படியே இருக்கட்டும் மன்னி. நாளைக்குப் பறிச்சுக்கலாம்."

லலிதா அவளுடைய கையைத் தன் கையில் வைத்துக் கொண்டாள். மீனுவை ஒரு விநாடி யோசனையுடன் பார்த்துவிட்டு லேசாகச் சிரித்தாள்.

"இத்தனை சின்ன வயசுக்கு நீ ரொம்ப யோசனை பண்றே, மீனு! ரொம்ப யோசனை பண்ற மனசு ரொம்ப துக்கமும் அனுபவிக்கும். என்னைப் பாரு மீனு. நான் யோசிக்க மாட்டேன். அந்தந்த நிமிஷ அனுபவத்தை அந்தந்த நிமிஷத்தோட விட்டிடுவேன்."

மீனு சிரித்தாள்.

"நா நம்பமாட்டேன்!"

"நீ நம்பலேன்னா போ. நா அப்படித்தான் இருக்கேன். நா மனசிலே எதையுமே வெச்சுக்கிறதில்லே."

இதற்கெல்லாம் பதில் சொல்வது அதிகப்பிரசங்கித்தனம் என்று நினைத்தபடி மீனு பேசாமல் இருந்தாள்.

"நா நிச்சயமா இதை நம்பறேன், மீனு. உலகத்திலே நடக்கற எந்தத் தப்பும் வேணும்னு நடக்கற தப்பில்லே. தெரியாத்தனத்தினாலே, அசட்டுத்தனத்தினாலே நடக்கிற தப்பு அது. அந்த அசட்டுத்தனத்தை எல்லாம் நாம பெரிசா நினைச்சுண்டு மனசிலே நிறுத்தி வெச்சுண்டு துக்கப்பட்டோம்னா அதைவிட அசட்டுத்தனம் வேறே எதுவும் கிடையாது!"

"சரிதான், அப்ப கோர்ட் வேண்டாம். போலீஸ்காரர்கள் வேண்டாம். உங்க உலகத்திலே."

லலிதா சற்று நேரத்துக்குப் பதில் பேசாமல் பூவரச மரத்தில் கிளைக்குக் கிளை தாவிக்கொண்டிருந்த பட்சிகளைப் பார்த்தபடி உட்கார்ந்து இருந்தாள். பிறகு மெல்லச் சொன்னாள்:

"எனக்கு வாஸ்தவத்திலே அப்படித்தான் தோணும் மீனு. மனுஷா ஒருத்தருக்கொருத்தர் பிரியமா இருந்தா போலீஸுக்கு அவசியமே இல்லே. பிரியம் என்கிற பதத்தையே நாம் மறந்துட்டதாலேதான் எல்லாக் கஷ்டங்களும்."

மீனு சிரித்தாள்.

"நீங்க சிவனேன்னு உபன்னியாசம் பண்ணலாம். இல்லேன்னா ஸ்கூல் டீச்சராகப் போகலாம்."

லலிதா எழுந்தாள்.

"முதல்லே பஞ்சாத்திர உத்தரிணியை பளிச்சுனு தேய்ச்சு வை. அப்புறம் பேசு என்பார் உன் மாமா!"

மீனுவின் முகம் சட்டென்று இறங்கிப் போயிற்று.

லலிதா அவள் கன்னத்தில் லேசாகத் தட்டினாள்.

"உனக்கு ஏன் மூஞ்சி இப்படிப் போறது இதுக்கெல்லாம்? கொஞ்சம் காப்பிக் கலந்து தரேன், நா கலக்கறதுக்குள்ளே மல்லி அரும்பெல்லாம் பறிச்சுடு. ஸ்வாமிக்காவது கட்டிப் போடலாம்.

மல்லி அரும்புகளைப் பறிக்கையில் மீனுவுக்கு இன்னும் அதிசயமாத்தான் இருந்தது. இந்த மாதிரி ஒருத்தி இருப்பது சாத்தியமா என்றிருந்தது. இது சுரணைகெட்டத் தனமாக இருக்க வேண்டும் அல்லது அகம்பாவமாக இருக்க வேண்டும். தப்பே நினைக்காத மனசாக, ஆத்திரமே படாத மனசாக ஒரு மனசு எப்படியிருக்கும்? எல்லாம் நடிப்பாக இருக்குமோ? எத்தனை நாட்களுக்கு நடித்துக்கொண்டிருக்க முடியும்?

அவள் சட்டென்று சுயநினைவுக்கு வந்தாள். நம் புத்திதான் வக்கரித்துப் போய்விட்டது என்று சொல்லிக் கொண்டாள். அந்தப் பார்வையும் அந்தச் சிரிப்பும் உனக்கு நடிப்பாகத்

தோன்றுகிறதா? எதற்காக நடிக்க வேண்டும்? யாரை ஏமாற்ற?

தன்னையே ஏமாற்றிக்கொள்ள நடிக்கக் கூடாதா?

தன்னையே ஏமாற்றிக்கொண்டால் வார்த்தைகளின் இடையே மனசில் கசப்பு தெரிந்திருக்கும். வெறுப்பு எட்டிப் பார்த்திருக்கும். இப்படி எல்லாரிடமும் அன்பைக் காட்டாது. ஊரே ஒதுக்கி வைத்திருக்கும் ஒருத்தியை நடுக்கூடத்தில் உட்கார்த்தி வைத்து உபசரிக்காது.

'பிரியம்' என்கிற பதத்தையே நாம் எல்லோரும் மறந்து போனதாலேதான் வர கஷ்டமெல்லாம். 'பிரியம், என்பது அபூர்வமான விஷயமாகத்தான் இருக்க வேண்டும். அதனால்தான், மன்னியின் போக்கு நமக்குப் புரியவில்லை!' அரும்பையெல்லாம் எடுத்துக்கொண்டு உள்ளே போகையில் காப்பி தயாராக இருந்தது. காப்பியைக் குடித்ததும் வாசல் திண்ணையில் இருவரும் உட்கார்ந்து அரும்பைத் தொடுக்க ஆரம்பித்தார்கள்.

"மீனு ஸ்கூல் படிப்பு முடிந்ததும் என்ன செய்யப் போறே?"

"காலேஜிலே சேருவேன். நிறையப் படிக்கணும்னு எனக்கு ஆசை மன்னி. ஆணுக்குச் சரியா நாமும் படிச்சாத்தான் கொஞ்சம் தைரியமா வளைய வரலாம். இல்லேன்னா..."

"இல்லேன்னா?"

மீனு மழுப்புகிற சிரிப்பு சிரித்தாள்.

"இல்லேன்னா.. இந்த ஆண்கள் நம்மை நன்னா வெச்சுத் தேய்ச்சுப்பிடுவா!"

லலிதா பெரிதாகச் சிரித்தாள்.

"சண்டை போடறதுக்கு வேண்டி ஓர் ஆயுதமா படிப்பு?"

"ஆயுத பலத்துக்கில்லே.. மனோபலத்துக்கு!"

லலிதா அரும்பைக் கீழே வைத்துவிட்டு மீனுவின் முகத்தை வழித்தாள்.

“அடியம்மா! எத்தனை கெட்டிக்காரியா இருக்கேடி மீனு நீ!”

ஒரு கூச்சப் புன்னகையுடன் மீனு தெருவில் பார்வையை ஓட்டினாள்.

“நீ நன்னா படி. புத்தியை விசாலமாக்கிக்கோ. புத்தி விசாலமானா, நியாய தர்மம் எதுன்னு உனக்கே தெரியும். அது ஆக்கற காரியமா இருக்கணும்; அழிக்கிறதா இருக்கக் கூடாது.”

“நா யாரையும் அழிக்கமாட்டேன். கவலைப்படாதீங்கோ. அட, ராஜு ஸ்கூல்லேந்து வந்துட்டானே?”

ஓர் அப்பாவிச் சிரிப்பு சிரித்துக்கொண்டு ராஜு திண்ணையை ஒட்டியபடி நின்றான்.

“என்னடா.. அதுக்குள்ளே வந்துட்டே?”

“ஸ்கூல் முடிஞ்சு போச்சும்மா.”

“ஏன்?"

“ரெண்டு வாத்தியார் வரல்லே!"

“ஏன்?"

“டவுன்லே நல்ல படம் வந்திருக்காம். சினிமா பார்க்கப் போயிட்டார் மத்தியானம்.”

“என்ன மன்னி இது?"

“இப்படித்தான் இந்த ஸ்கூல் நடக்கிறது. அறுவடை சமயத்திலே பாதிக் குழந்தைகள் ஸ்கூலுக்குப் போகாது. வயலுக்குப் போயிடும் வேலை செய்ய. அக்ரஹாரத்துப் பிள்ளைகள் மட்டும் போச்சுன்னா, இரண்டு பிள்ளைகளுக்காக யார் பாடம் சொல்லுவான்னு இழுத்துப் பூட்டிடுவா பள்ளிக்கூடத்தை!”

“ராஜுவை இந்தமாதிரி ஸ்கூல்லேயா சேர்த்திருக்கேள்?’

“வேறே வழியில்லே மீனு!"

“நீங்க ராஜுவை அழைச்சுண்டு மெட்ராஸுக்கு வந்துடுங்கோ.

அப்பத்தான் அவனுக்குப் படிப்பு வரும்."

லலிதா சிரித்தாள்.

"எல்லாரும் ஏதாவது காரணத்தைச் சொல்லிண்டு பட்டணம் போயிடறதினாலேதான் இந்த ஊர் வீணாப் போயிடுத்து. நாங்களும் போயிட்டோம்னா நிலத்தையெல்லாம் யார் பார்த்துப்பா?"

தெருவில் பம்பரம் விளையாட ஆரம்பித்துவிட்ட ராஜுவை ஒரு வினாடி பார்த்துவிட்டு லலிதா தலையைக் குனிந்துகொண்டு மெள்ளச் சொன்னாள்:

"எனக்கு ரொம்பப் பெரிய ஆசையெல்லாம் கிடையாது, மீனு. அவனுக்கு நம்ப நிலத்தைப் பார்த்துக்க வேண்டிய அறிவு இருந்தா போதும்."

ராஜுவின் அப்பாவித்தனத்தையும், பார்வையையும் பார்க்கையில், இவன் பெரிய படிப்பு படிப்பான் என்று ஆசைப்படுவதோ எதிர்பார்ப்பதோ முட்டாள்தனம்தான் என்று நினைத்துக் கொண்டாள். சட்டென்று அவர்களது கவனம் திரும்பிற்று.

ஒரு கறுப்பு அம்பாஸிடர் கார் தெருப் புழுதியைக் கிளப்பிக்கொண்டு வந்தது. சபேசனின் வீட்டைத் தாண்டிச் சென்று மூன்று வீடு தள்ளி நின்றது.

"யார் வீடு மன்னி அது?" என்றாள் மீனு.

"அந்த வீட்டிலே இருந்தவா வீட்டை யாருக்கோ வித்துட்டுப் பட்டணத்துக்குப் போயிட்டா. இவாதான் வீட்டை வாங்கியிருக்கா போலேயிருக்கு."

அதற்குள் அந்தத் தெருவின் மற்ற வீட்டுக்குள்ளிருந்த பெண்களும் குழந்தைகளும் தெருவிற்கு வந்து விட்டார்கள். வெட்கமில்லாமல் காரையும் அதிலிருந்து இறங்குபவர்களையும் வேடிக்கை பார்த்தார்கள்.

மீனுவிற்குக் கூச்சமாக இருந்தது. "வாங்கோ மன்னி, உள்ளே போகலாம்" என்றாள்.

காரின் டிரைவர் ஸீட்டிலிருந்து ஒருத்தன் இறங்கினான். சிவப்பாக உயரமாக நாகரிகமாக உடை அணிந்திருந்தான். கறுப்புக் கண்ணாடியைக் கழற்றியபடி அந்தத் தெருவை ஒரு சுவாரஸ்யத்துடன் பார்த்தான்.

மல்லிகை அரும்புகளையும் தொடுத்த சரங்களையும் அவசரமாகப் பூக்குடலையில் போட்டு மீனு எழுந்தாள். எழுந்த வேகத்தில் திண்ணையின் குட்டைக்கூரை தலையில் இடித்தது. தலையைத் தடவியபடி அவள் தரையில் இறங்குகையில் அவனுடைய பார்வை அவள் மேல் லயித்திருந்தது. கண்களில் அனுதாபமும் குறும்பும் தெரிந்தன.

# ６

காலையில் எழுந்திருக்கையில் வகிட்டின் நடு மையத்தில் சுரீரென்று வலித்தது. மீனு ஒரு நெடிய சோம்பல் முறித்துவிட்டுத் தலையைத் தடவிப் பார்த்தாள். புடைத்திருந்தது லேசாக. சட்டென்று நேற்று காரில் வந்து இறங்கினவனின் நினைப்பு வந்தது. இந்தக் கிராமத்துக்குப் பொருந்தாத அவனது உயரமும், சிவப்பும் உடையும் ஞாபகத்திற்கு வந்தது. லிலிபுட்ஸ் மத்தியில் நுழைந்த கலிவர் மாதிரி அவனுடைய வித்தியாசம் எத்தனை பளிச்சென்று தெரிந்தது!

எவன் இந்த ஊருக்கு வந்தால் நமக்கென்ன, என்று அவள் பலவந்தமாக தன் யோசனைகளை நிலைப்படுத்திக் கொண்டு எழுந்தாள்.

கொல்லையில் கிணற்றடியில் மாமா குளித்துக் கொண்டிருந்தார். மாமாவின் எல்லாக் காரியத்திலும் ஒரு தீவிரம் இருப்பதாக மீனுவிற்குத் தோன்றிற்று. ஒவ்வொரு சின்ன விஷயமும் அவர் மனசுக்கு எப்படியெப்படி நடக்க வேண்டுமென்று தோன்றுகிறதோ அப்படியப்படி நடக்க வேண்டும். மெஷினில் அச்சு விழுகிறமாதிரி சின்ன விஷயத்தில் கவனம் செலுத்துகிற தீவிரத்தில், இவர் பெரிய விஷயத்தைக் கோட்டை விட்டுவிடுவார் என்று திடீரென்று விசித்திரமாகத் தோன்றிற்று.

அவள் சட்டென்று சுயநினைவுக்கு வந்தாள். மன்னி சொல்கிறமாதிரி அனாவசியமான யோசனைகளில்தான் நம் புத்தி போகிறது என்று நினைத்தபடி அவள் குளியலறையில் பல் தேய்த்துவிட்டு சமையல் கட்டுக்குள் நுழைந்தாள்.

லலிதா சமையல் அறையில் மும்முரமாகத் தெரிந்தாள்.

“காபி வெச்சிருக்கேன் மீனு!" என்றாள்.

“ரொம்ப நேரம் தூங்கிட்டேன் மன்னி. எழுப்பக் கூடாதோ?" என்றாள் மீனு கூச்சத்துடன்.

“தூங்கினா என்ன தப்பு? லீவு நாள்தானே?" தலைபோகிற வேலை இருக்கிற மாதிரி மீனு அவசரமாகக் காபியைக் குடித்தாள்.

“காய்கறி ஏதாவது நறுக்கித் தரட்டுமா மன்னி?”

“சரி, இந்தப் புடலங்காயைக் கொஞ்சம் நறுக்கு. நா மாமாவுடைய பூஜைக்கு எடுத்து வைக்கிறேன்."

“யாரும் ஒண்ணும் எனக்காகச் செய்ய வேண்டியதில்லே. எனக்கு எடுத்து வெச்சுக்கத் தெரியும்."

தூக்கிவாரிப் போட்டு மீனு நிமிர்ந்தாள். கடுகடுவென்ற முகத்துடன் மாமா நின்றிருந்தார்.

கடவுளே! இவருக்கென்ன காரணமேயில்லாமல் கோபம் வருகிறது?

முகத்தின் கடுகடுப்புக்கு ஏற்ப அதிர நடக்கையில் பாதங்களின் ஈரம் அழுத்தமாகத் தரையில் பதிந்தது. பரபரப்பில் கோபம் தெரிந்தது. இவருக்கு எதற்கு விடியும்போதே கோபம் வருகிறது? என்று மீனு திகைக்கையில், அவர் பஞ்சாத்திர உத்தரணி தாம்பாளத்தை எடுத்துக்கொண்டு கொல்லைப்பக்கம் போவது தெரிந்தது. லலிதா ஒரு பதற்றத்துடன் அதிராமல் பின்னால் சென்று–

“நா தேய்ச்சுத் தரேன். கொண்டாங்கோ!" என்றாள் மெள்ள.

“வேண்டியதில்லே!"

சாட்டையடி பட்டாற்போல் லலிதா பின்னுக்கு நகர்ந்தாள்.

புடலங்காயை நறுக்கிக்கொண்டிருந்த மீனுவின் கைகளில் நடுக்கமேற்பட்டு அரிவாள்மணையின் கத்தி முனை விரலைக் கீறிவிட்டது. ஒரு விநாடி என்ன செய்வதென்று புரியாமல் அவள் ரத்தம் சொட்டும் மேல்விரலைத் தலைகீழாக நிலத்தில் பிடித்தபடி உட்கார்ந்தாள்.

லலிதா வெற்றிலைப்பாக்கு பழத்தைப் பூஜைக்கு வைத்துவிட்டு சட்டென்று அவளருகில் வந்தாள்.

"நீ எழுந்திரு மீனு. கையை அலம்பிண்டு ஈரத்துணியைச் சுத்திக்கோ, நா நறுக்கறேன்!"

மீனு பேசாமல் எழுந்திருந்தாள். மாமா இன்னும் கிணற்றடியில் இருந்தார். அவர் உள்ளே போகிறவரை காத்திருந்துவிட்டு அவள் கிணற்றடியில் கையைக் கழுவிக்கொண்டு வாசல் திண்ணைக்கு வந்தாள்.

ராஜு மடியில் சிலேட்டை வைத்துக்கொண்டு தெருவைப் பார்த்தபடி உட்கார்ந்திருந்தான்.

"என்ன ராஜு பண்றே?" என்று அவள் மெதுவாகத்தான் கேட்டாள்.

அவன் தூக்கிவாரிப் போட்டுத் திரும்பிப் பார்த்தான். அவள் ஒரு பரிதாப உணர்வுடன் அவனருகில் உட்கார்ந்தாள். அவனுடைய சிலேட்டில் சில கூட்டல் கணக்குகள் இருந்தன.

"ஏன் செய்யல்லே கணக்கை ராஜு?"

"செய்யறேன்."

அவன் சட்டென்று கண்களைத் தாழ்த்திக்கொண்டு பலகையில் பார்வையைச் செலுத்தினான். கண்களும் மனசும் கணக்கைப் பார்க்கவும் இல்லை, கிரஹிக்கவும் இல்லை என்று தோன்றிற்று.

"யார் குடுத்தா கணக்கு?"

"அப்பா."

அவளுக்கு அடிவயிற்றை என்னவோ செய்தது. இன்றைக்கு என்ன அடி வாங்கப்போறானோ என்றிருந்தது. "நா சொல்லித் தரேன். போடறியா?"

"சரி."

ராஜுவின் முகத்தில் ஒரு சின்ன அசட்டுப் புன்னகை தெரிந்தது. கையாலாகாத்தனப் பார்வை அவளைத் தாண்டி எங்கேயோ அலை பாய்ந்தது.

"இதோ பாரு. கையிலே இருக்கு. கூட இரண்டு."

அவள் கைகளின் விரல்களைப் பிரித்துக் காண்பித்தாள்.

"அஞ்சுக்கப்புறம்?"

"ஆறு, எழுது."

"குட். இங்கே எழுது. ரொம்ப நன்னா போடறியே?" ராஜுவின் முகம் மலர்ந்து போயிற்று.

மீனு, ராஜுவிடம் கேட்டாள்.

"ரெண்டும் ரெண்டும்?"

அவன் மறுபடி. விழித்தான். "இதோ பார். கையிலே ரெண்டு. அதுக்கப்பறம்?"

"மூணு, நாலு!"

"குட், எழுது."

மாமாவின் பூஜை முடிவதற்குள் நல்ல வேளையாகக் கணக்குகள் முடிந்தன.

ராஜுவின் முகம் பிரகாசமாகப் போயிற்று. அவன் ஒரு தயக்கத்துடன் மீனுவின் துடையில் கையை வைத்தான்.

"மீனு அக்கா. எனக்கு நீயே தினமும் கணக்கு சொல்லித் தரியா? நீ சொல்லித்தர்றதுதான் புரியறது."

இவன் இப்பவும் எந்த அளவுக்குக் கிரஹித்தான் என்ற சம்சயத்துடன் அவள் சிரித்துக்கொண்டே, "சரி" என்றாள்.

“அப்பா பூஜையை முடிச்சுட்டார். கணக்கைப் போய்க் காட்டு."

அவன் ஒரு பெருமிதச் சிரிப்புடன் உள்ளே சென்றான்.

அவள் நேற்று மாதிரி இன்றும் எழுந்தாள், ஞாபகமில்லாமல். ‘ணங்’ என்று மறுபடி அடிபட்டது.

“அடாடா, ஒரு நாளைக்குப் பட்டா மறுநாளைக்கு ஞாபகம் இருக்காதோ?"

அவள் தூக்கிவாரிப்போட்டு அடிபட்ட இடத்தை லேசாகத் தடவியபடி நிமிர்ந்து பார்த்தாள்.

நேற்று வந்தவன், அம்பாஸிடர் காரை ஓட்டி வந்தவன் நின்றிருந்தான். கரிய மீசைக்கடியில் வரிசைப் பற்கள் புன்னகையில் பளிச்சிட்டன.

அவளுக்குக் கூச்சத்தில் முகம் சிவந்துபோயிற்று. இவன் சகஜமாகப் பேசுகிறானா, போக்கிரித்தனமாகப் பேசுகிறானா என்கிற சம்சயம் எழுந்தது.

“ஸாரி" என்றான் அவன் லேசாகப் புன்னகைத்தபடி.

“நான் பரிகாசத்துக்காகக் கேக்கல்லே. உண்மையான அனுதாபத்தோடு கேக்கறேன்."

“தாங்க்யூ" என்றாள் அவள் சிரிக்காமல். “இனிமே இந்தத் திண்ணையிலேயே உக்காரப் போறதில்லை."

“ஐயோ, திண்ணைமேலே எதுக்குக் கோபம்? அதுதான் இந்த ஊர்லே இருக்கிற ஒரே பொழுதுபோக்குச் சாதனம்."

அவளையறியாமல் அவள் புன்னகைத்தாள்.

“பொழுது போக்க இன்னும் எத்தனையோ வழியிருக்கு..."

உள்ளேயிருந்து எந்த மூலையிலிருந்தோ மாமாவின் குரல் கேட்டது. அவள் திடுக்கிட்டு சுயநினைவுக்கு வந்தாள். ஊர் பேர் தெரியாத எவனுடனோ அவள் பேசிக் கொண்டிருப்பதைப் பார்த்தாரானால், ராஜூவுக்குக் கிடைக்கும் அடி தனக்கும் கிடைக்கும் என்று லேசாக பயமேற்பட்டது. அவள் உள்ளே

போகத் திரும்பினாள்.

“வாசல்லே வந்து நிற்கிறவனை என்ன வேணும், யாரைப் பார்க்க வந்திருக்கேன்னு இங்கே கேக்கிற வழக்கமில்லையா?"

அவள்... சட்டென்று திரும்பி அவனைப் பார்த்தாள். அவனுடைய கரிய கண்களில் ஓர் உல்லாசமும் குறும்பும் தெரிந்தன.

“ஓ, ஸாரி. யாரைப் பார்க்கணும்?"

“மிஸ்டர் சபேசன் இருக்காரா?"

“இருக்கார். உட்காருங்கோ, கூப்பிடறேன்.”

“பரவாயில்லே. நான் நிக்கறேன். எனக்கும் கொஞ்சம் ஞாபகசக்தி குறைச்சல்."

அவள் தன்னையுமறியாமல் சிரித்தாள். பிறகு சுய நினைவு வந்து உள்ளே சென்றாள்.

அவள் கூடத்துக்குச் சென்றபோது, மாமாவின் முகம் மறுபடி கடுகடுவென்றிருந்தது. ராஜூ நீர் மல்கும் கண்களுடன் நின்றிருந்தான். எல்லாக் கணக்கும் சரியாகத் தானே இருந்தது என்கிற திகைப்புடன் அவள் மெல்லச் சொன்னாள்:

“மாமா! உங்களை யாரோ பார்க்க வந்திருக்கார்."

மாமா சட்டென்று முகமூடியைப் போட்டுக்கொண்டார். நெருங்கிய புருவங்கள் கீழே இறங்கின. முகத்தின் கடுமை குறைந்தது.

“யாரு?" என்றபடி வாசலுக்கு நடந்தார்.

“தெரியாது, வாசல் திண்ணையிலே இருக்கார்.”

இந்த மூன்று நாட்களுக்குள் மாமாவுக்கு எந்த மாதிரி பதில் சொல்ல வேண்டுமென்று நாக்குப் பழகி விட்டது ஆச்சரியமாக இருந்தது.

ராஜூ கண்களை அவசரமாகத் துடைத்துக்கொண்டான்.

"என்னடா ராஜு, கணக்கெல்லாம் சரியாத்தானே இருந்தது?"

"ஆறை ஸைஃபர் மாதிரி போட்டிருக்கேன்னு கோச்சுண்டார்."

துக்கத்தில் மறுபடி கண்களில் நீர் நிறைந்தது.

"போனாப் போறது. அடுத்த தடவை சரியா எழுதிடு, என்ன?"

"சரி."

இவன் எழுதமாட்டான் என்று அவள் நினைத்துக் கொண்டாள். இவனுடைய மூளை ஒன்றும் விருத்தியடையப் போவதில்லை. இன்றைய துக்கமும் பயமும் நாளைக்குக் கோபமாக மாறப்போகிறது. வெறுப்பாக மாறப்போகிறது அல்லது சிந்தனை வளர்ச்சியே தடைபட்டுப் போகப்போகிறது.

"மீனு!"

அவள் திடுக்கிட்டுத் திரும்பினாள்.

"மன்னிகிட்டே சொல்லி ஒரு டம்ளர் காப்பி கலந்துண்டு வா!"

"சரி, மாமா,"

மாமாவின் உபசரிப்பு அவளுக்கு ஆச்சரியமாக இருந்தது. இவருக்கு ஏன் மன்னியையும், ராஜுவையும் கண்டவுடனேயே முகமும் குணமும் மாறிப்போகிறது?

"மன்னி, ஒரு டம்ளர் காப்பி கலக்கச் சொன்னார் மாமா."

"யார் வந்திருக்கா?"

"நேத்து அந்த அம்பாஸிடர் ஓட்டிண்டு வந்தாரே அவர்!"

லலிதா கலந்து கொடுத்த காபியை அவள் திண்ணைக்கு எடுத்துப்போய், "மாமா!" என்று குரல் கொடுக்கையில், அவன் அவளை நிமிர்ந்து பார்த்து ஒரு பரிச்சயத்துடன் புன்னகைத்தான். மாமா அதை எங்கே கவனித்துவிடுவாரோ என்கிற பயத்துடன், பதிலுக்குப் புன்னகைக்காமல் அவள் உள்ளே சென்றாள்.

அவன் அரை மணி நேரமாக உட்கார்ந்து பேசிக்

கொண்டிருந்தான். சிடுமூஞ்சி மாமாவுடன் பேச அவனுக்கு என்ன விஷயம் இருக்கும் என்று அவளுக்கு ஆச்சரியமாக இருந்தது. அவன் சென்ற பிறகு, மாமாவின் முகத்தில் லேசான பிரசன்னம் தெரிந்தாற்போல் இருந்தது. ராஜு அவர் எதிரிலேயே வராமல் சப்தமில்லாமல் சாப்பிட்டு விட்டுப் பள்ளிக்கூடத்துக்குக் கிளம்பினான், நெற்றிக்கு விபூதி இட்டுக்கொண்டு ஸ்வாமி படத்திற்கு முன் சாஷ்டாங்கமாக நமஸ்கரித்துவிட்டுப் போகும் அவனைப் பார்க்கையில் அவளுக்குப் பரிதாபமாக இருந்தது. அப்பாவுக்கு நல்ல புத்தி கொடு என்று வேண்டிக் கொள்வானோ?

மாமா வயலுக்குக் கிளம்பிச் சென்றதும் அவள் கொல்லைக் குறட்டில் போய் உட்கார்ந்து கொண்டாள். கிணற்றடியில் லக்ஷ்மி பாத்திரம் தேய்த்துக் கொண்டிருந்தாள்.

“என்ன மீனும்மா, பொழுது போகல்லியா?"

“ஊஹூம்!”

“பட்டணத்திலே வளர்ந்தவங்களுக்கு இந்த ஊரிலே எப்படிப் பொழுது பொகும்?"

“இந்த ஊரிலே இருக்கறவா எப்படிப் பொழுதைக் கழிக்கறா?"

“பொழுதைக் கழிக்கத் தெரியாம நாசமாப் போயாச்சு ஊரு. சீட்டாட்டம், சூதாட்டம், குடி, பொம்பளை - இந்தத் தெருவையே எடுத்துக்க, ஒவ்வொரு வீட்டிலேயும் ஒரு பயங்கரக் கதை இருக்கும்!”

“கோவில் ஏதும் இல்லே இங்கே?”

“இருக்கே - அதையும் யாரும் சரியா கவனிக்கிறதில்லே. சாயங்காலம் வரியா? பனையாத்தா கோவிலுக்கு இட்டுகினு போறேன்."

“ஓ, வரேன்!"

அன்று மாலை ராஜுவையும் அழைத்துக்கொண்டு லட்சுமியுடன் கோவிலுக்குக் கிளம்புகையில், ரொம்ப உற்சாகமாக இருந்தது.

தெருவைக் கடந்ததும் பாதைக்கு இரு பக்கமும் பச்சை வயல்கள்.

“ரொம்ப அழகாயிருக்கு லக்ஷ்மி."

“ஊர் நல்லாத்தான் இருக்கு. ஜனங்க ரொம்ப மோசம் மீனு!”

“உனக்கேன் இவங்கமேல இத்தனைக் கோவம் லக்ஷ்மி!”

“நீயும் இந்த ஊரிலே கொஞ்ச நாள் குந்து. உனக்கும் கோபம் வரும்!”

கோவில் வந்துவிட்டது. சின்னதாக, ஆடம்பரமில்லாமல் இருந்தது. அவர்கள் பிராகாரத்தைச் சுற்றிவிட்டு வருகையில் அவள் சட்டென்று நின்றாள். அந்த அம்பாஸிடர் கோவில் வாசலில் நின்றிருந்தது. அவன் காரின் பின்ஸீட்டிலிருந்து ஓர் அழகிய இளம் பெண்ணை கைலாகு கொடுத்து இறங்க உதவிக் கொண்டிருந்தான்.

# 7

**கா**ருக்கு வெளியே ஒரு சக்கர நாற்காலி நின்று கொண்டிருந்தது.

மீனு ஒரு லேசான திகைப்புடன் பார்த்தாள். இவன் அந்தப் பெண்ணைப் பூமாலையைத் தூக்குகிற மாதிரி ஜாக்கிரதையாகத் தூக்கி சக்கர நாற்காலியில் அமர்த்தினான். அந்தப் பெண் மிக அழகாக இருந்தாள். ஆரோக்கியமாகத் தெரிந்தாள். ஐயோ பாவம்! கால் நடக்க முடியாதபடி இவளுக்கு என்ன கோளாறு என்று மீனுவுக்குச் சட்டென்று ஓர் அனுதாபம் ஏற்பட்டது.

சக்கர நாற்காலியைப் பிடித்தபடி அவன் கோவிலை அண்ணாந்து பார்த்தான்.

“மஞ்சு இந்த இடம் எவ்வளவு நன்னாயிருக்கு பாத்தியா?” என்றான்.

மஞ்சு பதிலே சொல்லாமல் சுற்றிலும் இருந்த வயல்களை, அடக்கமாக நின்ற கோவிலை, ஒரு பக்கமாக இருந்த அரச

மரத்தின் நிழலில் நின்று அவளையே வெறித்துப் பார்த்துக் கொண்டிருந்த மீனுவை ஒரு பார்வை பார்த்துவிட்டுக் கடைசியில் பக்கத்தில் நின்றவனிடம், "உள்ளே போகலாம்" என்றாள்.

அவன் தன்னைச் சுற்றிப் பார்வையை அலைய விடாமல் ஆகாசத்தையும் கோயிலையும் நேராகப் பார்த்தபடி சக்கர நாற்காலியைத் தள்ளிக்கொண்டு சென்றான். நேற்றும் இன்று காலையும் அவன் முகத்தில் தெரிந்த குறும்பும் உல்லாசமும் இல்லாமல் ஏதோ ஒரு தீவிரத்துடன் முகமே வித்தியாசமாய்த் தெரிந்தது இப்போது.

"போலாமா மீனு?"

மீனு சட்டென்று சுயநினைவுக்கு வந்தாள். லக்ஷ்மி மெள்ளக் கிசு கிசுத்தாள்.

"அந்தம்மாவுக்கு நடக்க முடியாது போல."

"யார் அது லக்ஷ்மி?"

"தெரியல்லே. அந்தய்யாவுடைய சம்சாரமோ என்னவோ?" இந்த மாதிரி ஒரு மனைவியை வைத்துக்கொண்டு அவன் கண்களில் எப்படி அந்த உல்லாசமும் குறும்பும் இருக்கும் என்று அவளுக்கு ஆச்சரியமாக இருந்தது.

"அந்தய்யாவைப் பார்த்தா ஏதோ சினிமா நடிகர் மாதிரி இல்லே?"

மீனு ஒன்றும் சொல்லாமல் சிரித்தாள்.

"இந்த மாதிரி ஒரு சீக்காளி பெண்டாட்டியை வெச்சுக்கிட்டு இந்த ஊரிலே இந்த ஆள் என்ன பண்ணப் போறாரோ?"

"பெண்டாட்டின்னே தீர்மானம் பண்ணிட்டியா லக்ஷ்மி!"

"பெண்டாட்டியாத்தான் இருக்கணும்!"

"இந்த ஊர் அழகாயிருக்குன்னு வந்திருக்கலாம் கொஞ்ச நாளைக்கு."

“கொஞ்ச நாளைக்கு வந்திருக்கிறதாத் தெரியல்லே. விவசாயம் பண்ண இங்கேயே வந்திருக்காப்பல பேசிக்கிறாங்க.”

“யாரு?”

“அக்ரஹாரத்திலேதான்!”

நேற்று கார் வந்து நின்றதும், அக்ரஹாரத்துப் பெண்களும் குழந்தைகளும் நட்ட நடுத்தெருவுக்கு வந்து வெட்கமில்லாமல் வெறித்துப் பார்த்துக்கொண்டு நின்றது அவளுக்கு ஞாபகம் வந்தது. அவனைப்பற்றி உடனடியாகக் குசலம் விசாரிக்க இவர்களுக்கு ஏதும் கூச்சம் இருக்காது என்று அவள் நினைத்துக் கொண்டாள். அந்தப் பெண் உனக்கு என்ன ஆகணும் என்று இவர்கள் விசாரிக்கவில்லையே?

அவன் அப்படிச் சுற்று முற்றும் பார்க்காமல் நேராகக் கோவிலையும் ஆகாசத்தையும் பார்த்துக்கொண்டு நடந்தது அவளுக்கு ஆச்சரியமாக இருந்தது.

“அதோ பார் மீனு அக்கா!” என்று ராஜு உற்சாகமாகக் கத்தினான்.

பச்சை வயல்களுக்கு மேல் வெள்ளை வெளேரென்று நாரைகள் பறந்துகொண்டிருந்தன.

“எத்தனை அழகாயிருக்கு இல்லேக்கா?”

“ஆமாம் ராஜு, ஓ எத்தனை அழகு!”

ராஜு உற்சாகமாகக் கையைக் கொட்டிச் சிரித்தான். அவள் இடுப்பைப் பிடித்து, சுற்றிக் குதித்தான். யாரோ புதிய ஆளைப் பார்க்கிற திகைப்புடன் மீனு அவனைப் பார்த்தாள். அந்த நாரைகள் அவனுள் ஏற்படுத்திய சந்தோஷம் முகத்தில் துல்லியமாகத் தெரிந்தது. கண்களில் புதிய பிரகாசம் தெரிந்தது. பயத்தையும் மருட்சியையும் தவிர வேறு எந்த உணர்வையும் அந்தக் கண்கள் பிரதிபலித்துப் பார்த்திராமல் அவளுக்கு இது ஆச்சரியமாக இருந்தது.

நாரைகள் மேலே இருந்து கீழே இறங்கி வயல்களுக்கு நடுவே அமர்ந்தன, ராஜுவின் உற்சாகத்தை அறிந்த மாதிரி.

ராஜு பெரியதாகச் சிரித்துக்கொண்டு அவைகளை நோக்கி ஓடினான். அவன் அருகில் சென்றதும் சிறகுகளைப் படபடத்துக் கொண்டு அவை விருக்கென்று மேலே எழும்பின.

“ஓ எல்லாம் பறந்துபோச்சு மீனு அக்கா!" என்றான் சோகமாக.

“அதையெல்லாம் தூரத்திலேயிருந்துதான் பார்க்கணும் ராஜு. கிட்டப் போனா பயந்திடும்.”

“பயமா?" என்று அவன் கண்களை விரித்துக் கேட்டான். “நா ஒண்ணும் அதை அடிக்கப் போகல்லியே?"

மறுபடியும் அவனுடைய கண்களில் பயமும் மருட்சியும் திரையிடுவதைப் பார்த்து அவளுக்கு விசனமேற்பட்டது.

“நீ அடிக்க வர்றியோன்னு நினைச்சுண்டு அது பயந்து போகும்!"

“நீ ஐயாவைக் கண்டதுமே எங்கேயாவது தப்பிச்சுக்கப் பார்க்கிறியே, அது மாதிரி!"

“சும்மா இரு லக்ஷ்மி!"

ராஜுவின் முகத்தில் சட்டென்று உற்சாகமெல்லாம் வடிந்துபோயிற்று. கண்ணிலும் பார்வையிலும் வழக்கமான மந்தத்தனம் அமர்ந்தது, ஒரு முகமூடியை இழுத்து விட்டுக்கொண்ட மாதிரி. இந்த முகமூடிக்குப் பின்னால் இருக்கும் இவனது இயல்பான குணம் என்ன என்று நிச்சயமாக மாமாவுக்குத் தெரியாது என்று மீனு நினைத்துக்கொண்டாள். இந்த நாரைகளைப் பார்த்து அவனுள் ஏற்பட்ட பரவசத்தை அவரால் புரிந்துகொள்ளக்கூட முடியாது. ரசனையும் சிரிப்பும், வஞ்சனையில்லாத அப்பாவித்தனமான பேச்சும் அவர் வரையில் உருப்படுவதற்கு வழி செய்யாதவை..

லலிதா மன்னியின் கையிலிருந்து விரிந்த அந்த அழகிய கோலத்தை அவர் கருணையே இல்லாமல் செருப்புக் காலில் மிதித்துக்கொண்டு நடந்தது ஞாபகத்திற்கு வந்தது. ராஜு அலற

அலற அவன் முதுகில் அறைந்தது நினைவுக்கு வந்து மறுபடி மனசு அதிர்ந்தது.

"இந்த வீடு உருப்படாது!"

காலையிலிருந்து மாலை வரை வீட்டுக்குள் வளைய வரும் நேரமெல்லாம் அது என்ன கோபம், ஆங்காரம்? அது யாரை, எதை உருப்பட வைக்கும்? கண்டிப்புக்கு ஓர் எல்லை கிடையாதா! எதைச் சாதிக்க இந்தக் கண்டிப்பு?

அம்மா அடிக்கடி சொல்வது அவளுக்கு நினைவுக்கு வந்தது.

"எங்க அண்ணா கோவக்காரன். ஆனா, அவன் எத்தனை குடும்பங்களுக்கு உதவி செஞ்சிருக்கான் தெரியுமா? எத்தனை பேருக்கு வாழ்வு கொடுத்திருக்கான் தெரியுமா? பணத்தையும் பொழுதையும் அனாவசியமாகக் கழிக்கமாட்டான். அதனாலே அதே கண்டிப்பை எல்லார் கிட்டேயும் எதிர்பார்க்கிறான். இதிலே என்ன தப்பு?"

அம்மா, மாமாவின் சுபாவத்தை ரொம்ப மேலெழுந்த வாரியாகத்தான் பார்த்திருப்பாள் என்று தோன்றிற்று. அப்பா அந்த மாதிரி ஒருநாளைக்கு நடந்து கொண்டாலும் தாங்க முடியாமல் பிய்த்துக்கொண்டு அம்மா கிளம்பியிருப்பாள். இந்த லலிதா மன்னி மாதிரி வாயை மூடிக்கொண்டு, 'ஒண்ணும் நடக்கலியே இப்ப' என்கிற மாதிரி சதா சிரித்துக்கொண்டு...

"மீனு அக்கா.. அதோ பாரு.. மறுபடி மேலே நாரை!"

இப்பொழுது மேலே பெரிய கூட்டமாக இருந்தது. புதிதாக வேறு பல நாரைகள் சேர்ந்துகொண்டிருந்தன. நீல நிற ஆகாசப் பின்னணியில் அதன் வெளுப்பு கண்ணைப் பறித்தது.

"நாமும் அதோட ஓடலாமா ராஜு?"

"ஓ."

இருவரும் கலகலவென்று சிரித்துக்கொண்டு வயலோரப் பாதையில் ஓடினார்கள். நாரைகள் அவசர அவசரமாகப்

பறக்கையில் ராஜுவின் உற்சாகம் பிடிபடாமல் போயிற்று. பறவைகள் கண்ணுக்குத் தெரியாமல் மறைந்துபோன பிறகு, மூச்சிறைக்க முகம் சிவக்க பெரிய புன்னகையுடன் அங்கிருந்த மண்மேட்டில் ராஜு உட்கார்ந்தான். மீனு ஒரு லேசான ஆச்சரியத்துடன் அவன் அருகில் உட்கார்ந்தாள். இவன், அதுவரை அவள் பார்த்திராத ராஜு.

அவன் சட்டென்று அவளுடைய கையை எடுத்துத் தன் கையில் வைத்துக்கொண்டான்.

"மீனு அக்கா! நீ இங்கேயே இருந்துடேன்."

அவன் கண்களில் தெரிந்த ஏக்கத்தையும் பிரியத்தையும் பார்க்கையில் இந்தப் பிள்ளைக்காக எதுவும் செய்யலாம் என்கிற திடீர் வெறி அவளுள் ஏற்பட்டது.

அவள் மென்மையாகப் புன்னகைத்தாள்.

"இருந்துடலாம்தான். ஆனா, எனக்குப் படிப்பு இருக்கே! காலேஜிலே படிக்கணும். இந்த ஊரிலே காலேஜ் கிடையாதே?"

"பக்கத்து டவுன்லே இருக்கு. பஸ்ஸிலே போகலாம். ரொம்ப தூரம் இல்லே மீனு அக்கா!"

மீனு யோசனையுடன் அவனைப் பார்த்தாள். இந்தப் பிள்ளை அன்புக்காக எத்தனை ஏங்குகிறது - காய்ந்துபோன மண் நீரை உறிஞ்சுகிற மாதிரி!

"பார்க்கலாம் ராஜு!"

ராஜு தலையைக் குனிந்துகொண்டான்.

"நீ இருக்கமாட்டே… எனக்குத் தெரியும்!"

"என்ன தெரியும்?"

"என்னைக் கோச்சுக்கற மாதிரி அப்பா உன்னையும் கோச்சுப்பாளோன்னு உனக்குப் பயம்!"

"அதெல்லாம் இல்லே!"

"ஊஹூம்.. எனக்குத் தெரியும். உனக்கு அந்தப் பயம்தான். ஆனா, அப்பா உன்னைக் கோச்சுக்கமாட்டார் மீனு அக்கா!"

பிறகு மெல்லச் சொன்னான்:

"என்னைக் கண்டாதான் அப்பாவுக்குப் பிடிக்காது, பிடிக்கவே பிடிக்காது."

அழுத்தந்திருத்தமாக வந்த வார்த்தைகளில் பொதிந்திருந்த சோகமும் தீர்மானமும், அடிவயிற்றில் ஒரு ஜில்லிப்பை ஏற்படுத்திற்று.

"பெத்த குழந்தையைப் பிடிக்காத அப்பா அம்மாவே கிடையாது ராஜு!"

ராஜு தீர்மானமாகத் தலையை ஆட்டினான்.

"ஊஹூம். அப்பாவுக்கு நிச்சயமாக என்னைக் கண்டா பிடிக்காது. பின்னே எதுக்கு என்னை அடிக்கிறா பார்க்கும்போதெல்லாம்?"

"நீ இன்னும் நன்னா படிக்கணும், நன்னா வளரணும்னு ஆசைப்படறா மாமா!"

"ஊஹூம். அப்பாவுக்கு என்னைக் கண்டா பிடிக்காது" என்றான் அவன் விடாப்பிடியாக.

"சில பேருக்குக் கோபம் ஜாஸ்தி ராஜு. அவா கோச்சுண்டதனாலே அவாளுக்குப் பிரியமில்லேன்னு அர்த்தமில்லே."

அவன் பேசாமல் ஆகாசத்தைப் பார்த்தபடி உட்கார்ந்திருந்தான்.

அவளுடைய வியாக்கியானம் எதையும் கிரகித்துக்கொள்ளும் நிலையில் அவன் இல்லை என்று அவள் நினைத்துக்கொண்டாள்.

"நாமெல்லாம் செத்துப்போனா அந்த ஆகாசத்துக்குப் போயிடுவோம் இல்லே, மீனு அக்கா?"

அவள் திடுக்கிட்டு அவனைப் பார்த்தாள். பிறகு மெல்லச் சிரித்தாள்.

"தெரியாது. செத்துப்போய் எனக்குப் பழக்கமில்லே!"

"ஆமாம். அங்கேதான் போவோம்; எனக்குத் தெரியும். ஏன்னா ஸ்வாமி அங்கேதான் இருக்கார். மேகத்துக்கு நடுவிலே வீடு கட்டிண்டா, எத்தனை நன்னாயிருக்கும் இல்லே மீனு அக்கா?"

அவள் ஒரு திகைப்புடன் அவனைப் பார்த்தாள். இவன் மனசில் இன்னும் எத்தனை விதமான ஆசைகள் இருக்கும்? எந்த எட்டு வயசுப் பையனுக்கும் தோன்றாத ஆசைகள்..!

"அடியம்மா? இங்கே குந்திகினு இருக்கீங்களா ரெண்டு பேரும்! ...என்ன இப்படி ஓடிப் போனீங்க பந்தயத்திலே ஓடற மாதிரி?"

லக்ஷ்மி ஓர் ஆயாசத்துடன், எதிரில் நின்றாள்.

மீனு சிரித்தாள்.

"ரொம்பத் தேடினியா லக்ஷ்மி?"

"ரொம்பத் தேடலை. கொஞ்சம் கவலையாப் போச்சு."

"என்ன கவலை?"

"வயசு வந்த பொண்ணு. அழகாக வேறே இருக்கே. இந்த ஊர் பொல்லாத ஊராச்சேன்னு கவலையாப் போச்சு!"

மீனு பெரிதாகச் சிரித்தாள்.

"நல்ல பயந்தாங்கொள்ளி... லக்ஷ்மி!"

"பயம் கொஞ்சம் இருக்கணும் மீனு! பட்டணத்து ஜனங்களை நம்பலாம். இந்த ஊர் ஜனங்களை நம்ப முடியாது. எழுந்திருங்க... ரெண்டுபேரும். அப்புறம் இருட்டிடும்."

மீனு எழுந்திருந்தாள், ராஜுவின் கையைப் பிடித்தபடி. இந்த ஊர் ஜனங்களைப் பற்றிய லக்ஷ்மியின் மட்டமான கணிப்பு அதீதமானது என்று தோன்றிற்று. தெரு மந்தமான மௌனத்தில் இருந்தது. திண்ணை மாடப் பிறைகளில் ஒன்றிரண்டு அகல்கள் உட்கார்ந்திருந்தன.

ராஜுவின் நடையில் ஒரு துள்ளலும், உல்லாசமும் தெரிந்தது. இன்னும் ஆகாச வீடுகளின் கற்பனையில் இருப்பான் என்று தோன்றிற்று.

“அந்த வீட்டைப் பாரேன்!” என்று லக்ஷ்மி கிசுகிசுத்தாள்.

மீனு திரும்பினாள். அக்ரஹாரத்தின் முகப்புக்கு வந்து விட்டோம் என்று புரிந்தது. ஒரு வீட்டுத் திண்ணையில் எதிரும் புதிருமாக இரண்டு பெண்கள் உட்கார்ந்திருந்தார்கள். கொஞ்ச தூரம் போனதும் மீனு கேட்டாள்:

“என்ன விஷயம் அங்கே?”

“ரொம்ப தமாஷான வீடு அது. அந்த வீட்டு ஐயரோட சம்சாரம் பத்து வருஷம் வியாதியா படுத்திருந்தாங்க. வைத்தியம் பார்க்கப் பணமில்லேன்னு இரக்கமில்லாம பேசாம இருப்பார் அந்த அய்யா. ஆனா, குடியும் பலதும் இருக்கும். போன வருஷம் அந்தம்மாவும் இறந்துவிட்டாங்க. இப்ப பிள்ளையும் அப்பா மாதிரியே ஆரம்பிச்சிருக்கார். மடாக்குடி, போயேன். அப்பா மறைவா செஞ்சதை இவரு பகிரங்கமாச் செய்யறாரு. வாசத்திண்ணையிலே ரெண்டு பொம்பளையைப் பார்த்தியே அந்தப் பிள்ளையோட பெண்டாட்டியும், இன்னொருத்தியும்!”

“எப்படி ரெண்டுபேரும் ஒரே திண்ணையில் உட்கார்ந்திருக்கா?”

லக்ஷ்மி சிரித்தாள்.

“அதான் வேடிக்கை இங்கே! ஜனங்களுக்கு சுரணையே இல்லாம போச்சு! அந்த இன்னொருத்தி வந்து உங்க ஜனம் இல்லே.”

“ஜாதீ கீதின்னு பேசறதெல்லாம் எனக்குப் பிடிக்காது லக்ஷ்மி”

“சொல்லலேன்னா உனக்கு எப்படி விஷயம் தெரியும்?”

“எனக்கு இந்த மாதிரி விஷயமெல்லாம் தெரிய வேண்டாம்.”

“சரி, ஜாதியைப் பத்தி சொல்லல்லே, எதுக்குச் சொல்ல வந்தேன்னா, சாப்பாட்டுக்குப் பணம் இல்லே. இதுவெல்லாம் சும்மா கிடைக்குமான்னு கேக்கறேன்.”

“அவாளையே போய் கேக்கறதுதானே?”

லக்ஷ்மி சிரித்தாள்.

"கேக்கலாம்னுதான் பார்த்தேன். அதுக்குள்ளே அவங்க ஊரை விட்டுப் போறாங்களாமில்லே, நிலத்தை உங்க மாமாவுக்கு வித்துட்டு!"

மாமா இந்த ஆஸ்திகளையெல்லாம் எதற்காகச் சேர்க்கிறார் என்று அவளுக்குத் திகைப்பேற்பட்டது. யாருக்குச் சுகத்தை அளிக்க? யாரை மகிழ்விக்க?

அவள் கவனம் சட்டென்று கலைந்தது. அந்த அம்பாஸிடர் கார்க்காரன் வீட்டு முகப்பில் நின்றிருந்தான். அவளைப் பார்த்துப் பளிச்சென்று சிரித்தான்.

அவள் அவனைத் தாண்டிப் போகையில்,

"கோவில்லேந்து வீட்டுக்கு வர இத்தனை நேரமா?" என்றான்.

# 8

மீனு அவனை வியப்புடன் பார்த்தாள். ஓ, இவன் நம்மைக் கோவிலில் கவனித்திருக்கிறான்! அந்தக் கண்களிலும் பார்வையிலும் பழையபடி ஒரு குறும்பும் உல்லாசமும் தெரிந்தன. கோவிலில் வேண்டுமென்றே அவளைக் கவனிக்காத மாதிரி இவன் நடித்திருக்கிறான் என்று புரிந்தது. எதற்கு இந்த வேஷம்? மனைவி அருகிலிருந்ததாலா? சட்டென்று அவனைப்பற்றி மனசில் ஏற்பட்டிருந்த மதிப்பு குறைந்து போயிற்று. லேசாகச் சீற்றம் கூட வந்தது.

“ஆமாம். நாங்க காரிலே வரல்லியே, நடந்துன்னா வரோம்!” என்று கூறிவிட்டு, அவள் ராஜுவின் கையைப் பிடித்துக்கொண்டு விறுவிறுவென்று வீட்டை நோக்கி நடந்தாள்.

“நல்ல தைரியம்தான் உனக்கு!” என்றாள் லக்ஷ்மி மெல்லிய குரலில்.

மீனு பதில் பேசாமல் ராஜுவுடன் ஒரு சின்ன ஓட்டத்துடன் போய் தங்கள் வீட்டுத் திண்ணையில் அமர்ந்தாள்.

“வந்துட்டேளா?” என்றபடி லலிதா அகல் விளக்கை ஏற்றித் திண்ணையில் மாடப்பிறையில் கொண்டுவந்து வைத்தாள். விளக்கின் ஒளியில் முகம் செம்பொன்னாய் ஒரு தேஜசுடன்

ஒளிர்ந்து மீனுவுக்கு ஒரு சிலிர்ப்பையும், ஒரு விசித்திரமான உணர்வையும் ஏற்படுத்திற்று.

ஒரு திருப்தியான ஆயாசத்துடன் அவளும் ராஜூவும் ஒருத்தர்மேல் ஒருத்தர் கை போட்டுக்கொண்டு காலை நீட்டியபடி திண்ணையில் உட்கார்ந்திருந்த கோலத்தைக் கண்டு, லலிதா சிரித்துக்கொண்டு கேட்டாள்:

"கோவிலுக்குப் போனதிலே களைச்சுப் போயிட்டேளா ரெண்டு பேரும்?"

"இல்லையே?" என்றான் ராஜூ. "தினமும் கோவிலுக்குப் போறோம்மா. போகலாமா?"

லலிதா அதற்கு உடன் பதில் சொல்லாமல் சிரித்தாள். மாமாவின் அனுமதியில்லாமல் இவள் தானாக எதுவும் சொல்லமாட்டாள் என மீனு நினைத்துக் கொண்டாள்.

"எப்படியிருந்தது. மீனு கோவில்?"

"கோவில் சின்னதுதான். ஆனா வழி நெடுகப் பச்சைப் பசேல்னு இருக்கே. அதுக்காகவே தினமும் போகலாம் போலேயிருக்கு."

"ரொம்ப சக்தி வாய்ஞ்ச அம்மன் அது மீனு! திருவிழாக் காலங்கள்லே அம்மன் அலங்காரம் பண்ணிண்டு வீதியிலே வலம் வரச்சே, எனக்கு மெய் சிலிர்த்துப் போகும்! என்ன சிரிக்கிறே?"

"ஒண்ணுமில்லே" என்றாள் மீனு கூச்சத்துடன். "கோவில்லே அம்மனைப் பார்க்கும்போது எனக்கு எதுவும் தோணல்லே, நீங்க இப்ப இந்த விளக்கைத் தூக்கிண்டு வந்தேளே, அப்ப உங்க முகத்தைப் பார்த்துதான் எனக்குச் சிலிர்த்துப் போச்சு."

லலிதா சட்டென்று ஒரு திகைப்புடன் அவளைப் பார்த்தாள். பிறகு, தலையைக் குனிந்தபடி மெள்ளச் சொன்னாள்: "என்னென்னவோ நீயா என்னைப் பத்திக் கற்பனை பண்ணிக்காதே மீனு. நா ரொம்ப சாதாரண மனுஷி."

அவள் குரல் தழுதழுத்ததோ என்று மீனுவுக்குச் சந்தேகமாக இருந்தது.

“எனக்கு அப்படித் தோணல்லே மன்னி.”

லலிதா நிமிர்ந்து பார்த்துச் சிரித்தாள்.

“ரொம்ப தாங்க்ஸ் மீனு! எனக்கு ஒரு விஷயம் ஞாபகத்துக்கு வரது. நா கல்யாணமாகிற வரைக்கும் பம்பாயிலே வளர்ந்தேன். எங்க அப்பா ஓர் இங்கிலீஷ் கம்பெனியிலே வேலையாயிருந்தார். கம்பெனி ஃப்ளாட், இருபத்தி ஆறு மாடிக் கட்டிடம். நாங்க முதல் மாடியிலே இருந்தோம். வெளியிலே நின்னுண்டு அண்ணாந்து பார்க்கறச்சே அந்த இருபத்தி ஆறாவது மாடி ரொம்ப அசாதாரணமானதாத் தோணும். அதைப் பார்க்கணும்னு ரொம்ப ஆசையாயிருக்கும். அப்பா ஒரு நாளைக்கு அழைச்சுண்டு போய்க் காண்பிச்சார். காத்து ஒண்ணுதான் மூச்சை முட்டித்தே தவிர, மத்தபடி எங்க ஃப்ளாட்டுக்கும் அதுக்கும் வித்தியாசமேயில்லேன்னு புரிஞ்சுது.”

“மேலேயிருந்து பார்க்கும்போது கீழே இருக்கறதெல்லாம் எப்படித் தெரிஞ்சுது?”

“பொம்மை மாதிரி,”

மீனு சிரித்தாள்.

“உங்களைப் பார்க்கும் போதெல்லாம் எனக்கு, நாங்கள் எல்லாம் வெறும் பொம்மைகள்னு தோணறது. உங்களைப் பார்க்கப் பார்க்க, ஏதோ சொல்லத் தெரியாமெ மூச்சு முட்டறது.”

லலிதா வியப்புடன் சிரித்தாள். “இப்படியெல்லாம் பேச எங்கேயிருந்து கத்துண்டே மீனு?”

“நீங்க கிளப்பி விடற இன்ஸ்பிரேஷனாயிருக்கலாம்.”

“அம்மா, மீனு அக்கா இங்கேயே இருக்கட்டும்மா. இங்கேயே படிக்கட்டும்.”

லலிதா ஒரு வினாடி ராஜுவை யோசனையுடன் பார்த்தாள். பிறகு நிதானமாகச் சொன்னாள்:

“ஆமாம் மீனு. நீ இங்கேயே படிக்கலாமே? டவுன்லே காலேஜ் இருக்கே?”

“காலேஜ் நன்னாயிருக்குமா?”

“சுமாரா இருக்கும்னு நினைக்கறேன். வெறும் அறிவை வளர்த்துக்கப் படிப்பா, உத்தியோகம் பார்க்கவா?"

“ரெண்டுக்கும்தான். ஒவ்வொருத்தருக்கும் வாழ்க்கை எப்படி அமையும்னு யாருக்கும் தெரியாது மன்னி. நம்ப காலிலேயே நாம நிக்கணும்னு அவசியம் ஏற்பட்டதானா, அதுக்குத் தயாராயிருக்கணும். அதுக்குப் படிப்பு அவசியம்!"

லலிதா மறுபடி அவளை வியப்புடன் பார்த்தாள்.

“உன் வயசுக்கு உனக்கு யோசனை அதிகம்தான். நீ எந்த இடத்திலே படிச்சாலும் முன்னுக்கு வந்துடுவே. கவலையில்லே. இங்கேயே சேர்ந்துடு. ராஜுவும் ஆசைப்படறான்.

“பார்க்கலாம்."

“உன் ரிஸல்ட் எப்ப வரது?”

“இன்னும் ரெண்டு நாள்லே வந்துடும்னு நினைக்கறேன்.”

“திண்ணையிலே உட்கார்ந்துண்டு என்ன அரட்டை?” சிம்ம கர்ஜனையாய் வந்தது குரல்.

அவர்கள் மூவரும் அரண்டுபோய் நிமிர்ந்துகூடப் பார்க்காமல் திண்ணையை விட்டிறங்கி உள்ளே சென்றார்கள்.

“எண்ணெய் விக்கிற விலையிலே அஞ்சரை மணிக்கே வாசல்லே விளக்கேற்றி வெச்சாறது. விளக்கை ஏத்தி வச்சுண்டு திண்ணையிலே பெண்கள் உட்கார்ந்துண்டா என்ன அர்த்தம்ங்கறேன்? வீடு உருப்படுமா?”

மீனு காதைப் பொத்திக்கொண்டாள்.

நட்ட நடுக்கூடத்தில் மாமா நின்றுகொண்டு கத்திக் கொண்டிருந்தார்.

லலிதா சமையலறைக்குள் நுழைந்துவிட்டாள். ராஜு உள்ளறைக்குச் சென்று புத்தகப் பையைப் பிரித்து வைத்துக்கொண்டான். மீனு தன்னையறியாமல் அவனருகில்

போய் உட்கார்ந்துகொண்டாள்.

“படவா, விளக்கேத்தி வெச்சதும் பாடங்களைப் படிக்கணும்னு எத்தனை தடவை சொல்லியிருக்கேன்? பெண்டுகளோட அரட்டை அடிக்கிறியா, நீ?"

புத்தகங்களைப் பிரிக்க ஆரம்பித்திருந்த ராஜுவின் கைகள் நடுங்க ஆரம்பித்திருப்பதை அவள் கவனித்தாள். “நா பக்கத்திலே இருக்கேன். ஜோராகப்படி ராஜு!” என்றாள் மெள்ள.

ராஜு அவள் கைகளைப் பிடித்தபடியே படிக்க ஆரம்பித்தான்.

அவனுடைய கைகள் ஜில்லித்து விறைத்துப் போயிருந்தன. மாலையில் மனசில் பொங்கியிருந்த சந்தோஷமெல்லாம் சட்டென வடிந்துபோயிற்று. இந்த மாதிரி ஒரு சுழலில் தன்னால் தொடர்ந்து இருப்பது சாத்தியமா என்று திகைப்பேற்பட்டது. இப்படி விவஸ்தையில்லாமல் கத்தும் மாமாவின் பேச்சுக்களை எத்தனை நாட்கள் தாங்க முடியும்? இப்படிப் பேசி மற்றவர்களைத் துன்புறுத்துவதில், இவருக்கு ஒரு வக்ர திருப்தியிருக்க வேண்டும். இது ஒரு ஸாடிஸ்டிக் ப்ளஷர். இவருடைய இந்த பேச்சுக்கள்தான் இந்த வீட்டை உருப்படாமல் ஆக்கும் என்று இவருக்கு ஏன் புரியவில்லை.

இவர் என்றைக்குமே எந்தத் தருணத்திலுமே மன்னியுடனும், ராஜுவுடனும் சிரித்துப் பேசினதில்லையா என்று அவளுக்கு ஆச்சரியமாக இருந்தது. இருபத்தி ஆறு மாடி கட்டிடத்தில் பம்பாயில் வளர்ந்து பத்து க்ளாஸ் வரை கான்வெண்டில் மன்னி படித்தவள் என்று அம்மா சொல்லியிருந்தது ஞாபகத்திற்கு வந்தது. அதனால்தான் மன்னியைப் பார்க்கும்போதெல்லாம் ஆச்சரியமேற்படுகிறது. எப்படி ஒரு நாகரிகச் சுழலில் நாகரிகமாக வளர்ந்தவள், இந்தக் கிராமத்தில் அநாகரிக வார்த்தைகளை நாள் முழுவதும் கேட்டுக்கொண்டு சுரணையில்லாமல் சிரித்துக்கொண்டிருக்கிறாள் என்று திகைப்பேற்படுகிறது. அந்த மாதிரி வளர்ந்தவள் இப்படி இந்த வாழ்வோடு ஐக்கியமாகிப் போய்விட முடியுமா? தப்பே சொல்லாமல், தப்பாகவே நினைக்காமல், குறையே படாமல், எப்படி சாத்தியம்?

மன்னி அசாதாரண மனுஷிதான். அந்தக் குணம் சுரணை கெட்டத்தனம் இல்லை. தெய்வீகத்தன்மை.

"இன்னிக்கு சாப்பாடு உண்டா?"

அவள் சட்டென்று எழுந்தாள். சாதாரணமாகவே பேசத் தெரியாதோ? அவளுக்கு ஆத்திரம் வந்தது. பதில் சொல்ல இந்த வீட்டில் யாருமே இல்லாததால்தான் இவருடைய திமிர் அடங்காமல் இருக்கிறது என்று தோன்றிற்று. எதிர்த்துப் பேசினால் என்ன செய்வார்? அந்தக் கண்களில் இருக்கும் ஆத்திரத்தையும் கைகளில் இருக்கும் ஆத்திரத்தையும் பார்த்தால், கொன்று குழி வெட்டிவிடுவார் என்று தோன்றிற்று. இவருக்கு மூளையும் மனசும் இயங்கவில்லை. உடம்புதான் இயங்குகிறது.

அவள் தட்டையும் தீர்த்தத்தையும் சப்தமில்லாமல் வைத்துவிட்டு நகர்ந்தாள்.

"மாமா முதல்லே சாப்பிடட்டும் மன்னி. நானும் ராஜூவும் அப்புறம் சாப்பிடறோம்."

"சரி."

அவள் வாசல் பக்கம் இருந்த அறையில் ஜன்னலை ஒட்டி அமர்ந்தாள். வானம் மையிருட்டாக இருந்தது. இந்த ஊரில் பொழுது எப்படிப் போகும் என்று அவளுக்குத் திகைப்பாக இருந்தது. வாசல் திண்ணையில் உட்காரக் கூடாது. ரேடியோ கிடையாது. டி.வி. கிடையாது. ஓ காட்! பொழுது எப்படிப் போகும் இங்கே?

"ஐயா?"

அவள் விரைந்து வாயிலுக்குச் சென்றாள்.

சபேசன் அதற்குள் கையைக் கழுவிக் கொண்டு வாசலைத் திறந்திருந்தார்.

தந்தி சேவகன். அவளுக்கு ஒரு விநாடி இதயத் துடிப்பு நின்றது.

தந்தியைப் பிரித்துப் படித்த சபேசனின் முகத்தில் ஓர் இளக்கம் தெரிந்தது. மிக லேசான புன்னகை விரிந்து பிரசன்னத்தில்

முகமே வித்தியாசமாகத் தெரிந்தது.

“யாருட்டேயிருந்து தந்தி?"

“மீனு ஃபேர்ஸ்ட் க்ளாஸ்லே பாஸ் பண்ணியிருக்காளாம்!"

“ஓ, மீனு!”

லலிதா ஓர் ஆர்வத்துடன், ஓர் உண்மையான மகிழ்ச்சியுடன் மீனுவின் கைகளைப் பிடித்துக் கொண்டாள்.

“ஓ, நீ கெட்டிக்காரின்னு எனக்குத் தெரியும்."

“உம்!" என்று ஒரு திருப்தியான உறுமல் சபேசனிடமிருந்து வந்தது.

“நா அப்போ மெட்ராஸுக்கு சீக்கிரம் கிளம்பணும் மன்னி. காலேஜுக்கெல்லாம் அப்ளிகேஷன் போடணும்." சபேசன் சற்றும் எதிர்பாராமல் மிக சுமுகமாகச் சொன்னார்:

“இங்கேயே இருந்துடேன். டவுன்லே காலேஜ் இருக்கு. சேத்துடறேன்!”

அவளுக்குத் தூக்கிவாரிப் போட்டது. இந்தச் சகஜ நிலை இன்னும் எத்தனை விநாடிகளுக்கு இருக்கும் என்று ஓர் அனாவசிய சந்தேகம் எழுந்தது.

“காலேஜ் நன்னாயிருக்குமா மாமா இங்கே?”

“பேஷாயிருக்கும். நீ என்ன கலெக்டர் உத்தியோகம் பார்க்கப் போறியா? கல்யாணமாறவரைக்கும் பொழுது போகத்தானே?”

மீனு வாயை மூடிக்கொண்டாள். மன்னியிடம் சொன்னதை இவரிடம் சொன்னால், இவர் நிச்சயம் புரிந்துகொள்ள மாட்டார்.

“அம்மா என்ன சொல்வாளோ?"

“பாலாவா? அவ என்ன சொல்றதுக்கு இருக்கு?"

திடீரென்று சபேசனின் குரலில் ஒரு சீற்றம் தெரிந்தது.

“இஷ்டமிருந்தா இரு. இல்லேன்னா.. இல்லேன்னா

மெட்ராஸுக்குப் போ. நா உபசாரம் பண்ணல்லே!"

மறுநாள் மாலை ராஜுவின் கையைப் பிடித்துக்கொண்டு கோவிலுக்குப் போகையில் மனசு லேசான குழப்பத்தில் இருந்தது.

"கங்கராஜுலேஷன்ஸ்!"

அவள் நிமிர்ந்தாள்.

அவன் நின்றிருந்தான். வரிசைப் பற்கள் தெரியப் புன்னகைத்தபடி இந்த ஊரில் எந்த விஷயமும் ரகசியமாக இருக்க முடியாது என்று நினைத்தபடி அவள் நிற்கையில், "டவுன் காலேஜ் நன்னாயிருக்கும். நா காரண்டி தரேன்" என்றான் அவன்.

"தாங்க்ஸ்!" என்றவள், திகைப்புடன் அவனைப் பார்த்தாள். இன்னும் என்ன தெரியும் இவனுக்கு?

"ஏன்னா.. நா அங்கே பாட்டனி லெக்சரர்!"

அந்தச் சிரிப்பும் பார்வையும் அவளை என்னவோ செய்தது. முகம் லேசாகச் சிவந்தது.

"ஓ! நா நினைக்கவேயில்லை!"

"போலாம் வாக்கா!" என்று ராஜு சிணுங்கினான்.

அவள் சட்டென்று கிளம்பினாள்.

அவளுடன் ஒட்டிக்கொண்டு நடந்த ராஜு ஏக்கத்துடன் அவளைப் பார்த்தான்.

"இங்கேயே இருந்துடு மீனு அக்கா!"

நிர்மலமாகத் தெரிந்த ஆகாசத்தைப் பார்த்து அவள் யோசிக்காமல் சொன்னாள்:

"இருந்துடலாம்னுதான் பார்க்கறேன் ராஜு!"

# ௯

"தூமணி மாடத்துச் சுற்றும் விளக்கெரிய..." கோலம் போட்டுக்கொண்டிருந்த லலிதாவின் கையும் பார்வையும் ஒரு விநாடி அசைவற்று நின்றன.

வாசல் பக்கத்து அறையிலிருந்து மீனு பாடுவது சன்னமாகக் கேட்டது. எத்தனை அழகாகப் பாடுகிறாள் என்று ஆச்சரியம் ஏற்பட்டது. முரட்டு சுபாவம் கொண்ட பாலாவுக்கு, எப்படி இப்படி ஒரு பெண் பிறந்தாள்? அழகும், அசாத்திய புத்திக்கூர்மையும் பதினாறு வயசுக்கு இருபத்தி ஐந்து வயசு மன முதிர்ச்சியுமாய் எப்படி வளர்ந்தாள்? ஆனால், இவளும் பேசாமல் அடங்கிப் போகக்கூடியவள் இல்லை என்று நினைக்கையில் லலிதாவின் அதரங்களில் புன்னகை அரும்பிற்று. சில விஷயங்களை அவளுடைய அறிவுக்கு எட்டியவரையில் நியாய தர்மங்கள் என்று மிகத் தீர்மானமாக நினைக்கிறாள். அதர்மம், அநியாயம் என்று அவள் நினைப்பதை அவள் தாங்கமாட்டாள். எத்தனை வேகமும் துடிப்பும் இருக்கிறது அவளுடைய பேச்சில்!

"எப்படி மன்னி பொறுத்திண்டிருக்கேள்?" - இந்த ஒரு மாசமாக தினமும் அவள் கேட்கும் கேள்வி இது!

அவளுக்குப் பெரிதாகச் சிரிக்க வேண்டும் போலிருந்தது!

"இதுக்குப் பொறுமைன்னு பேரில்லை மீனு. இந்தக் கோபம், இந்த ஆங்காரம், அந்த வார்த்தைகள் எதுக்குமே அர்த்தமில்லே. இதெல்லாம் வெளிப்பூச்சுக்கள். ஆத்மாவிலே ஒட்டாத தூசுகள். இதைப் புரிஞ்சுண்டா எதுவும் நம்மைப் பாதிக்காது. நினைவு தெரிஞ்ச நாள்லேர்ந்து கீதையைச் சொல்லிண்டு வரவள், நா மீனு. அதோட பலன் கொஞ்சமாவது இருக்கணும்."

"உங்களை எதுவும் பாதிக்கல்லியா? ஆத்திரமும் துக்கமும் ஏற்படல்லியா?"

"ஊஹூம்?"

"உங்களை அப்படியே ஓர் உலுக்கு உலுக்கி... அந்தச் சுரணையில்லாத மனசுக்கு ஒரு ஷாக் தெரபி ஏதானும் கொடுத்து..."

லலிதா புன்னகைத்தபடி கோல மாக் கிண்ணத்தை எடுத்துக்கொண்டு எழுந்தாள். மற்ற வீடுகளிலெல்லாம் வாசல் தெளிக்க ஒவ்வொருவராக வந்து கொண்டிருந்தார்கள். காரும் ஆள் கட்டுமாகப் புதிதாக வந்திருந்த ஹரிஹரன் வீட்டு சமையல்காரி, ப்ளாஸ்டிக் வாளியுடன் ஸ்டைலாக வாசலைப் பெருக்கிக்கொண்டிருந்தாள்.

வாத்தியார் பாலுவின் வீட்டு வாசல் இன்னும் காய்ந்திருந்தது. வேலைக்காரி தனக்கிஷ்டமான நேரத்தில் வந்து வெயில் உச்சிக்கேறும் சமயத்தில், எல்லார் வீட்டிலும் பெண்கள் வேலை முடிந்த சோம்பலுடன் வாசற்படியில் தலை சாய்க்கிற சமயத்தில் சடசடவென்று தண்ணீர் தெளிப்பாள்.

வீட்டை கவனித்துக்கொள்ள எஜமானி இல்லாவிட்டால் வீடு எப்படி நாறிப்போகிறது!

கிருஷ்ணனுக்கு இரண்டு நாளிலேயே உடம்பு குணமாகி திண்ணையில் வந்து உட்கார்ந்து தெருவில் இறங்கி விளையாட ஆரம்பித்துவிட்டான். அதற்குள் ருக்மிணி இரண்டு முறை ஆள் அனுப்பி விசாரித்தாள். சாத்துக்குடி கொடுத்தனுப்பினாள்.

பாலுவுக்குத் தெரியாமல், சபேசனுக்குச் சொல்லாமல், அதைக் கிருஷ்ணனுக்குச் சேர்ப்பிப்பது பெரிய காரியமாகப் போயிற்று.

எத்தனைவிதப் பிரச்னைகள் என்று நினைக்கையில் அவளுக்குச் சிரிப்பு வந்தது. ஒரு பிரச்னையிலிருந்து விலக நினைத்த ருக்மிணிக்கு இப்பொழுது எத்தனை பிரச்னைகள்! ஒருவேளை ஒரேவிதமான கஷ்டங்கள் அலுத்துப்போய் புதிய கஷ்டங்களைத் தேடிப்போகிறார்களோ, இவர்கள்?

இன்றைக்கு சபேசன் இன்னும் எதற்கும் கத்த ஆரம்பிக்கவில்லை என்று ஞாபகம் வந்தது. சட்டென்று ஒரு விசனம் மனசை நிறைத்தது. எப்படி ஒரு ஜீவன் அநியாயமாக விரயமாகிக் கொண்டிருக்கிறது! அஞ்ஞானங்களில் மூழ்கிக் கொண்டிருக்கிறது! எப்பொழுது அது விழித்துக்கொள்ளும்? எப்பொழுது உணர்ந்துகொள்ளும்?

விழித்துக்கொள்ள, உணர்ந்துகொள்ள பெரிய துணிச்சல் வேண்டும். 'நான்' என்கிற பைசாசத்தைக் கொல்லும் துணிச்சல்-பவ்யம் வேண்டும்... ஓ, எத்தனை அந்தகாரத்தில் இருந்தேன் என்று உணர்ந்துகொள்ளும் பவ்யம் - அவள் சட்டென்று தன்னை நிதானித்துக் கொண்டாள்.

மற்றவர்களை எடை போட எனக்கு எந்த அதிகாரமும் இல்லை. எந்தத் தகுதியும் இல்லை.

அவள் அவசரமாகப் பூஜைப் பாத்திரங்களை மறுபடி தேய்த்து வைத்தாள். இன்றாவது அவர் கோபப்படாமல் சாந்தமான ஒரு மனநிலையில் பூஜை செய்ய வேண்டும். ஆத்ம சாந்திக்காக செய்யப்படும் பூஜை, ஆங்காரத்துடன் செய்யப்பட்டால் யாருக்கு லாபம்? அப்படிப்பட்ட வெறும் மணியடிக்கும் பூஜையை எதற்குத்தான் செய்யவேண்டும்?

மறுபடி அவளுக்குத் தன்மீதே அலுப்பு வந்தது. இந்த மாதிரியெல்லாம் மனசு தனக்குள் விவாதிக்க வேண்டுமானால், அதில் சலனமிருக்கிறது என்று அர்த்தம். சமாதானமாகவில்லை என்று அர்த்தம். என் மனசில் பாதிப்பே இல்லை என்று மீனுவிடம் மார் தட்டிக்கொள்வது எத்தனை அசட்டுத்தனம்?

சபேசன் குளித்துவிட்டுப் பளிச் பளிச்சென்று விபூதிப் பட்டைகளை மார்பில் தேய்த்தபடி உள்ளே நுழைந்தார்.

“மீனுவை இங்கேயே காலேஜிலே சேர்த்துடலாம்தான். ஆனா, மெட்ராஸிலே காலேஜ் பசங்க நடந்துக்கற மாதிரியெல்லாம் இங்கே அவ நடந்துக்கக் கூடாது. ஒழுங்கா காலேஜுக்குப் போய் ஒழுங்கா நேரத்தோடு வீட்டுக்கு வரணும். இந்த ஊரிலே திரண்ட பொண்ணு வாசப்படியைத் தாண்டறதில்லே. ஒரு வயசு வந்த பெண்ணை வீட்டிலே வெச்சுக்கறது என்கிறது ஒரு பெரிய பொறுப்பாக்கும்.”

அவளுக்கு லேசாகத் திகைப்பேற்பட்டது. ‘மீனு இங்கேயே படிக்கலாம் என்று இவராகத்தானே அன்று சொன்னார்? யாரோ கெஞ்சிக் கேட்டுப் பெரிய மனசு பண்ணி ஒப்புத்துக்கொண்ட மாதிரி இப்பொழுது பேசுவதில் என்ன அர்த்தம்? ஓ, இது அவர் சுபாவம்’ என்று அவள் தன்னைச் சமாதானப்படுத்திக் கொண்டாள்.

“மீனு ரொம்ப சமர்த்து” என்றாள் அவள் மெள்ள.

“சமத்தெல்லாம் அசடா எப்பப் போகும்னு சொல்ல முடியாது.”

மீனுவுக்கு இவர் பேசுவது எங்கே காதில் விழுந்து விடுமோ என்று அவளுக்கு யோசனையாக இருந்தது.

“என்ன, பதிலே காணும்? எனக்குச் சொல்ல பாத்யதை கிடையாதா?”

“பேஷா உண்டு” என்றாள் அவள் சமாதானமாகச் சிரித்துக்கொண்டு.

“ஆனா நீங்க கவலைப்படும்படியா ஒண்ணும் இருக்காது. நானும் கவனிச்சுக்கறேன்.”

அவர் பதில் ஒன்றும் சொல்லாமல், நீ சொல்லி நான் சமாதானமாகிப் போவதாவது என்கிற தீர்மானமான கடுகடுப்புடன் பூஜைக்கு அமர்ந்தார்.

லலிதா, ராஜுவை எழுப்பிப் பல் தேய்க்கச் சொல்லிவிட்டு

வந்தாள். மீனு வாசல் அறையில் ஏதோ யோசனை செய்தபடி ஜன்னல் வழியே வெட்ட வெளியை வெறித்துப் பார்த்தபடி இருந்தாள். சபேசன் பேசியதை இவள் கேட்டிருப்பாள் என்று தோன்றிற்று.

"மீனு! ஏன் பாட்டை நிறுத்திட்டே? ரொம்ப நன்னா பாடறே நீ!"

மீனு நிதானமாக அவள் பக்கம் திரும்பி மெல்லப் புன்னகைத்தாள்.

"நா இங்கேயே இருந்தா உங்க பிரச்னைகள் ஜாஸ்தி ஆயிடுமோ மன்னி?"-

லலிதா அவளருகில் வந்து அவள் தோளில் கையை வைத்தாள்.

"ஊஹூம் குறையும். ராஜுவுக்காகவாவது நீ தங்கினாயானா எனக்கு உதவியாயிருக்கும் மீனு."

மீனு தலையைக் குனிந்துகொண்டாள். "எனக்குத் தெரியல்லே மன்னி."

லலிதா கூச்சத்துடன் சிரித்தாள். "நா ரொம்ப சுயநலக்காரியாப் போயிட்டேன் மீனு. நீ இங்கே இருந்தியானா எனக்கும் ராஜுவுக்கும் ஏற்படப்போற சந்தோஷத்தைப் பத்தி மட்டும் நா நினைச்சுக்கறேன். உனக்கு இங்கே இருக்கிறது அசௌகரியமாயிருக்கலாம்னே நினைச்சுப் பார்க்கல்லே."

மீனு தயங்கினாள்.

"இங்கேயிருக்கிறது எனக்கு ஒண்ணும் அசௌகர்யமில்லே. காலேஜ் நன்னாயிருக்குமா? அங்கே நல்ல லைப்ரரி இருக்குமான்னு சந்தேகம். அப்புறம் மாமாவுடைய சுபாவத்தைப் பத்தி நினைச்சுக் கொஞ்சம் பயம்."

"காலேஜ்லே நல்ல லைப்ரரி இருக்குன்னு நா கேள்விப்பட்டிருக்கேன். அதை உபயோகிக்கிறவாதான் யாருமில்லேன்னு கேள்வி. உன்னுடைய இரண்டாவது கவலைக்கு ஜாஸ்தி உரம் போடக் கூடாது. முக்கியத்துவம்

கொடுக்கக் கூடாது."

"எப்படி?"

"தாமரை இலைமேலே தண்ணி எப்படி ஒட்டாமே இருக்கு பார்த்தியோ? அதுமாதிரி இருக்கப் பழகிக்கணும்."

மீனு சிரித்தாள்.

"பதினேழு வயசிலேயா?"

"பதினேழாயிடுத்தா உனக்கு?"

"ஆகாமே என்ன? ரெண்டு மாசம் போனா பதினேழு."

லலிதா புன்னகைத்தாள்.

"அப்ப நிச்சயமா இருக்கலாம். இத்தனை யோசனைத் திறன் இருக்கிறவள் நிச்சயம் இதையும் அப்பியசிக்கலாம்."

"அதுக்கு ஒரு சுரணைகெட்ட தனம் வேணும் மன்னி!"

லலிதா சிரித்தாள்.

"என்னை சுரணை கெட்டவள்னு வெச்சுட்டியா?"

"பல் தேய்ச்ச பிள்ளைக்குப் பாலை குடுக்காமெ என்ன பேச்சும் சிரிப்பும் காலை வேளையிலே?"

லலிதா, மீனுவைப் பார்த்து அர்த்தத்தோடு புன்னகைத்துவிட்டு சமையலறைக்குள் விரைந்தாள்.

"பால் வேணும்னா நீயே எடுத்துக்க வேண்டியதுதான். அதெல்லாம் நீ இனிமேல் கத்துக்கோ. பாக்கியெல்லாம் கத்துண்டாச்சு."

'ஈச்வரா' என்று ஓர் ஆயாசத்துடன் லலிதா அவசரமாகப் பாலை ஆற்றி, ராஜுவை சமையலறைக்குக் கூப்பிட்டுக் கொடுத்தாள்.

"அப்பா யாரைக் கோச்சுண்டிருக்கா?"

அவளுக்குத் திடீரென்று சிரிக்க வேண்டும்போல் இருந்தது. பாதிநேரம் இவர் யாரைக் கோபித்துக் கொள்கிறார்? எதற்காகக்

கோபித்துக்கொள்கிறார் என்று அவளுக்கே புரிவதில்லை.

“பால் கொடுத்தாச்சா?” என்று சபேசனின் அதட்டலான குரல் கேட்டது.

“ஆச்சு.”

“பாலைக் குடிச்சுட்டு வாசக்கூடத்திலே உட்கார்ந்து படிப்பைப் பாரு. போ.”

அவர் இன்னும் எதற்காகவோ சமையல் அறையிலேயே நின்றார்.

“சங்கரலிங்கையர் ஆத்துவாள்ளாம் பட்டணத்துக்குப் போயிடறா தெரியுமோ?”

‘தெரியாது’ என்று சொல்லத் தயங்கிக்கொண்டு, பேசாமல் லலிதா அவரைப் பார்த்தாள்.

“நிலத்தையெல்லாம் வித்துட்டு மெட்ராஸிலே புள்ளையோட இருக்கப் போறாளாம்.”

“கஷ்டமில்லியோ, பாவம்?” என்றாள் லலிதா மெள்ள.

“இங்கே மட்டும் என்ன ரொம்ப சௌக்கியமா இருந்துட்டானா? உட்கார்ந்துண்டே தின்னா எப்படி சௌக்கியம் வரும்? நா எதுக்குச் சொல்ல வந்தேன்னா அவனுடைய நிலத்தை எல்லாம் நா வாங்கியிருக்கேன்.”

லலிதா பதிலே பேசாமல் நின்றாள். தன்னிடம் தானாக வந்து ஒரு விஷயத்தை அவர் சொல்வது ஒரு லேசான சந்தோஷத்தை ஏற்படுத்திற்று. ஆனால், நிலத்தைச் சேகரித்துக்கொண்டே போகும் இவரது பேராசைத்தனத்தை ஜீரணிக்க முடியாமல் தலையைக் குனிந்துகொண்டு அடுப்பில் ஏதோ செய்வது மாதிரி பாவனை செய்தாள்.

“நா சொன்னது காதிலே விழுந்ததோ, இல்லியோ?”

“விழுந்தது...”

எப்படிப் பேசினால் இவருக்குச் சமாதானமாக இருக்கும்?

சபேசன் மேற்கொண்டு எதுவும் பேசாமல் ஒரு விறைப்புடன்

செருப்பை மாட்டிக்கொண்டு பார்வை தரையிலேயே பாவாமல் கோலத்தை அழுந்த மிதித்துக்கொண்டு வெளியேறினார்.

லலிதா அதைக் கவனிக்காத மாதிரி தன் வேலையைத் தொடர்ந்தாள். சமையல் அறையை ஒட்டிய ரேழியில் லக்ஷ்மி தயங்கிக்கொண்டு நிற்பது தெரிந்தது.

"என்ன லக்ஷ்மி?"

"சாமி இருக்காங்களா?"

"இல்லியே!"

"என்ன சமாச்சாரம்?"

லக்ஷ்மி குரலைத் தாழ்த்திக்கொண்டு சொன்னாள்: "சங்கரலிங்கய்யா வீட்டு மருமக வந்திருக்கு." லலிதா சட்டென்று வெளியில் வந்தாள்.

"யாரு சரோஜாவா?"

"ஆமா."

"உக்காரச் சொல்லு, வரேன்."

கொல்லைத் தாழ்வாரத்தில் தூணைப் பிடித்தபடி சரோஜா நின்றுகொண்டிருந்தாள். அவளுடைய ஒட்டிய கன்னங்களையும், குழி விழுந்த கண்களையும் பார்க்கையில் லலிதாவிற்கு அடிவயிற்றை என்னவோ செய்தது. 'அவா நிலத்தை எல்லாம் நா வாங்கிட்டேன்' என்ற வார்த்தைகள் -- மிக அநியாயமான வார்த்தைகள் போல மனத்தில் ஒரு சஞ்சலத்தை ஏற்படுத்திற்று. அவள் மெல்லப் புன்னகைக்க முயன்றாள்.

"வா, சரோஜா! உள்ளே வாயேன்!"

"இருக்கட்டும் மாமி! இங்கேயே இருக்கேனே?"

லலிதாவிற்குத் தன்னையறியாமல் வார்த்தைகள் வந்தன.

"உன்னைப் பார்த்து ரொம்ப நாளாச்சு. என்ன இப்படி இளைச்சுப் போயிருக்கே?"

அந்த வார்த்தைக்காகவே காத்திருந்தமாதிரி சரோஜாவின் கண்களிலிருந்து நீர் பொலபொலவென்று உதிர்ந்தது.

நாம் கேட்டது தப்பு என்று லலிதா நினைத்துக் கொண்டாள். காலை வேளையில் வீட்டில் ஏக வேலையிருக்கு. இவள் எதற்காக இங்கு வந்து நிற்கிறாள் என்று ஒரு சின்ன திகைப்பேற்பட்டது.

"சரோசியம்மா.. அழுவாதீங்க. ஆம்பளைங்க பண்ற தப்புக்கெல்லாம் நீங்க என்ன செய்வீங்க?" என்றாள் லக்ஷ்மி.

சரோஜா இன்னும் பலமாக அழுதாள். வெளியில் போனவர் வந்துவிடப் போகிறாரே என்று லலிதாவுக்கு யோசனையாக இருந்தது. அவள் அவசரமாக சரோஜாவின் அருகில் சென்று அவள் தோளில் கையை வைத்தாள்.

"உஷ், சரோஜா அழாதே! என்ன விஷயம் சொல்லு, எங்கிட்டே சொல்லு!"

சரோஜா நைந்துபோன புடவையில் கண்களைத் துடைத்துக்கொண்டு அவளை நிமிர்ந்து ஒரு சோகப் பார்வை பார்த்தாள்.

"சொந்த கிராமத்துலே பெரட்டியாச்சு. பட்டணத்துக்குப் போய் என்ன செய்யப்போறா மாமி!"

லலிதா சில விநாடிகள் ஒன்றும் சொல்லாமல் நின்றாள். இதைச் சொல்லி அழவா மெனக்கெட்டு வந்திருக்கிறாள்?

"பட்டணத்துக்குப் போறதுனாலே இவர் ஸ்வபாவம் மாறிடப்போறதா மாமி?"

அந்தப் பஞ்சடைந்த கண்களையும், உலர்ந்த தாடையையும் பார்க்கப் பயந்து லலிதா தலையைக் குனிந்து கொண்டாள்.

"மாறலாம் சரோஜா" என்றாள் மெள்ள.

சரோஜா ஒரு சீற்றத்துடன் அவளைப் பார்த்தாள்.

"நீங்க அதை நம்பறேளா மாமி? பொன்னான நிலத்தை கவனிக்காமயே பாழ் அடிச்சுத் தொலச்சாச்சு. சோத்துக்கு

வழியில்லே. நடந்துக்கறது என்னவோ ஜமீன்தார் மாதிரி! கையிலே ரெண்டு காசு பெறண்டா நாக்குக்குத் தாகம் வந்துடறது. உடம்புக்குப் பசி வந்துடறது. யாருன்னுகூடப் பார்க்காமே விவஸ்தை கெட்டுப் போயிடறது. வீட்டுச் செலவுக்குப் பணமே குடுக்காமெ ஒவ்வொரு வேளைக்கும் சாப்பாடு தயாரா இருக்கணும்னா எப்படி மாமி இருக்கும்? நிலத்தை வித்த பணமெல்லாம் எத்தனை நாள் கையில் நிக்கப்போறது?"

லலிதா, தலையைக் குனிந்துகொண்டாள். 'நிலத்தை நீங்கள் வாங்காமே இருக்கக்கூடாதா என்று இவள் கேட்கிறாளோ?' என்று தோன்றிற்று.

சரோஜா ஒரு படபடப்புடன் தொடர்ந்தாள்:

"சில சமயம் எனக்கு என்ன தோணறது தெரியுமோ மாமி? அந்த ருக்மிணி செஞ்ச மாதிரி நானும் செஞ்சா என்னன்னு தோணறது?"

லலிதா, அதிர்ந்துபோய் அவளைப் பார்த்தாள்.

"என்ன சரோஜா இது?"

சரோஜா ஆகாசத்தைப் பார்த்தபடி சொன்னாள்: "புருஷா எப்படி வேணா இருக்கலாம்! தங்கள் குலத்தைப் பத்தியும் தர்மத்தைப் பத்தியும் நினைச்சுப் பார்க்காம ஜனங்கள் பரிகாசம் பண்ற அளவுக்கு நடந்துக்கறச்சே, நீங்களும் நானும் இந்தக் குலப்பெருமையைக் காப்பாத்த முடியும்னு நினைக்கிறேளா?"

இவள் படும் கஷ்டத்தில் எந்த வார்த்தையும் இவளுக்குச் சமாதானம் ஆகாது என்று லலிதா பேசாமல் இருந்தாள்.

"இந்த அக்ரஹாரத்திலே நாம் இன்னிக்கு தலைநிமிர்ந்து நடக்க முடியல்லேன்னா அதுக்கு யார் காரணம் மாமி?"

அவளுடைய வார்த்தைகளும் ஆத்திரமும் நியாயமானதாக இருந்தாலும், இவளுக்கு எந்த வகையில் நாம் உதவ முடியும் என்று யோசனையாக இருந்தது.

"இப்ப எல்லாம் பகிரங்கமாகவே போச்சு மாமி, குடியும் வீட்டுக்கே வந்தாச்சு. எனக்கு எப்படி இருக்கும்னு யோசிச்சுப் பாருங்கோ!"

"நா யோசிக்கவே வேண்டியதில்லியே, உன் கண்ணும் முகமும் சொல்றதே!"

"இவா இப்படி நடந்துக்கறச்சே, நானும் எங்கேயாவது கிளம்பிப் போயிட்டா என்னன்னு தோணறது!"

லலிதா மெள்ள நிமிர்ந்து அவளைப் பார்த்தாள். மனசுக்குள் சிரிப்புகூட வந்தது. இந்தப் பிரேதம் மாதிரி உடம்பையும் முகத்தையும் வைத்துக்கொண்டு எங்கே போகப் போகிறாய் என்று கேட்கவேண்டும் போலிருந்தது.

"சரோஜா!" என்றாள் அவள் மெள்ள.

"இதெல்லாம் அசட்டுப் பேச்சு. அவாதான் புத்தியில்லாம நடந்துக்கறான்னா நாமும் அந்த மாதிரி நடந்துக்கலாமா, என்ன? அப்புறம் குழந்தைகள் பாடு என்ன ஆகிறது?"

"அதுகள் எக்கேடோ கெட்டுப் போகட்டும்!"

வார்த்தைகளிலிருந்த மூர்க்கத்தனம், அதிர்ச்சியை ஏற்படுத்தியது. அவள் சட்டென்று சரோஜாவின் முதுகை அணைத்தபடி கேட்டாள்:

"நீ சாப்பிட்டு எத்தனை நாளாச்சு சரோஜா?"

சரோஜா பதில் சொல்லாமல் முழங்கால்களில் முகத்தைப் புதைத்துக்கொண்டு குலுங்கக் குலுங்க அழ ஆரம்பித்தாள்.

லலிதா சட்டென்று எழுந்தாள். லக்ஷ்மியை ஜாடை காட்டி அழைத்தாள். உக்ராண அறைக்குச் சென்று அரிசி மூட்டையிலிருந்து ஐந்து படி அரிசி எடுத்துக் கைப்பையில் கொட்டி, "இதை அந்த அம்மாகிட்டே கொடு" என்றாள் மெள்ள

"சரோஜா இதப் பாரு. இந்த அரிசியை எடுத்துண்டு போ. இதை யார்கிட்டேயும் சொல்லவேண்டியதில்லே!"

சரோஜா தலை நிமிரவேயில்லை.

"சரோஜா.. அவர் வர்றதுக்குள்ளே கிளம்பிப் போயிடு தயவுசெய்து" என்று சொல்கையில், ஓர் அவமான உணர்வு மனசை வியாபித்தது.

சரோஜா கண்களைத் துடைத்துக்கொண்டு எழுந்தாள். "நா வரேன் மாமி" என்றாள்.

லலிதா ஒன்றும் பேசாமல் சமையல் அறைக்கு விரைந்தாள். சரோஜாவின் பார்வையும் பேச்சும் மனசை உலுக்கி விட்டிருந்தது. சரோஜாவின் முக்கியப் பிரச்னை வயிற்றுக்கில்லாமை என்று தோன்றிற்று. மான, அவமான பிரச்னையெல்லாம் இரண்டாம் பட்சம்தான். அவள் சொல்கிறமாதிரி பட்டணத்துக்குப் போய் சங்கரலிங்க அய்யரும், அவர் மகனும் திருந்திவிடப் போகிறார்களா? இவர்களுக்கெல்லாம் புத்தி ஏன் இப்படி வக்கரித்துப் போகிறது? அவள் சட்டென்று நினைவுக்கு வந்தவள் போல, 'மீனு' என்று கூப்பிட்டாள்.

"என்ன மன்னி?"

"என்ன, உன்னை ஆளையே காணோம்?"

"ஏதோ புத்தகம் படிச்சிண்டிருந்தேன். என்ன சமாச்சாரம்? யாரோ வந்திருந்தாப் போலிருக்கே?"

"அப்புறம் சொல்றேன். நீ ராஜுவைக் குளிப்பாட்டி ஸ்கூலுக்கு தயாராகச் சொல்லு."

# 10

"சரியா எட்டரை மணிக்குக் கிளம்பணும். சாப்பிட்டுத் தயார் ஆகணும் அதுக்குள்ள."

அறை வாசலில் நின்றபடி சபேசன் லேசான அதட்டல் குரலில் தீர்க்கமாகச் சொன்னார். எந்த நிமிஷமும் இவர் குரலில் மென்மை தொனிக்காதோ என்று நினைத்தபடி மீனு, "சரி மாமா" என்றாள். இன்றைக்கு அவள் புதிதாகச் சேரப்போகும் காலேஜ் திறக்கிறது. இன்று கண் விழித்ததிலிருந்து மனசு விவரம் புரியாமல் படபடத்துக் கொண்டிருக்கிறது. அந்தக் காலேஜுக்கு வரப்போகும் மாணவர்களும் மாணவிகளும் எப்படி இருப்பார்கள் என்று மனசு குறுகுறுத்தது. சென்னையில் இருக்கும் அவளுடைய தோழிகளைப் போல் உல்லாசமாக அரட்டை அடிப்பவர்களாக இருப்பார்களா?

இந்த ஊரையும் இந்த அக்ரஹாரத்தையும் இந்த ஜனங்களையும் பார்க்கும்போது, உல்லாசம் என்ற வார்த்தைக்கே இவர்களுக்கு அர்த்தம் தெரியாது என்று தோன்றிற்று. அதனால்தான் அந்த ஹரிஹரன், அவளைப் பார்க்கும்போதெல்லாம் பளிச்சென்று வரிசைப் பல் தெரிய சிரிக்கையில் அசம்பாவிதமாகப் படுகிறது. அதீதமாகத் தெரிகிறது. இங்கே இருந்த ஒரு மாதத்தில் இந்த

ஊர் ஜனங்களின் குணம் நன்றாகப் புரிந்தது. எத்தனை கட்டுப்பெட்டிகள் இவர்கள் என்று மனசு ஆயாசப்பட்டிருக்கிறது.

வயசுப் பெண்கள் வெளியில் வந்து அவள் பார்த்ததே இல்லை. அவளுக்கு அதிசயமாக இருக்கும். மனசை ஒரு சோகம் அழுத்தும். இருண்ட அறைகளில் உட்கார்ந்துகொண்டு அந்தப் பெண்கள் என்னதான் செய்வார்கள்? எத்தனை நேரம் 'வெல்கம்' என்கிற வார்த்தைகளையும், தோகை விரித்த மயில்களையும் க்ரோஷாவில் பின்னுவார்கள்? எத்தனை நேரம் அம்மாக்களுடன், அத்தைமார்களுடன் ருக்மிணியைப் பற்றியும், அம்புஜத்தைப் பற்றியும் வம்பளப்பார்கள்?

ஜன்னல் வழியே வெளி உலகத்தைச் சேர்ந்த ஆகாசத்தை மட்டும் பார்க்கும் இவர்களது மனசில் எந்த மாதிரி கனவுகள் பூக்கும்? ஃபேரி டேல் கனவு மாதிரி இருக்குமா? இந்தக் கிராமத்தை விட்டு பட்டணத்துக்குப் போக ஆசைப்படும் கனவுகளாக இருக்குமா? யதார்த்தமான சிந்தனைகள் இருக்குமா? வெகு யதார்த்தமான ப்ரக்ருதிகளிடையே வாழும் இவர்களுக்கு, நிச்சயம் இந்த ஊர்க்கதைகள் அலுத்து விட்டிருக்கும். இவர்கள் அரங்கில் தோன்றியிருக்கும் புதிய கதாபாத்திரம் நாம் என்கிற காரணத்தினால்தான், இவர்களுக்கு நான் வெகு ஸ்வாரஸ்யமானவள். சட்டென்று அவளுக்கு சபேசனின் நினைவு வந்தது. இந்த ஊர் அவளைப்பற்றி ஏதேனும் வம்பு பேச நேர்ந்தால் அதை மாமா எப்படி ஜீரணிப்பார்?

"மீனு, தலை வாரிண்டாச்சா?"

"ஆச்சு மன்னி. இதோ வரேன்." அவள் அவசரமாகப் புடவையைக் கட்டிக்கொண்டு லேசாகப் பவுடர் பூசிப் பொட்டு இட்டுக் கண்ணாடியில் பார்த்து சிம்பிளாகத்தான் இருக்கிறோம் என்று தானே சமாதானம் சொல்லிக்கொண்டு சமையல் அறைக்கு விரைந்தாள்.

"சாப்பிடறேன் மன்னி."

"என்ன இன்னும் கிளம்பலையா?" மாமாவின் குரல் பெரிதாகக் கேட்டது. மீனு கைக்கடிகாரத்தைப் பார்த்தாள். எட்டு இருபது.

இன்னும் பத்து நிமிஷம் இருக்கே?

“இதோ கிளம்பியாச்சு மாமா."

“நீ மோர் சாதம் சாப்பிடலை?” என்று லலிதா கிசுகிசுத்தாள்.

“வந்து சாப்பிடறேன் மன்னி.”

வாசலில் சபேசனின் வில் வண்டி நின்றிருந்தது.

காலேஜுக்கு மாட்டு வண்டியிலா போகப்போகிறோம் என்று திகைப்பு ஏற்பட்டது. அவள் ஏதும் பேசாமல் வண்டியில் ஏறி அமர்ந்தாள்.

சபேசன் யாருக்கோ சொல்வது மாதிரி சொன்னார்:

“கொஞ்ச தூரம் வில் வண்டியிலே போனப்புறம் டவுனுக்குப் போற பஸ் கிடைக்கும். அதுல ஏறிண்டா காலேஜ் வாசல்லே போய் நிற்கும்!" அவள் பேசாமல் புன்னகைத்தாள். மாட்டின் சலங்கைச் சத்தமும், சுற்றுப்புறத்தில் தெரிந்த பச்சை வயல்களும் காலேஜுக்குப் போகிறோம் என்ற உணர்வை உண்டாக்கவில்லை.

காலேஜும், காலேஜ் மாதிரி இல்லை. கலகலப்பில்லாமல் பேச்சும் சிரிப்பும் அதிகம் இல்லாமல் சர்க்கார் காரியாலயம் போல் இருந்தது. சீட்டிப்பாவாடை தாவணியில் எண்ணெய் தடவி இறுக்கிப் பின்னிய பின்னலுடன் பெண்கள் தனியாக ஒதுங்கி நின்றார்கள். ஹரிஹரனின் அம்பாஸிடர் கார் காம்பவுண்டுக்குள் ஒரு மர நிழலில் நின்றிருந்தது. நல்லவேளை, சரித்திரம் எடுத்துக்கொண்டோம் என்று நினைத்துக்கொண்டாள். பாட்டனி லெக்சரருக்கும் நமக்கும் எந்த விதமான சம்பந்தமும் இருக்கப்போவதில்லை.

அவள் எதிர்பார்த்ததைவிட லெக்சரர்கள் நன்றாகப் பேசினார்கள். அன்றைக்கே அங்கிருந்த லைப்ரரிக்குச் சென்று சில புத்தகங்களை எடுத்து வந்தாள். மாலை வீட்டுக்கு வந்து சேர்ந்ததும் ஒரு பெரிய யாத்திரை செய்த மாதிரி ஆயாசம் ஏற்பட்டது.

லலிதா வாசலிலே உட்கார்ந்திருந்தாள். ஆர்வத்துடன் “எப்படி மீனு இருந்தது?” என்றாள்.

“நாட் பேட் அட்டால், மன்னி.”

‘குட்’ என்று சிரித்தாள் லலிதா.

டிபனும் காபியும் உள்ளே இறங்கியதும் கோவிலுக்குப் போகவேண்டும் என்று ஆசை ஏற்பட்டது. ஆகாசத்தையும் பட்சிகளையும் பார்த்தபடி ராஜுவின் கையைப் பிடித்தபடி சிரித்துக்கொண்டு ஓடவேண்டும் போலிருந்தது.

“கோவிலுக்குப் போகலாமா ராஜு?” என்று அவள் சொல்லி முடிப்பதற்குள், ராஜு பம்பரத்தைக் கீழே போட்டுவிட்டு துள்ளிக்கொண்டு வந்தான். துணைக்கு லக்ஷ்மியும் வந்தாள்.

“ஏது, மன்னி, நீங்க வரமாட்டேளா?"

“இல்லை மீனு. மாமா வந்துடுவார். வீட்டைப் பூட்டிண்டு போனா அவருக்குப் பிடிக்காது."

“அவருக்கு எது பிடிக்கும்?"

“உனக்கு வேறே வேலை இல்லை மீனு!”

மீனு சிரித்துக்கொண்டே ராஜுவின் கையைப் பிடித்துக்கொண்டு நடந்தாள். மூன்றாம் வீட்டில் அம்பாஸிடர் கார் லேசான புழுதியுடன் நின்றது. அந்த வீட்டைத் தாண்டுகையில் எங்கிருந்தோ யாரோ தன்னையே பார்க்கிற மாதிரி அவளுக்குப் பிரமையேற்பட்டது. அவள் திரும்பிப் பார்க்காமல் நடந்தாள். பாலு வாத்தியார் வீட்டில் கிருஷ்ணன் தனியாக உட்கார்ந்து கொண்டு கோலி விளையாடிக் கொண்டிருந்தான்.

“கிருஷ்ணா! நீயும் எங்களோடு கோவிலுக்கு வர்றியா?" என்று கேட்டான் ராஜு.

கிருஷ்ணன் தலை நிமிர்த்தாமலே சொன்னான்: “ஊஹூம்.. வீட்டிலே யாரும் இல்லே. அப்பா கடைக்குப் போயிருக்கார்."

மீனுவுக்குப் பாவமாக இருந்தது. இந்த ஊரில் ஒவ்வொரு

குழந்தையும் ஒவ்வொரு விதமான சுமையைச் சுமக்கிற மாதிரி இருந்தது. அவர்களது வயசுக்குத் தாங்காத சுமை. பெற்றவர்களின் தவற்றுக்காகச் சுமக்கும் சுமை. இவர்கள் பெரியவர்களாக ஆவதற்குள் சிரிப்பையே மறந்துவிடப் போகிறார்கள். கோவிந்தசாமியின் பிள்ளை கோபாலிதான் உற்சாகமாக இருந்தான். அவர்களைப் பார்த்ததும் பளிச்சென்று சிரித்தான். கண்களில் குறும்பும் பொல்லாத்தனமும் தெரிந்தது. ராஜுவைப் பார்த்து -

“என்னடா சோமாறி, எங்கே போவுறே?" என்றான். தொனியில் தெரிந்த திமிர், அவளுக்குத் திகைப்பை ஏற்படுத்திற்று.

ராஜு அப்பாவித்தனமாக, “கோவிலுக்கு!" என்றான். சங்கரலிங்கையரின் வீட்டுத் திண்ணையில் இன்னும் அந்த இரண்டு பெண்கள் எதிரும் புதிருமாக உட்கார்ந்திருந்தார்கள். கொல்லைவரை திறந்திருந்த வீடு, சாமான் எதுவும் தென்படாமல் காலியாகத் தெரிந்தது. அக்ரஹாரத்தைத் தாண்டி வந்ததும், அவள் லக்ஷ்மியை மெல்லக் கேட்டாள்:

"காலையிலே நம்ம வீட்டுக்கு யார் வந்திருந்தது?’

“இந்த சங்கரலிங்கைய்யரோட மருமகதான் சரோசி வந்து ஒரு பாட்டம் அளுதா."

“ஏன்?"

“நல்லா கேட்டே நீ? அழுவரதுக்கு அவளுக்கு எத்தனை விஷயம் இருக்கு! புருஷன் நேரில்லே. பளகின ஊரை விட்டுத் தெரியாத பட்டணத்திற்குப் போறாங்க. ஆனா, முக்கியமான விஷயம் பசி! அம்மா புரிஞ்சிக்கினு அரிசி கொடுத்து அனுப்பிச்சாங்க. அம்மாவும்தான் சாமிக்குத் தெரியாம எத்தனைன்னு உதவ முடியும்?"

பச்சைப் பசேல் என்று வயல்கள் இரு தரப்பிலும் தெரிய ஆரம்பித்துவிட்டன. இந்தப் பசுமையைப் பார்க்கையில் அந்த வறுமை மீனுவுக்கு நம்ப முடியாததாக இருந்தது.

லக்ஷ்மியின் குரலில் ஓர் ஆதங்கம் தெரிந்தது. “பொன்னான

பொன்னி விளையற பூமி. இந்தப் பூமியையும் கவனிச்சாத்தானே விளைச்சல் இருக்கும்? நாள் முழுவதும் சீட்டு ஆடிக்கினு, குடி பொம்பளைன்னு அலைஞ்சுகிட்டு இருந்தா, நீ எக்கேடோ கெட்டுப் போன்னு பூமியும் கண்ணை மூடிக்கும்! அப்புறம் நான் கஷ்டப்படறேன், நான் கஷ்டப்படறேன்னு அழுதா.. ஒத்தாசைக்கு யார் வருவாங்க?"

மீனு பேசாமல் நடந்தாள். லக்ஷ்மியின் கோபம் மிகவும் நியாயமானது என்று தோன்றிற்று. இத்தனை அற்புதமான நிலத்தை வைத்துக்கொண்டு சாப்பாட்டுக்கு அரிசியில்லை என்றால், எத்தனை பெரிய கேவலம்? இந்த வீடுகள் அழுது வடிந்துகொண்டு நிற்பதற்கு இவர்களேதான் காரணம். 'என்னடா சோமாறி?' என கோபாலியைத் திமிருடன் கேட்கவைக்கும் காரணம்!

"மீனுக்கா! அதோ பார். இன்னிக்கும் நாரைகள்!" அவள் சட்டென்று திரும்பிப் பார்த்தாள். ஏழு எட்டு நாரைகள் வெள்ளை வெளேரென்று நெருக்கி, நெருக்கி உட்கார்ந்துகொண்டு போட்டோவுக்குப் போஸ் கொடுக்கிற மாதிரி. அவள் உற்சாகத்துடன் அவன் கையைப் பிடித்துக்கொண்டு ஓடினாள்.

"இந்தப் பெண்ணோட வர்றது பெரிய பேஜாரு" என்று லக்ஷ்மி சிரித்துக்கொண்டே சொல்வது கேட்டது. வயல்களுக்கு நடுவே சென்ற ஒற்றையடிப் பாதை சற்று ஈரமாக இருந்தது. புடவையை லேசாகத் தூக்கிக்கொண்டு மீனு ராஜுவைப் பின்தொடர்ந்து ஓடினாள். நாரைகள் விசுக்கென்று மேலே எழும்பிப் பறந்தன. ராஜுவின் முகம் பளீரென்று ஒளிர்ந்தன. கன்னங்கள் சிவந்து பளபளத்தன. அவன் கண்களில் தெரிந்த அந்த அசாதாரண ஒளியைக் கண்டு மறுபடியும் திகைப்பேற்பட்டது.

"நாரைகள் திரும்பி வரும்போது பார்க்கலாம். இப்போ கோவிலுக்குப் போகலாம் வா!"

"ஓடலாமா, அக்கா?"

"ஓ!"

ராஜுவின் வயசுக்கு இறங்கிவிட்டாற்போல் அவள் ஓடினாள். கோவில் வந்துவிட்டது. ராஜுவைப் பிடிப்பதற்காக பிராகாரத்தைச் சுற்றி வருகையில் அவள் யார் மீதோ முட்டிக்கொண்டாள். அவள் சமாளித்துக் கொள்வதற்குள் அவளது தோளைப் பிடித்து நிறுத்தினார்கள். அவள் கலவரத்துடன் நிமிர்ந்து பார்த்தாள்.

ஹரிஹரன்.

அவளை ஆழமாகப் பார்த்துக்கொண்டு பளிச்சென்று புன்னகையுடன்...

அவள் தன்னை விடுவித்துக்கொண்டு கூச்சத்துடன், "ஸாரி" என்றாள்.

அவன் சிரித்தான்.

"ஏதாவது ரேஸுக்குப் பழகிக்கிறேளா என்ன?"

அவள் பதில் பேச முடியாமல் மூச்சிறைத்துக் கொண்டு நின்றாள். "கொஞ்சம் ரெஸ்ட் எடுத்துக்குங்கோ. எனக்கும்தான் இந்த வயலையும், ஊரையும் பார்த்தா உற்சாகமாக இருக்கு. ஆனா, உற்சாகத்திலே, நினைக்கிறதையெல்லாம் பண்ண முடியாது. ஏன்னா வயசாயிடுத்து!"

"எனக்கு வயசாகல்லே" என்று அவள் சிரித்தாள்.

அவன் ஏற இறங்க ஒருமுறை அவளைப் பார்த்தான். அவன் பார்வையைப் புரிந்துகொண்டு அவள் சிரித்தபடியே சொன்னாள்: "வயசுங்கறது மனசுலேதான் இருக்கு. உருவத்துலே இல்லை."

"நல்லவேளை பொழச்சேன். இந்த ஊர்லே பத்து வயசு கொழந்தைகள் எல்லாம் நாற்பது வயதுக்காராளாட்டமா பேசறது. அதுக்கு நடுவில ஒங்களைப் பார்க்கறது ஒரு வெல்கம் சேஞ்ச். காலேஜ் எப்படி இருந்தது இன்னிக்கு?"

"நான் எதிர்பார்த்ததைவிட நன்னா இருந்தது."

"காலேஜுக்கு எப்படிப் போறேள்?"

அவள் சிரித்தாள்.

“மாட்டு வண்டியிலே கொஞ்ச தூரத்துக்கு. அப்புறம் பஸ்லே.”

“எதுக்கு இத்தனை அவஸ்தை? நான் கார்ல தினமும் போறேன். என்னோட வாங்களேன்!”

அவள் திகைப்புடன் அவனைப் பார்த்தாள்.

“அப்புறம் வேறே வினையே வேண்டாம். எங்க மாமா மறு ரயில்லே என்னை ஏத்தி ஊருக்கு அனுப்பிச்சுடுவா. இங்கே இருக்கணும்னா ஏற்கனவே நிறைய கண்டிஷன் போட்டிருக்கா.”

“இப்படி வயல்வெளியிலே ஓடக்கூடாதுன்னு ஒரு கண்டிஷன் போடல்லியா?”

அவள் சிரித்தாள்.

“இனிமே அதை ஞாபகம் வெச்சுக்கறேன்.”

ராஜூ மூச்சுத் திணறியபடியே வந்தான்.

“ப்ரதக்ஷணம் போகலாம். வா அக்கா.”

ஹரிஹரன் கூடவே நடந்தான்.

இன்று வெளியில் அம்பாஸிடர் கார் இல்லை என்று கவனித்தாள்.

இன்று அந்தப் பெண்ணை அவன் அழைத்து வரவில்லை என்று தெரிந்தது.

அந்தப் பெண் யார் என்பது இன்னும் யாருக்கும் தெரியவில்லை.

“உங்களோடு வந்த வேலைக்காரி எங்கே?” என்று அவன் திடீரென்று கேட்டான்.

“வேலைக்காரி வந்திருப்பது உங்களுக்கு எப்படித் தெரியும்?”

அவன் முகத்தில் ஓர் அசட்டுக் கூச்சம் தெரிந்தது. “நீங்க மூணுபேரும் கிளம்பறதைப் பார்த்தேனே?”

அதைப் பார்த்து விட்டுத்தான் இவன் கிளம்பியிருப்பானோ

என்று சட்டென்று ஒரு சந்தேகம் ஏற்பட்டது. இது ஒரு விபரீதக் கற்பனை என்று அவள் மௌனமானாள்.

“அவள் மெள்ள வந்துண்டிருப்பா. நானும் ராஜுவும் ஓடி வந்துட்டோம்.”

ஒரு தயக்கத்துடன் அவள் மெல்லக் கேட்டாள்: “அன்னிக்கு யாரையோ கோவிலுக்கு அழைச்சிண்டு வந்திருந்தேளே?”

அவன் சட்டென்று திரும்பி அவளை ஒரு வினாடி பார்த்தான். பிறகு, ஆகாசத்தைப் பார்த்துச் சொன்னான்:

“ஆமாம், என் தங்கை.”

“பாவம்!” என்றாள் அவள் தன்னையறியாமல்.

“எப்போலேர்ந்து நடக்க முடியலே?”

“பதினைந்து வருஷமா; போலியோ வந்திருந்தது ரெண்டு வயசுலே.”

அவனாகவே தொடர்ந்தான்:

“எந்த ட்ரீட்மெண்டிலும் சரியாகல்லே. பட்டணம் அலுத்துப்போச்சு அவளுக்கு. அவளுக்காகவே இந்தக் கிராமத்துக்கு வந்தேன். இங்கேயே பக்கத்து காலேஜ்லே நல்லவேளையா எனக்கு வேலை கிடைச்சுடுத்து. அப்பாவுக்கு நிறைய நிலம் இருந்தாலும், எனக்கு விவசாயத்துலே இன்ட்ரஸ்டு இல்லே.”

“உங்க அப்பா அம்மா?” என்று அவள் நிறுத்தினாள்.

“இருக்காளே..” என்றான் ஒரு நிதானத்துடன்.

“அவா அதிகம் வெளியிலே போகமாட்டா. என் தங்கையைச் சமாளிக்கறதே ஒரு பெரிய காரியம்.”

அவள் சட்டென்று அவனை நிமிர்ந்து பார்த்தாள். அவன் ஒரு சோகப் புன்னகையுடன் மறுபடி ஆகாசத்தைப் பார்த்தான்.

“கால் இப்படி இருக்கறதுனாலே அது அவ மனசையும் ரொம்ப பாதிச்சிருக்கு. பாதி நேரம் சரியான மூட்லே இருக்க மாட்டா.”

அன்று அவன் சக்கர நாற்காலியைப் பிடித்துக்கொண்டு சுற்றுப்புறத்தையே பார்க்காமல் ஒரு தீவிரத்துடன் நின்றது நினைவுக்கு வந்தது.

“ரொம்ப அழகா இருக்கா உங்க தங்கை."

“ஆனால், நான் எந்த அழகான பெண்ணையும் பார்த்துப் பேசறது அவளுக்குப் பிடிக்காது!"

“ஏன்?" என்றாள் அவள் ஆச்சரியத்துடன்,

பதில் சொல்ல வாயைத் திறந்தவன், தூரத்தில் லக்ஷ்மி வருவதைப் பார்த்து வாயை மூடிக்கொண்டான்.

# 11

பூசாரி, பனையாத்தாவுக்குத் தூபம் காட்டினார். லக்ஷ்மியும், ராஜுவும் மிக பக்தி சிரத்தையுடன் கன்னத்தில் போட்டுக் கொண்டார்கள். ஹரிஹரன் இடையே ஒருமுறை நிமிர்ந்து மீனுவைப் பார்த்துப் புன்னகைத்தான். இவனுடைய பளிச்சென்ற புன்னகைக்குப் பின்னால் எத்தனை சோக அனுபவங்கள் இருக்க வேண்டும் என்று நினைக்கையில் அவளுக்கு வியப்பாக இருந்தது. லக்ஷ்மியின் திடீர் வரவால் அவர்கள் பேச்சு தடைப்பட்டது அவளுக்கு வருத்தமாக இருந்தது. முன்பின் தெரியாத தன்னிடம் அவன் எப்படி தன் வீட்டு விஷயத்தையெல்லாம் விகல்பமில்லாமல் சொல்லப்போனான் என்று நினைத்து ஆச்சரியமாக இருந்தது. பூசாரி காட்டிய சூடத்தை அவள் ஒற்றிக்கொண்டு, ராஜுவின் கையைப் பிடித்துக்கொண்டு, ‘போகலாம் வா’ என்றாள்.

மீனு ஹரிஹரன் பக்கம் லேசாகத் திரும்பி, ‘போகிறோம்’ என்று ஜாடை காட்டிவிட்டுக் கிளம்பினாள்.

அவனைப் பற்றிய சிந்தனையில் மீனு பேசாமல் நடந்தாள். இந்த ஊரில் ஒவ்வொரு வீட்டிலும் ஏதாவது ஒரு பிரச்னை. இந்த ஊருக்குப் புதிதாக வருபவர்கள் கூடப் பிரச்னைகளைச் சுமந்து

வருவது வேடிக்கையாக இருந்தது. அவன் தங்கைக்கு மனசும் பாதித்திருக்கும் என்றால் எந்த வகையில் பாதித்திருக்கும்? பைத்தியமாக இருப்பாளோ அல்லது ஹிஸ்டாரிகல்லாக இருப்பாளோ?

"அந்தப் பெண்ணுக்கு என்ன உடம்பாம்?"

"சின்ன வயசுலேயே காலிழுத்துப் போச்சாம்!"

"பணமும் காசும் இருந்து என்ன பிரயோஜனம் பாரு! பெண்ஜாதிதானே?"

"ஊஹூம், தங்கையாம்!"

வீட்டுக்குத் திரும்புகையில் நாரைகள் .வரவில்லை, அவள் மனதில் ஏற்பட்டிருந்த புதிய விசனத்தைப் புரிந்து கொண்டாற்போல, ராஜு ஓடியபடியே கூட நடந்தான், வண்ணாத்திப் பூச்சிகள் பின்னால் ஓடிக்கொண்டு, தன்னிச்சையாகப் பூத்திருந்த காட்டுப் பூக்களைப் பறித்துக் கொண்டு.

"உனக்கு யாரும் இல்லியா லக்ஷ்மி? தனியாவே இருக்கியே?"

"ஆ!" என்றாள் லக்ஷ்மி அலுப்புடன், "வாழ்ந்தாச்சு. அனுபவிச்சாச்சு. எல்லாம் முடிஞ்சாச்சு!"

"என்னமோ நூறு வயசுக் கிழவி மாதிரி அலுத்துக்கிறியே!"

"அந்த அளவுக்கு நா அனுபவிச்சாச்சு. புருஷன் நேரா இல்லேன்னா அவனோடு இருந்து என்ன பிரயோஜனம்? போடான்னுட்டேன்."

மீனு சிரித்தாள்.

"அதுதான் சரி, லக்ஷ்மி."

"ஆனா மீனு, எங்க ஜாதியிலே இந்தமாதிரி செஞ்சோம்னா யாரும் எதுவும் சொல்ல மாட்டாங்க. ஒங்க ஜாதி விஷயமே வேறே! இந்த ருக்மிணி பட்ட பாட்டைப் பார்த்தியா? ருக்மிணியாவது சீரழிஞ்சு போனா. அப்படிப் போகல்லேன்னாலும் புருஷனை விட்டுட்டுக் கிளம்பிட்டா நூறு சொல்லும் ஏச்சும் கேக்கணும்."

"புருஷன்கிட்டே கஷ்டப்படறதைவிட அந்த நூறு ஏச்சு கேக்கலாம், லக்ஷ்மி!"

"ஏச்சு கேட்டுத்தான் என்ன லாபம்? சோத்துக்கு என்ன செய்யறது? நானாவது ஒருத்தர் வீட்டிலே பத்துத் தேச்சு சம்பாதிப்பேன். நீங்கள்ளாம் செய்வீங்களா? படிச்சவங்க உத்தியோகம் பார்ப்பாங்க. மத்தவங்க என்ன செய்வாங்க? சாப்பாட்டுக்கு இல்லாம இருக்கற அந்தக் கஷ்டத்தை அனுபவிச்சவங்களுக்குத்தான் தெரியும். பொறுக்க முடியாமத்தான், வயித்தை அடக்கினா போறும்னு ருக்மிணி அப்படிப் போயிட்டா. இப்போ சரோசியும் போறேங்கறா! அந்தப் பிரேத உடம்புக்கு எவன் வருவான்?"

மீனு முகத்தைச் சுளித்துக்கொண்டாள். "நீ ரொம்ப அசிங்கமா பேசறே லக்ஷ்மி."

"உண்மை எல்லாம் அசிங்கம்தான் மீனு."

அக்ரஹாரம் வந்துவிட்டது. லேசான இருள் சூழ ஆரம்பித்துவிட்டது. இன்னும் விளக்கேற்ற மனசு வராமல், திண்ணைகள் சூன்யம் பிடித்துத் தெரிந்தன.

"ஊர் விவஸ்தையே இல்லாமப் போயிடுத்து. வயசு வந்த பெண்கள்ளாம் தெருவிலே நடக்க ஆரம்பிச்சுட்டா."

"நீ பேசாம வா மீனு" என்று லக்ஷ்மி மீனுவின் கைகளைப் பிடித்துக்கொண்டு நடந்தாள்.

"யார் அது லக்ஷ்மி?"

"யாரோ வேலையத்தவங்க. இவங்க பேச்சையெல்லாம் கவனிச்சயானா பெரிய படிப்பெல்லாம் படிக்க முடியாது."

சபேசனின் வீட்டில் மட்டும் திண்ணையில் விளக்கு எரிந்துகொண்டிருந்தது. அன்று மாமா பேசியது நினைவுக்கு வந்ததும் மனசு மறுபடி அதிர்ந்தது. என்ன நாக்கு அவருக்கு?

லலிதா கவலையுடன் கூடத்தில் உட்கார்ந்து கொண்டிருந்தாள்.

"இனிமே இத்தனை நாழி கழிச்சு கோவிலுக்குப் போகாதே

மீனு. உங்க மாமாவுக்குப் பதில் சொல்ல எனக்குத் தெரியாது."

"மாமா வந்துட்டாரா?"

"வந்துட்டு எங்கேயோ போனார். நீ கோவிலுக்குப் போனது அவருக்கு அவ்வளவு இஷ்டமில்லே."

மீனு ஓர் ஆயாசத்துடன் லலிதாவைப் பார்த்தாள். "மாமாவோட கோபத்துக்கெல்லாம் உங்களைப் போல நா பயந்துண்டு இருக்கப் போறதில்லே மன்னி. அவருடைய கோபத்துக்கெல்லாம் அப்பப்போ பதில் சொல்லி சமாதானப்படுத்திக்க வேண்டியதுதான்."

"ஐய்யய்யோ!" என்றான் ராஜு பீதியுடன். "உன்னையும் அடிச்சுடுவார் அப்புறம்!"

"என்னை அடிக்கமாட்டார்."

"இல்லை. அடிப்பார்!" என்றான் ராஜு தீர்மானமாக.

"நா பதில் சொல்லல்லேன்னா அடிப்பார். நீ பதில் சொன்னால் அடிப்பார்."

மீனு தன்னையறியாமல் சிரித்தாள்.

"இவனுக்கு எத்தனை தெரிஞ்சிருக்கு பார்த்தேளா மன்னி? இவனைப் போய் சாது என்கிறேளே? சரி, வா ராஜு. இனிமே நாம ரெண்டுபேரும் சமத்தா படிக்கணும்."

அன்றைய வீட்டுக் கணக்குகளை ராஜுவைப் போடச் சொல்லிவிட்டு அவள் தன் படிப்பிற்கு உட்கார்ந்தாள். வெளியில் வாசலில் போகாமல் இந்த ஊரில் வீட்டுக்குள்ளேயே உட்கார்ந்திருப்பது எப்படி சாத்தியம் என்று தோன்றிற்று. மாலையில் வெளிக்காற்றை சுவாசிக்காவிட்டால் மூச்சுத் திணறிவிடும் போல் இருந்தது. எத்தனை நேரம் பூவரச மரத்தை வேடிக்கை பார்த்துக்கொண்டு உட்கார்ந்திருக்க முடியும்? அல்லது கூடத்தில் உட்கார்ந்து கொண்டு சுவரைப் பார்த்துக்கொண்டிருக்க முடியும்? 'என்னால் முடியாது மாமா!' என்று அவள் தனக்குள் சொல்லிக்கொண்டாள். 'க்ளாஸ்ட்ரோ

ஃபோபியா' வந்துவிடும் எனக்கு. மன்னி மாதிரி கீதையைப் பாராயணம் பண்ணிக்கொண்டு தாமரை இலைத் தண்ணீரா உட்கார முடியாது.

"ஊர் சுத்தப் போனவா வந்தாச்சா?"

கூடத்திலிருந்து வந்த சபேசனின் குரலைக் கேட்டு அவளுக்குச் சிரிப்பு வந்தது. தூக்கி வாரிப் போட்டு ராஜுவின் கையிலிருந்த பென்சில் கீழே விழுவதை அவள் விசனத்துடன் பார்த்தாள்.

"ஆச்சு" என்று லலிதா மெல்லிய குரலில் சொல்வது கேட்டது.

"திண்ணையிலே இன்னிக்கே ஊர் வம்பளக்க ஆரம்பிச்சாச்சு."

மீனு சரேலென்று எழுந்தாள். அறை வாசலில் நின்றபடி சபேசனைத் தீர்க்கமாகப் பார்த்தாள்.

"மாமா!" என்றாள்.

"லக்ஷ்மியைத் துணைக்கு அழைச்சுண்டு கோவிலுக்கு நேரே போய் நேரே வீட்டுக்கு வரேன். விவஸ்தையில்லாத ஜனங்கள் வம்பளந்தா அதுக்காக நாம பயப்பட வேண்டியதில்லே. இந்த ஊர்ப் பசங்களோட பம்பரம் விளையாடறதைவிட ராஜு என்னோட வாக்கிங் வந்தான்னா நல்லது!"

சபேசனின் முகம் ஜிவு ஜிவு என்றிருந்தது. "வாக்கிங்னா இருட்டற வரைக்கும் போகணுமா, என்ன?"

"நாளையிலேருந்து இருட்டறதுக்குள்ளே வந்துடறேன். ஓ.கே." என்றாள் அவள் சிரித்துக்கொண்டே. சபேசனுக்கு இன்னும் முகத்தில் கோபம் தெரிந்தது.

"சரி, சரி" என்றார் கடுகடுப்பு மாறாமல். "பேசிப் பொழுதைக் கழிக்காம ஒக்காந்துண்டு படியுங்கோ."

அவள் அறைக்குள் திரும்புகையில் அவள் அதரங்களில் ஒரு புன்னகை தெரிந்தது. ராஜு அவளை ஒரு வியப்புடன் பார்த்தான். அவள் சிரித்துக்கொண்டே அவன் அருகில் வந்தாள். "என்னை அடிக்கல்லே பார்த்தியா?"

அவன் அதற்கு ஒன்றும் சொல்லாமல் தலையைக் குனிந்து எழுதுவதில் பார்வையைத் திருப்பினான். இந்த மாமாவுக்கு யாரும் பதில் சொல்லாமலேயே அவர் துளிர்த்துப்போகிறார் என்று மீனு நினைத்துக் கொண்டாள். மன்னியும் ராஜுவும் தைரியமாகப் பதில் சொன்னால் அவர் அதை எப்படி வரவேற்பார்? அவரால் அதை நிச்சயம் தாங்கிக்கொள்ள முடியாது. அவருடைய ஈகோவை அவர்களை அதிகாரம் செய்துதான் அவர் சமாதானம் செய்துகொள்ள முடியும். அந்த ஈகோவிற்கு எதிர்ப்பு நேர்ந்தால், மனைவி குழந்தை என்கிற பந்தம் அவருக்கு இரண்டாம் பட்சம்.

'ஹி ஈஸ் ஆன் அப்ஸல்யூட் ஸாடிஸ்ட்' மன்னியை நினைத்து மறுபடி ஆச்சரியமேற்பட்டது. இந்தமாதிரி ஒரு மனுஷனுடன் இத்தனை நாள் வாழ்ந்தவளுக்கு மனசில் கொஞ்சம்கூட வெறுப்பும் கோபமும் இல்லாதது ரொம்ப ஆச்சரியமாக இருந்தது. யோசிக்க யோசிக்கப் புரியமாட்டேன் என்கிறது. வெறுப்பு இல்லாதது மாத்திரமில்லை. எத்தனை பிரியம் இருக்கிறது மனசில்! கீதையைப் படிப்பவர்களெல்லாம் அப்படித்தான் இருப்பார்களோ? அவசர அவசரமாகக் காலை வேளையில் சமையல் செய்தபடி கீதை ஸ்லோகங்களை முணுமுணுக்கும் அம்மாவின் ஞாபகம் வந்தது. அம்மாவுக்கு எத்தனை கோபமும் ஆங்காரமும் வரும்! வெறும் ஸ்லோகங்கள் சொல்வதினால் எந்த அற்புத மாற்றமும் நேராது. மன்னி மிகத் தீவிரமாக கீதையை அப்பியஸிக்க வேண்டும் அல்லது அவள் ஸ்வபாவத்திலே யோகியாக இருக்க வேண்டும். மீனு தன் எண்ண ஓட்டங்களைப் பிடித்திழுத்து புஸ்தகத்தில் பார்வையைத் திருப்பினாள். இந்த ஊரில் இருக்கிறவரை தினமும் இந்த மாதிரியே யோசனை செய்துகொண்டு படிக்க ஆரம்பித்தால் படிப்பு அதோகதியாகப் போய் விடும்.

"யாரைக் கேட்டுண்டு அவளுக்கு அரிசியைக் கொடுத்தே?" ஈஸ்ட் இண்டியா கம்பெனி சரித்திரத்திலிருந்து சரேலென்று மீனு யதார்த்தத்துக்கு இறங்கி வந்தாள்.

லலிதாவிடமிருந்து சற்று நேரம் பதில் வரவில்லை.

“என்ன, நா கேட்டுண்டே இருக்கேன்!”

“பசி பொறுக்காம அவ அலண்டு போயிருக்கிறதைப் பார்க்க எனக்குச் சகிக்கல்லே. அரிசி வேணும்னு கேக்கவே கூச்சப்பட்டுக் கொண்டு அவ அழறதைப் பார்க்க எனக்குத் தாங்கல்லே. அதனாலே கொஞ்சம் கொடுத்தேன்."

“என்னை கேக்கணும்னு உனக்குத் தோணல்லே!"

“நீங்க வீட்டிலே இருக்கல்லியே?"

“வீட்டுக்கு வந்தப்புறம் சொன்னியா?”

“சொல்லணும்னுதான் நினைச்சேன். அப்புறம் மறந்து போச்சு."

“பொய்! எனக்குத் தெரியாமே எத்தனை விஷயங்களை நீ மறைக்கிறே? எத்தனைத் திமிர் உனக்கு! கொஞ்சமாவது என்மேலே மதிப்பும் மரியாதையும் உனக்கு இருந்துதுன்னா இப்படி நடந்துப்பியா?"

“மன்னிச்சுக்குங்கோ. இது பெரிய விஷயம்னு எனக்குத் தோணாததாலே எனக்கு மறந்துபோச்சு!"

“உனக்கெப்படி இதெல்லாம் பெரிய விஷயமா இருக்கும்? நீ ராஜ பரம்பரையைச் சேர்ந்தவள். நான்னா உழைக்கிறவன்! என் உழைப்புனாலேதான் அந்த தானியம் வீட்டுக்கு வந்தது? அதை எத்தனை தைரியம் இருந்தா என் அனுமதியில்லாமே இன்னொருத்தருக்குக் கொடுப்பே? கொடுத்ததுமில்லாமே மறைப்பே!"

மீனுவுக்கு மார்பு படபடத்துக் கொண்டு வந்தது. ‘எத்தனை அல்பமான மனசு உங்களுக்கு!’ என்று மாமாவைப் பார்த்துக் கத்தவேண்டும் போலிருந்தது. நீங்கள் இந்த வீட்டுக்கு எஜமானர் என்றால், மன்னி இந்த வீட்டு எஜமானி இல்லையா? அவளுக்கு எதைச் செய்யவும் அதிகாரம் இல்லையா என்று கேட்க வேண்டும் போலிருந்தது. அவள் தன்னைக் கட்டுப்படுத்திக் கொண்டாள்.

“இனிமே, உங்களைக் கேக்காமே எதுவும் செய்ய மாட்டேன்.”

மீனுவுக்குச் சப்பென்று போயிற்று. எதற்காக இந்தச் சரணாகதி என்ற ஆத்திரம் வந்தது. தான் நியாயமாகச் செய்த காரியத்திற்கு எதற்கு மன்னிப்புக் கேட்கிறாள்? இந்த ரீதியில் மன்னி எந்தக் காரியத்திற்கும் மாமாவிடம் தோப்புக்கரணம் போட்டுக்கொண்டு இருந்தால் மாமா இந்த ஜென்மத்தில் மாற மாட்டார். திடீரென்று ஓர் எண்ணம் அவளுக்குள் தோன்றிற்று. மன்னி எதிர்க்க வேண்டும் என்று மாமாவும் மறைமுகமாக விரும்புகிறாரோ? இந்த மாதிரி ஆமாம் சாமி போடுவது அலுத்துப் போய்தான் இப்படி எதற்கெடுத்தாலும் கத்தி வம்புக்கு இழுக்கிறாரோ? அவளுக்குச் சிரிப்பு வந்தது. இன்று மாலை மாமாவின் கத்தலுக்குச் சரியாகத் தான் பதில் சொன்னதற்கு, மாமா மேற்கொண்டு கத்தாமல் சற்று அடங்கிப் போனது ஞாபகத்திற்கு வந்தது. மன்னிக்கு இந்த டெக்னிக்கைச் சொல்லிக் கொடுத்தால் என்ன?

“எல்லாம் வேஷம். நீ போடறது அத்தனையும் வேஷம்!”

டணாரென்று ஏதோ விழும் சத்தம் கேட்டது. பிறகு மாமா, அதிர்ந்த நடையுடன் எழுந்து வாசல் கதவைத் திறந்துகொண்டு வெளியில் போகும் சத்தம் கேட்டது. அவள் எழுந்து சமையல் அறைக்குள் சென்றாள். மாமா சாப்பிட்ட தட்டு அறையில் மூலையில் உருண்டு கிடந்தது. லலிதா ஒரு பிரமையுடன் உட்கார்ந்திருந்தாள். மீனு தயக்கத்துடன், ‘என்ன மன்னி?’ என்று கேட்டாள். எந்த வித உணர்ச்சியும் காட்டாமல், லலிதா அவளை ஏறிட்டுப் பார்த்தாள்.

“ஒண்ணுமில்லே மீனு! நீங்க ரெண்டுபேரும் சாப்பிட வரேளா?”

லலிதா எழுந்தாள். மூலைக்கு உருண்டிருந்த எச்சில் தட்டை எடுத்துக்கொண்டு கொல்லைப்புறம் நடந்துகொண்டே லேசாகச் சிரித்தாள்.

“இதெல்லாம் தினசரி நடக்கற சாதாரண விஷயம் மீனு. இதையெல்லாம் நீ கவனிக்கவே கூடாது.”

“கவனிக்காமே என்னால இருக்க முடியாது.”

“மீனு ப்ளீஸ், ராஜுவை அழைச்சிண்டு சாப்பிட வா.”

லலிதா அவர்கள் இருவருக்கும் மௌனமாகப் பரிமாறினாள்.

“நீங்க சாப்பிடல்லையா மன்னி?”

“இல்லே, எனக்குப் பசிக்கல. கொஞ்சம் கழிச்சுச் சாப்பிடறேன்.”

மன்னி இன்று சாப்பிட மாட்டாள் என்று மீனு நினைத்துக் கொண்டாள். மேற்கொண்டு ஏதும் பேசக் கூடாது என்ற தீர்மானத்துடன் மௌனமாகச் சாப்பிட்டு எழுந்தாள். படிப்பில் புத்தி செல்லவில்லை. திரும்பத் திரும்ப மாமாவின் கோபக் குரல் மனத்தில் சுழன்றது...

“பார்த்தாய பரதி-போதிதாம்

பகவதாம் நாராயணேன ஸ்வயம்”

அவள் தாக்கப்பட்டவள் போல நிமிர்ந்து உட்கார்ந்தாள். குரல் மிக இனிமையாக இருந்தது. அவள் மெல்ல எழுந்து குரல் வந்த திசையில் நடந்தாள். லலிதா, கொல்லை முற்றத்தில் ஆகாசத்தைப் பார்த்தபடி உட்கார்ந்திருந்தாள். கீதை ஸ்லோகங்கள் மெல்லிய குரலில் ராகத்தோடு ஒலித்தன.

“ப்ரஹ்மண்-யாதாய கர்மாணி ஸங்கத்-

த்யக்த்வா க்ரோகிய!

லிப்யதே நஸ பாபேன பத்ம

பத்ர மிவாம்பஸா.”

திடீரென்று ஸ்லோகத்தை நிறுத்திவிட்டு லலிதா முழங்கால்களில் முகத்தைப் புதைத்துக்கொண்டு விசித்து விசித்து அழ ஆரம்பித்தாள்.

# 12

இனிமேல் தாங்க முடியாது என்று கண்ணீரே மடையை உடைத்தாற்போல் கண்களிலிருந்து பெருகிற்று. எத்தனை அடிபட்டு அனுபவித்தும், நாங்கள் இன்னும் வஜ்ரமாகவில்லை என்று நெஞ்சும் மனசும் வெடித்துக் குலுங்கின. ஜன்ம ஜன்மமாய் தொடர்ந்து வரும் துயரமும் சுமையும் பச்சாதாபமுமாய் உருகின.

கேவலும் அழுகையும் மெள்ள மெள்ளக் குறைந்து லலிதா கண்களைத் துடைத்துக்கொண்டு நிமிர்ந்தாள். கண்ணீர் பெருக்கியது மனதைச் சற்று இளக்கின மாதிரி இருந்தது. இன்னமும் ஒரு சோகம் மனசில் கனமாக அமர்ந்திருந்தது. அவள் ஆகாசத்தை அண்ணாந்து பார்த்தாள். கருநீலத்தில் நட்சத்திரங்கள் ஜொலித்தன - நம்பிக்கையோடு இரு என்று தைர்யம் சொல்கிற மாதிரி. அவளுக்குக் கண்களில் மறுபடி நீர் நிறைந்தது.

நான் தோற்றுப்போனேன் என்று அவள் தனக்குள் சொல்லிக்கொள்கையில் மனசு மறுபடியும் குலுங்கிற்று. அவளுடைய துயரத்தைப் புரிந்துகொண்ட மௌன சோகத்துடன் பிரபஞ்சமே நிற்பதுபோல் அவளுக்குப் பிரமையேற்பட்டது. திடீரென்று உடலில் ஒரு சிலிர்ப்பேற்பட்டது. அப்பாவின்

குரல் அருகில், மிக அருகில் தெளிவாகக் கேட்கிற மாதிரி தோன்றிற்று.

'துஞ்சும் போதழைமின் துயர்வரில் நினைமின் துயரிலீர் சொல்லிலும் நன்றாம் நஞ்சுதான் கண்டீர் நம்முடைய வினைக்கு நாராயணா வென்னும் நாமம்!'

அவளுக்குச் சட்டென்று மனசில் ஒரு பிரவாகம் கிளம்பிற்று. அப்பா எதிரிலேயே நிற்கிற மாதிரி பிரமையேற்பட்டது. நட்சத்திரக் கூட்டத்திலிருந்து நேராக இறங்கி எதிரில் நின்று கண்ணைத் துடைக்க வந்த மாதிரி. அவள் துயரத்தைத் தானும் தாங்க வந்த மாதிரி.

அவள் கண்களிலிருந்து சரம் சரமாய் நீர் வழிந்தது. ரிஷியைப் போல் வாழ்ந்த அப்பா.

பணமும் பதவியும் புகழும் துச்சமென்று நினைத்து வாழ்ந்த அப்பா. கருணை என்கிற பதத்திற்கு இலக்கணமாக வாழ்ந்து காட்டிய அப்பா...

என் மனசு பலஹீனப்பட்டுப் போய்விட்டது என்று அப்பா நினைத்திருக்க வேண்டும்; தைரியம் சொல்ல வந்திருக்க வேண்டும்.

அருகில் யாரோ நிற்பதை உணர்ந்து அவள் சுய நினைவுக்கு வந்தாள். மீனு நின்றிருந்தாள் - கண்களில் கனிவையும், அனுதாபத்தையும் ஏற்றிக்கொண்டு. இந்தச் சின்னப் பெண்ணுக்கு இந்த வீட்டின் விஷயம் எல்லாம் எப்படிப்பட்ட பாதிப்பை ஏற்படுத்துமோ என்று நினைக்கையில் விசனம் ஏற்பட்டது. மீனு, லலிதாவின் முதுகின்மேல் மெல்லக் கையை வைத்தாள்.

"ஏன் மன்னி?" என்றாள் மிக மெதுவாக.

லலிதாவின் அதரங்களில் மீண்டும் புன்னகை வந்தமர்ந்தது.

"எது ஏன்?"

"இந்தத் துக்கமும் அழுகையும்?"

லலிதா சிரித்தாள்.

“நா மனுஷியா வேற ஏதாவதான்னு உனக்கு அடிக்கடி சந்தேகம் வந்துடறதே! நா மனுஷிதான்னு உனக்குக் காண்பிக்க வேண்டாமா?"

மீனு அந்தச் சிரிப்பைப் பார்க்கத் தென்பில்லாமல் ஆகாசத்தைப் பார்த்தாள்.

“வருத்தப்படாதீங்கோ மன்னி" என்றாள் மெல்ல. “மாமாவுக்கு இப்படிக் கோபப்படறதே வழக்கமாப் போச்சு. உங்களை அப்படிக் கோச்சுக்கிறதிலே தன்னுடைய பௌருஷத்தைக் காண்பிக்கிறதா அவர் பெருமைப்பட்டுக்கிறார். ஹி ஈஸ் ஏ ஷாவனிஸ்ட், எ டெரிபிள் மேல் ஷாவனிஸ்ட்!"

லலிதா பதில் ஏதும் சொல்லாமல் மௌனமாக அமர்ந்திருந்தாள்.

“மன்னி! இருபதாம் நூற்றாண்டு முடியப் போகிறது. நீங்க இன்னும் த்ரேதா யுகத்திலே இருக்கிற பதிவிரதை வேஷம் போடறேள்! இந்த ஆண்களை இப்படியே விட்டுவிடக் கூடாது மன்னி. அவா சொல்றதுக்கெல்லாம் மண்டையாட்டிண்டே இருந்தோம்னா, கசையடி கொடுக்கும்போதெல்லாம் முதுகைக் காட்டிண்டு இருந்தோம்னா நமக்கு விமோசனமேயில்லை! ஒவ்வோர் ஆணும் மாமா மாதிரி உறும ஆரம்பிப்பான்!'

லலிதா புன்னகையுடன் அவளுடைய கைகளைப் பற்றித் தன் அருகில் அமர்த்திக்கொண்டாள்.

“வீரர்கள்ளாம் யுத்தம் வராதான்னு காத்துண்டிருப்பாளாம். பரபரக்கிற தோளையும் கையையும் என்ன செய்யறதுன்னு புரியாமெ ஆத்திரப்படுவாளாம். அந்த மாதிரி நீ சதா சண்டைக்குத் தயாரா இருக்கணும்ங்கறே! சமாதானம் என்கிற வார்த்தையே உனக்குத் தெரியாதா?"

“எது சமாதானம் மன்னி? நீங்க வாயை மூடிண்டு எல்லா அவமானங்களையும் ஏத்துக்கறதுதான் சமாதானமா? உங்களுக்கே பொறுக்க முடியாம இப்ப அழுதேளா, இல்லையா?!"

லலிதா சிரித்தாள்.

“எனக்கு ஏதோ அவமானம் ஏற்பட்டுப் போச்சுன்னு நா

அழுதேன்னு நீ நினைச்சியா?"

"அதுக்காக அழலேன்னு நீங்க சொன்னேள்னா, நீங்க பெரிய ஹிப்பாக்ரிட்!"

"அப்படியே வெச்சுக்கோ. எப்படியும் நா சொல்லறதை உன்னால் புரிஞ்சுக்க முடியாது!"

"வேதாந்தமா?"

"எனக்குத் தெரியாது, அது என்னன்னு. ஆனா, அதுதான் என் மனசுக்குப் படற சத்தியம்."

"சொல்லுங்கோ என்னன்னு பார்க்கறேன். எதுக்கு அழுதேள்?"

லலிதாவின் முகத்தில் ஒரு தயக்கம் தெரிந்தது. வெகு அந்தரங்கமான விஷயத்தை யாரோ கேட்டுவிட்டாற் போல. சதா படபடத்துக்கொண்டு ஆத்திரப்பட்டுக் கொண்டு நிற்கும் இந்தப் பெண் நிச்சயம் தான் சொல்வதை நம்பமாட்டாள் என்று தோன்றிற்று...

"எங்கப்பா அடிக்கடி சொல்வார் மீனு.. இந்த உலகத்திலே எதைக் கண்டும் நாம வருத்தப்பட வேண்டியதில்லே, மனுஷனுடைய அஞ்ஞானத்தைக் கண்டுதான் வருத்தப்படணும்பார்!"

"அப்படின்னா?"

ஆகாசத்தில் நட்சத்திரங்கள் பளிச்சென்று தெரிந்தன. அப்போது சந்திரன்கூட மேகத்திலிருந்து விலகி நின்றிருந்தது.

லலிதா லேசாகச் சிரித்தாள்: "எப்படிச் சொல்லட்டும் மீனு? முன்னயே ஒரு நாளைக்கு நா சொன்னேனே - மனுஷன் பண்ற தப்பெல்லாம் அவனுடைய அறியாமையினாலே ஏற்படற தப்பு. சாச்வதமில்லாததை சாச்வதம்னு நினைச்சுண்டு காண்பிக்கிற அசட்டுத்தனம்..."

மீனு சற்று யோசனையுடன் அவளைப் பார்த்தாள்... பிறகு சிரித்தாள்.

"வேடிக்கைதான் மன்னி. மாமா உங்களைக் கோச்சுண்டதும் நீங்க உலகத்துக்காக அழுதேளா?"

லலிதா தலையைக் குனிந்துகொண்டாள். "நீ எப்படி வேணா நினைச்சுக்கோ மீனு! மாமா என்னை கோச்சுண்டார்னு சுய பச்சாதாபத்தினாலேயோ கோபத்தினாலேயோ நா நிச்சயமா அழல்லே. எனக்கு அவமானம் ஏற்பட்டுப் போச்சுன்னு அழல்லே. அநியாயமா ஒரு ஜீவன் வீணாப் போறதேன்னு அழுதேன். தானே ச்ருஷ்டிச்சிண்ட சின்ன வட்டத்தைத் தாண்டி வெளியே வர மாட்டேங்கறதேன்னு அழுதேன்..."

மீனு பெரிதாகச் சிரித்தாள். "நன்னாயிருக்கு! இதுக்காக அழுவாளா? நீங்க அழுது என்ன லாபம்? சில பேரைத் தட்டிக் கொட்டி எழுப்பினாத்தான் எழுந்திருப்பா. மாமாவை அப்படித்தான் எழுப்பியாகணும்..."

"இதெல்லாம் அவாவாளா தெரிஞ்சுக்க வேண்டிய விஷயம் மீனு. வாய்ப்பாடு, நெட்டுரு போடற விஷயமில்லே."

"அவருக்கு இந்த விஷயமெல்லாம் இந்த ஜன்மத்திலே புரியப்போறதில்லே."

லலிதா ஒரு வினாடி திடுக்கிட்டு அவளைப் பார்த்தாள். பிறகு சமாளித்துக்கொண்டு சிரித்தாள்.

"மனுஷாகிட்டே உனக்கு ஏன் நம்பிக்கையேயில்லை மீனு?'

"மாமாகிட்டே இல்லே. ஸாரி மன்னி. மாமா இப்படி இருக்கிறதுக்கு நீங்கதான் காரணம். அவர் கோபத்துக்கெல்லாம் வாயை மூடிண்டு நீங்க இருக்கிறதுனாலே தன் கட்சி நியாயமான கட்சின்னு நினைக்க ஆரம்பிச்சுட்டார்! அவர் அநியாயமா பழி சொல்லும்போது அவர் சொல்றது தப்புன்னு நீங்க காட்டினேள்னா இத்தனை தூரம் அவர் திமிறமாட்டார்! உங்க பாஷையிலே 'அஹங்காரம்' இந்த அளவுக்கு வளர்ந்திருக்காது."

லலிதா, தலையைக் குனிந்துகொண்டாள். சுபாவமான துடுக்குத்தனத்தில் சபேசனுக்கு மருமாள் என்ற உரிமையில் மீனு தன் மனத்தில் பட்டதைச் சொன்னாலும் கேட்பதற்குக் கஷ்டமாக இருந்தது.

“பெரியவாளெயெல்லாம் கண்டனப்படுத்தறதுக்கு நமக்கு உரிமையில்லை மீனு!’

மீனு ஓர் ஆயாசத்துடன் அவளைப் பார்த்தாள்.

“இது நம்ம உரிமைப் பிரச்னை மன்னி! அவர் என்னுடைய மாமா என்கிற விஷயத்தினாலே எனக்கு இன்னும் அதிகமா வருத்தம் ஏற்படறது. தினசரி அவர் போடற சத்தத்தைப் பார்த்து பெண் என்கிறவளை எத்தனைக் கேவலமா நினைக்கிறார்னு ஆத்திரம் வரது.”

“உஷ் மீனு!" என்றாள் லலிதா மிருதுவாக. “ஆண் பெண்ணுனு வித்தியாசப்படுத்தி வருத்தப்படற வழக்கமில்லே எனக்கு. தெரியாத்தனமா நடந்துக்கறாளேன்னு ஏற்படற வருத்தம். யார் அசட்டுத்தனமா நடந்துண்டாலும் ஏற்படறது. அது யாராயிருந்தாலும்–’

“அது ருக்மிணியோ, சங்கரலிங்கையரோ, மாமாவோ... யாராயிருந்தாலும்..?"

லலிதாவின் புன்னகையில் ஒரு சோகம் தெரிந்தது.

“ஆமாம், மீனு...!”

“அப்ப நீங்கதான் எல்லாரையும்விட பெரிய அசடு. உங்களைப் பார்த்தாதான் எனக்கு வருத்தமாயிருக்கு."

லலிதா தன்னையறியாமல் சிரித்தாள்.

“வாசற்கதவைத் தாழ்ப்பாளே போடல்லே. இங்கே நிலா முத்தத்திலே உட்கார்ந்துண்டு என்ன பேச்சும் சிரிப்பும்?”

லலிதா சட்டென்று எழுந்தாள். ஓசைப்படாமல் இவர் எப்படி வந்து நிற்கிறார்?

“என்ன நாளைக்கு காலேஜ் இருக்கோ இல்லையோ?”

“இருக்கு மாமா.”

“இந்த மாதிரி அரட்டை அடிச்சுண்டு பொழுதைக் கழிச்சா படிப்பு அதோகதிதான்..."

மீனு எதுவும் பேசாமல் உள்ளே போனது லலிதாவுக்கு நிம்மதியாக இருந்தது.

அவள் உள்ளே சென்று பானையிலிருந்து நீர் எடுத்து அருந்தினாள். காலி வயிறு கொடகொடவென்றது. இரண்டு, மூன்று தம்ளர் நீர் உள்ளே சென்றதும், சற்று அடங்கிற்று.

சபேசன் கொல்லைக் கிணற்றடியில், காலையும் முகத்தையும் கழுவிக்கொண்டிருந்தார். படுக்கையிலிருந்து விலகி தரைக்குச் சென்றிருந்த ராஜுவை நேராக்கி விளக்கை அணைத்துவிட்டு அவள் படுத்து கொண்டாள். திடீரென்று மனசில் ஓர் ஆயாசம் புகுந்து கொண்டது.

"அப்ப நீங்கதான் எல்லாரையும் விட பெரிய அசடு...!?"

மீனு, சொல்வது வாஸ்தவந்தானோ? அதனால்தான் இப்படிக் கிளம்பின இடத்திலேயே நிற்கிறமாதிரி பிரமையேற்படுகிறதோ? இந்தப் பதினைந்து வருஷ மண வாழ்வில் நாம் என்ன சாதித்திருக்கிறோம்?

பதினைந்து வருஷங்கள்!

பதினைந்து வருஷங்களை எப்படி நின்ற நிலையிலேயே ஓட்டியிருக்கிறோம்? செக்கு மாடு மாதிரி!

பதினைந்து வயசில் இந்த வீட்டுக்குள் நுழைந்தவளுக்கும், இப்போதிருப்பவளுக்கும் வித்தியாசமிருக்காதா? வளர்ச்சி இருக்காதா? மனத்தளவில் வளர்ச்சியேயில்லையென்றால், அது மிகப் பரிதாபமான தேக்கம்தான்...

பதினைந்து வயசில் தான் இருந்ததற்கும், இப்பொழுது மீனு இருப்பதற்கும் எத்தனை வித்தியாசம் என்று நினைக்கையில், ஆச்சரியமாக இருந்தது. அந்த வயசிலேயே யார்மீதும் தப்பே தோன்றாத மனசாக இருந்தது. அப்பாவின் கீதோபதேசத்தில் ஊறி வளர்ந்த மனசு, வேறு எந்தவிதமாகவும் சிந்திப்பது சாத்தியமில்லை.

அப்பாவுக்குத் திடீரென்று பம்பாய் பட்டணமும், பகட்டு வாழ்வும் அலுத்துப் போயிற்று. கிராமத்துக்குப் போய்விட

வேண்டும் என்று ஒரு தாபம் எழுந்துவிட்டது.

“உன்னைக் கிராமத்திலே நில புலன்களைப் பார்த்துக்கற ஒரு பையனுக்குத்தான் கொடுக்கப் போறேன்” என்பார்.

“பச்சை வயல்களும் பட்சிகளும் நதியும் இருக்கற இடத்திலே வாழற மனசிலே கல்மிஷமே இருக்க முடியாது. பட்டணத்து ஜனங்களுக்கு மனுஷத் தன்மையே போய்விட்டது லலிதா... ஆன்மாவே இல்லாத வெறும் கூடுகள் மாதிரி போய்விட்டது. இயற்கைக்கு நடுவில் இருப்பவர்களுக்குத்தான் மனசிருக்கும்... அன்பிருக்கும்... காருண்யம் இருக்கும்...”

இருட்டில் கண்களைத் திறந்தபடி படுத்திருந்த லலிதாவின் அதரங்களில் புன்னகை அரும்பிற்று.

அப்பாவுக்கு எத்தனை வெள்ளை மனசு என்று இப்பொழுது புரிகிறது. அவர் வேதாந்தியே தவிர, தீர்க்கதரிசி இல்லை என்று புரிகிறது...

இயற்கைக்கு நடுவில் உட்கார்ந்தாலும் அது கண்ணிலேயே படாமல், பட்டாலும் அதனால் பாதிக்கப்படாமல் இருக்கும் ஜனங்களை, மரத்துப்போன ஆன்மாக்களை அப்பா பார்த்ததில்லை... பார்த்திருந்தால், உணர்ந்திருந்தால், யாரோ சொன்னார்கள் என்று அவசரமாக சபேசனைத் தேர்ந்தெடுத்துக் கல்யாணத்தை முடித்திருக்க மாட்டார்...

ஓ, அப்பாவுக்கு உயிர் போகிற அவசரம்! கல்யாணத்தை முடித்த பதினைந்தாம் நாள் கண்களை மூடுகிற அவசரம்..!

இரண்டு கண்ணீர்ச்சரம் கன்னத்தில் வழிந்து உதட்டில் நின்று கரித்தது. அவள் சட்டென்று சுயநினைவுக்கு வந்தாள். என்ன நேர்ந்துவிட்டது நமக்கு? அப்பாவின் செயலில் குறையும் சம்சயமும் தோன்றுகிற அளவுக்கு எங்கிருந்து பலவீனம் நுழைந்தது?

அன்றைக்கு அப்பா பேசிய வார்த்தைகள் மறந்து போய்விட்டனவா? எத்தனை தீர்மானமான வார்த்தைகள்? ஜன்மத்துக்கு மறக்க முடியுமா?

கல்கத்தா சித்தப்பாவின் கோபம் நிறைந்த முகம் திடீரென்று எதிரில் நின்றது.

“என்னண்ணா உனக்கு அவசரம்? கான்வென்டிலே படிச்சிண்டிருக்கிற பதினைஞ்சு வயசுப் பெண்ணை இப்படி கிராமத்திலே ஓர் உம்மணாம் மூஞ்சிக்குக் கொடுக்கவேண்டிய அவசியம் என்ன நேர்ந்து போச்சு?"

அப்பா சில வினாடிகள் ஒன்றுமே பேசவில்லை. சற்று பொறுத்து சித்தப்பாவைப் பார்த்துப் புன்னகைத்தார். லலிதாவை நிமிர்ந்து பார்த்த பார்வையில், ஓர் அசாதாரணமான கனிவும் பெருமையும் இருந்தது. பிறகு, நிதானமாக மிருதுவாக வார்த்தைகள் வந்தன.

# 13

காருண்யத்தின் உருவமாய் அப்பாவின் முகம் தெரிகிறது. அதரங்களில் ஒரு நிரந்தரமான புன்னகை-யோகியின் புன்னகை!

“எந்த எதிர்பார்ப்பும் இல்லாமே எந்தச் சூழ்நிலையிலேயும் திருப்தியா வாழணும்னு நான் லலிதாவைப் பழக்கியிருக்கேன் கிட்டு. அவளுடைய கான்வென்ட் படிப்பையும் வயசையும் பார்த்து அவளை எடை போடாதே. அவளைப் பத்திச் சொன்னா நானே பெருமையடிச்சுக்கிறேன்னு சொல்லுவே!”

“லலிதாவுடைய அருமை எனக்குத் தெரிஞ்சதாலேதான் தெரியாத ஓர் இடத்திலே ஏன் சம்பந்தம் பண்ணினேன்னு கேக்கறேன். அதுவும் கிராமத்திலே...”

“கிராமத்திலேதான் அவளைக் கொடுக்கணும்னு ஆசைப்பட்டேன் கிட்டு. அதுக்கான காரணம் லலிதாவுக்குத் தெரியும், புரியும். சபேசன்கிட்டே எந்தக் குறையும் இருக்கிறதா எனக்குத் தெரியல்லே. பி.ஏ. படிச்சிருக்கான். நிலபுலன்கள் இருக்கு. கொஞ்சங்கூட டாம்பீகமில்லாதவன். நல்ல பழக்கங்கள் கொண்டவன். இதைவிட வேறே என்ன நீ யாரைப்பத்தியும் தெரிஞ்சுக்க முடியும்?”

சித்தப்பா பதிலே சொல்லாமல் தனக்குச் சமாதானமாகவில்லை என்கிற மாதிரி உம்மென்று உட்கார்ந்திருந்தார்.

"அப்புறம் ஒரு விஷயம் கிட்டு. எனக்கு என் பெண்கிட்டே நிறைய நம்பிக்கையிருக்கு. அவ எந்த மாதிரி இடத்திலேயும் சமாளிச்சுப்பா; சந்தோஷமா இருப்பா என்கிற தைரியம் இருக்கு. பிரியத்தைத் தவிர வேறே எதுவுமே காட்டத் தெரியாத மனசு அவளுக்கு. ஆங்காரமோ, அசூயையோ, குறையோ, ஏமாத்தமோ தோணாத மனசு."

அந்த வார்த்தைகளை நினைத்துப் பார்க்கையில் இப்பவும் மனசும் உடலும் சிலிர்த்தது.

"இதையெல்லாம் அவர் புரிஞ்சிக்கணுமே?"

"புரிஞ்சுக்கலேன்னா அது அவனுடைய நஷ்டம்."

மனசு மறுபடி அதிர்ந்தது.

"நான் சாதாரணமானவள்" என்று அவள் தனக்குள் அவசரமாகச் சொல்லிக்கொண்டாள். அப்பாவின் புகழ்ச்சி அதீதமானது. மனசை மயக்கக்கூடியது. 'எதிர்பார்ப்பில்லாமல் பிரியத்தைச் செலுத்து' என்ற அப்பாவின் வார்த்தைகள் மட்டுமே ஞாபகம் இருக்க வேண்டும்.

அன்பு ஒன்றுதான் சாசுவதம். எதனாலும் பாதிக்கப்படாத சிறுமைப்படாத அன்பு..!

யாருடைய ஸ்பரிசமோ மேலே பட்டது. முரட்டுத்தனமான ஸ்பரிசம்! அவள் சுய நினைவு வந்து மெள்ளத் திரும்பினாள். சபேசனின் மூச்சுக்காற்று உஷ்ணமாக மேலே பட்டது. அவருடைய பிடியின் முரட்டுத்தனத்தில் ஒரு பலவீனம் தென்பட்டது. சட்டென்று அவரை நினைத்து அவளுக்கு மிகப் பரிதாபமாக இருந்தது. எத்தனை அநியாயமாகத் தன்னை வருத்திக்கொள்கிறார் என்று விசனமேற்பட்டது. தோற்றுப்போய் வந்து நிற்கும் குழந்தையைச் சமாதானப்படுத்துகிற மாதிரி, அவள் அவருடைய முகத்தைத் தடவினாள். மயிரைக் கோதி விட்டாள்.

'ஓ, எத்தனை இருட்டில் இருக்கிறீர்கள்? பணமிருக்கிறது. அன்பைப் பொழிய நானிருக்கிறேன். இன்னும் வேறு என்ன

வேண்டும் என்று பறக்கிறீர்கள்? எதற்கு இந்த ஆங்காரம்? ஆத்திரம்? சந்தோஷமாக இருக்க ஏன் மறுக்கிறீர்கள்? யாரும் சிரித்துப் பேசினால், மகிழ்ந்தால் ஆத்திரப்படுகிறீர்கள்? உங்களையே ஏன் கஷ்டப்படுத்திக் கொள்கிறீர்கள்? ஏன்? ஏன்?'

சபேசனின் அணைப்பில் ஒரு வேகம் தெரிந்தது. நெருக்கத்தில் ஓர் ஆதிக்கம் தெரிந்தது. அவள் தனக்குள் சிரித்துக்கொண்டாள்.

எனக்கு இதனால் வருத்தமில்லை. இதனால் உங்களுக்கு சந்தோஷமேற்பட்டால் எனக்கேதும் வருத்தமில்லை. என்னுடைய வருத்தமெல்லாம் உங்களுக்காக; எனக்காக இல்லை!

சபேசனுடைய கை அவளுடைய மார்பைச் சுற்றி இறுக்கமாக அமர்ந்திருந்தது. அவள் அதை மென்மையாகத் தடவிக் கொடுத்தாள். இந்த அணைப்பின் இறுக்கத்தையும் கதகதப்பையும் காலையில் கண் விழித்ததும் இவர் எப்படி மறந்துபோகிறார்? மனத்தை எப்படி இறுக்கி மூடிக்கொள்கிறார்? இரவு அவள் அருகில் வரும் நேரத்தில், அவர் வாயைத் திறந்து ஒரு வார்த்தை சொல்வதில்லை என்று அவளுக்கு ஞாபகம் வந்தது. வாயைத் திறந்தால், அந்தப் பலவீனமான தருணத்தில் இதமாக அன்பாக ஏதேனும் வார்த்தை வெளியில் வந்துவிடும் என்று பயப்படுகிறாரோ?

அவளுக்கு மறுபடியும் சிரிப்பு வந்தது. அன்பைச் செலுத்துவதில் ஏன் இந்தக் கஞ்சத்தனம்? பணத்தில் கஞ்சத்தனமாக இருப்பதே லாபமில்லாதபோது, அன்பில் கஞ்சத்தனம் காட்டுவது எந்த வகையில் இவருக்கு லாபம் என்று நினைக்கிறார்?

ஓ.. அது அவருடைய அகங்காரத்துக்கு லாபம் - ஒரு சமாதானம். அது ஓர் அல்ப சமாதானம் என்று இவருக்கு எப்படிப் புரிய வைப்பது?

'ஹி இஸ் எ ஷாவனிஸ்ட்! எ டெரிபில் மேல் ஷாவனிஸ்ட்.'

மீனுவின் வார்த்தைகளை நினைத்து மீண்டும் சிரிப்பு வந்தது.

'அதுக்கு இப்போ என்ன செய்ய முடியும் மீனு? ஜென்ம

ஜென்மமாய் வேரூன்றிப்போன ஓர் எண்ணத்தை நீ கொடியேந்திண்டு போனதாலே மாத்திட முடியுமோ? மனுஷனுடைய பலவீனத்தை நீ என்ன வேணும்னாலும் பேர் சொல்லி வித்தியாசப்படுத்து, எனக்கு எல்லாத்துக்குமே ஒரே காரணத்தைத்தான் சொல்ல முடியும்.

அஞ்ஞானம் — மேல்சாவனிஸம், ஃபோபியா, மேனியா அப்படின்னு என்ன வேணும்னாலும் பிரிச்சு சொல்லு. கடைசியிலே பார்க்கப்போனா, எல்லாத்துக்கும் அடிப்படைக் காரணம் ஒண்ணுதான்.

அஞ்ஞானம்! இருள் விலகி பகல் பிறக்கிற மாதிரி, இந்த அஞ்ஞானம் தானாகவே விலகி ஞானம் பிறந்ததானா எத்தனை நன்னாயிருக்கும்?

அப்படியெல்லாம் சுலபமாகப் பிறக்கக்கூடிய விஷயமில்லே அது என்று மறுநாள் காலை கண் விழித்ததும் புரிந்தது.

அவள் வாசல் தெளித்துக் கோலம் போட்டு அவசரமாகக் காபி கலக்கையில் சபேசன் கொல்லையில் பெரிதாக இரைவது கேட்டது. எழுந்திருக்கும்போதே இன்று என்ன என்று பதற்றத்துடன் அவள் சென்றாள்.

சபேசனின் முகம் சிவந்து பளபளவென்றிருந்தது. அவளைப் பார்த்த பார்வையில் அனல் தெறித்தது. இவர்தான் நேற்று இரவு அத்தனை தாபத்துடன் அவளை அணைத்தவர் என்று நம்புவது கஷ்டமாக இருந்தது.

"தாம்புக்கயிறும், குடமும் எங்கே?"

அவளுக்குத் திக்கென்றது.

'ஓ, நேற்று உள்ளே வைக்க மறந்துபோனோம்! திருட்டுப் போய்விட்டதா?'

அவள் பதற்றத்துடன் கிணற்றருகில் வந்தாள்.

"இங்கேதானே இருந்தது?"

"பின்னே.. நான் என்ன குருடனா, இப்ப இல்லேங்கறதுக்கு?

நேத்து ராத்திரி உள்ளே எடுத்து வெச்சியா?"

"இல்லே, மறந்துபோயிட்டேன்?"

"மறந்து எப்படிப் போகும்னு கேக்கறேன்."

அவள் தலையைக் குனிந்துகொண்டாள்.

நேற்று இரவு இவர் கத்தியது இவருக்கு மறந்திருக்க வேண்டும். கொலைப் பட்டினியாய் வந்து நின்ற ஒருத்திக்கு யாரைக் கேட்டுக்கொண்டு அரிசி தானம் செய்தாய் என்று கேட்ட கேள்வி, அவளை எத்தகைய அதிர்ச்சிக்கு உள்ளாக்கியிருக்கும் என்று இவருக்கு நிச்சயம் புரியாது. அந்த அதிர்ச்சி, புலன்களையே சில சமயங்களில் மறக்கடிக்கும் என்று இவருக்குத் தெரியாது!

அவளும் ஒரு மனுஷிதான். இயந்திரமில்லை என்று இவருக்குப் புரியாது. பாதி சாப்பாட்டில் கோபத்துடன் தட்டை உதைத்துவிட்டு கணவன் கிளம்பிப்போன கையோடு, எதுவுமே நடக்காத மாதிரி வழக்கம்போல் தாம்புக்கயிற்றையும் குடத்தையும் ஞாபகமாக உள்ளே எடுத்து வைக்கும் தடித்தனம் எப்பவும் ஒருத்திக்கு இருக்காது என்கிற விஷயம் இவருக்குப் புரியாது.

அவர் கோபத்துடன் முன்னால் வந்தார். "என்னடீ? நான் கேக்கறேன். பதில் சொல்லாமே நிக்கறே?'

அவள் தலையைக் குனிந்தபடியே பதில் சொன்னாள்: "தெரியல்லே, எப்படி மறந்துபோச்சுன்னு!"

அவர் வேகமாக அருகில் வந்து பல்லைக் கடித்துக்கொண்டு அவள் கன்னத்தில் பளாரென்று அறைந்தார்.

"நடு ராத்திரி வரைக்கும் நிலா முற்றத்திலே உக்காந்துண்டு அரட்டை அடிச்சுண்டு சிரிச்சுண்டு ஒரு பொம்மனாட்டி உட்கார்ந்திருந்தா, இந்த விஷயம் எப்படி ஞாபகம் இருக்கும்னு கேக்கறேன்! குடும்பம் நடத்தறவ இந்த மாதிரி அஜாக்கிரதையா இருந்தா வீடு உருப்படுமா?"

செவசெவ என்றிருந்த அந்த முகத்தையும், கண்களில் பளபளத்த கோபத்தையும் பார்க்கையில் அவர் வேண்டுமென்றே

கோபத்தை அதிகரித்துக் கொள்கிற மாதிரி இருந்தது. ஓர் ஆயாசம் மனசுள் புகுந்தது.

எதற்கு இந்தக் கோபம்?

‘கோச்சுக்கறதே அவருக்கு வழக்கமாகப் போச்சு மன்னி...!’

அவள் சட்டென்று சுய நினைவுக்கு வந்தாள்.

‘இவர் கோபித்துக்கொள்வதில் ஏதும் தப்பில்லை. அஜாக்கிரதையாக இருந்தது என் தப்பு!’

அவள் தலையைக் குனிந்தபடி மெல்லச் சொன்னாள்: “அஜாக்கிரதையா இருந்துட்டேன். மன்னிச்சுக்குங்கோ.”

“தெரியாத்தனமா கொலை பண்ணிட்டேன்; மன்னிச்சுக்கோன்னா உசிரு திரும்பப்போறதா? உன்னை மாதிரி இருக்கிறவாளை நம்பித்தானே திருடன் தன் பொழப்பை நடத்தறான்?”

“வேறெ ஒரு கயிறு இருக்கு. எடுத்துத் தரட்டுமா?”

“நீ என்ன அதுக்கு அண்ணாவி? நானே பார்த்துக்கறேன். உனக்கு எத்தனையோ முக்கிய வேலை இருக்கும், போ.”

அதை அவர் ஏற்கனவே எடுத்து வைத்திருப்பதை அவள் அப்பொழுதுதான் கவனித்தாள். அவள் பதில் பேசாமல் சமையலறைக்குச் சென்று வேறு ஒரு பித்தளைக் குடத்தைக் கொண்டுவந்து வைத்தாள்.

“இன்னும் இது மாதிரி எத்தனை இருக்கு?”

“வேறே இல்லை.”

“அதை ஞாபகம் வெச்சுக்கோ!”

அவருடைய நையாண்டியை நினைத்து மனசுக்குள் சிரிப்புகூட வந்தது அவளுக்கு.

“நீ ராஜபரம்பரை. திருட்டுப் போனா உனக்கென்ன கவலை?”

சபேசன் இன்னும் முணுமுணுத்துக் கொண்டிருந்தார். அவள் பேசாமல் சமையலறைக்குள் நுழைந்தாள்.

வரவர திருட்டுப் பயம் அதிகமாகிவிட்டது என்று நினைக்கையில் சங்கடமாக இருந்தது. இந்த ஊர் ஏன் இப்படிப் போய்விட்டது?

“என்ன மன்னி! இன்னிக்கு, சுப்ரபாதம் தினத்தைவிட பலமா கேக்கறதே?"

மீனுவின் குரல் பெரிசாகக் கேட்டது.

“திருட்டுப் போயிடுத்து மீனு!”

"என்னது?"

“தாம்புக்கயிறும், தோண்டியும் நான் நேத்து ராத்திரி உள்ளே வைக்க மறந்துட்டேன்."

“நல்ல கூத்து! நான்னா எடுத்து வெச்சேன் ஸ்டோர் ரூமிலே!"

லலிதாவுக்குச் சிரிப்பு வந்தது.

“போ. மாமாகிட்டே போய்ச் சொல்லு."

ஆயாசத்துடன் தலையை அசைத்துக்கொண்டு மீனு சென்றாள்.

கொல்லையில் மறுபடி சபேசனின் குரல் பலமாகக் கேட்டது.

“உன்னை யார் எடுத்து வைக்கச் சொன்னது? நீயெல்லாம் செய்ய ஆரம்பிச்சா வழக்கமா செய்யறவாளுக்குப் பொறுப்பு போயிடும். ஏற்கெனவே எல்லாத்துக்கும் மறதி...!"

லலிதா எதுவுமே காதில் விழாத மாதிரி அதரங்களில் ஒரு புன்னகையுடன் தன் வேலையைத் தொடர்ந்தாள். காப்பியைக் கலந்துகொண்டுபோய் கூடத்து ஊஞ்சலில் வைத்தாள். சபேசனின் முகத்திலே இன்னும் குரோதம் தெரிந்ததால், சகஜமாக ஏதோ சொல்ல நினைத்துப் பிறகு பேசாமல் உள்ளே வந்தாள்.

காபி குடித்து டம்ளரை பலத்த ஓசையுடன் சபேசன் வைத்தார்.

“நான் வெளியிலே போயிட்டு வரேன். அவாவா வேலையைப் பாருங்கோ!"

மாமா போய்விட்டார் என்று நிச்சயம் செய்துகொண்டு மீனு லலிதாவைப் பார்த்துச் சிரித்தாள்.

"இந்த மாமாவுக்கு மீசையிலே மண்ணே ஒட்டாதா?"

லலிதா பதில் சொல்லாமல் புன்னகைத்தாள்.

"ஆனா, மீசையில்லாதபோது எப்படி ஒட்டும்?"

"யாருக்கு மீசையில்லே மீனு அக்கா?"

"உனக்கும் எனக்கும்!"

"மீனு! காலேஜுக்கு நாழியாயிடுத்து!"

"இதோ கிளம்பறேன். மன்னி."

ஒருவழியாக ராஜுவும் மீனுவும் சாப்பிட்டுக் கிளம்பிப் போனதும்தான், சபேசன் இன்னும் சாப்பிட வரவில்லை என்று லலிதாவிற்கு ஞாபகத்திற்கு வந்தது. லக்ஷ்மியும் கடைத்தெருவிற்குப் போனவள் இன்னமும் காணோம். அவள் வாசல் திண்ணைக்கு வந்து தெருவைப் பார்த்தாள்.

தெரு வெறிச்சென்றிருந்தது. மூன்றாவது வீட்டு ஹரிஹரனின் சமையல்காரி மட்டும் தெருக்கோடித் திண்ணையிலிருந்து குனிந்து பார்த்தபடி நின்றிருந்தாள். அவளை சுவாரஸ்யப்படுத்தும் விஷயம் என்ன என்ற குறுகுறுப்புடன் லலிதா பார்க்கையில், கோடிவீட்டு சங்கரலிங்க அய்யரின் திண்ணையில் ஏகக் கூட்டம் தெரிந்தது. எதற்கு இந்தக் கூட்டம் என்று ஆச்சரியமேற்பட்டது. அடுத்த வாரம்தானே பட்டணத்துக்குக் கிளம்புகிறார்கள்?

லக்ஷ்மி வேகமாக வீட்டை நோக்கி வந்து கொண்டிருந்தாள். நடையில் ஒரு பதற்றம் தெரிந்தது. கண்களில் கண்ணீரின் கறையா?

"என்ன லக்ஷ்மி?"

லக்ஷ்மியின் குரல் கம்மிப் போயிருந்தது.

"அந்த சங்கரலிங்கய்யரு மருமக இல்லே. சரோசி! தூக்குப் போட்டுக்கிட்டதும்மா!"

"என்னது?"

மனசு அதிர்ந்து, குலுங்கிக் கண்களில் நீராய்க் கரைந்தது.

# 14

லலிதாவின் விழிகள் பிதுங்கின. "சரியாகச் சொல்லு லக்ஷ்மி."

லக்ஷ்மி தன்னை ஆசுவாசப்படுத்திக் கொள்கிற மாதிரி திண்ணையில் அமர்ந்துகொண்டாள்.

"என்னாத்தைச் சொல்றது போங்கம்மா. இன்னிக்கு அது, பின்கட்டுத் தாழ்வாரத்துல கருக்கல்லேயே உத்தரத்திலே கயித்தை மாட்டிகினு தொங்கியாச்சு போல! வீட்டிலே எட்டுமணி வரைக்கும் யாரும் கவனிக்கல்லே. இப்படியும் யாராவது வீட்டு மனுஷங்க இருப்பாங்களா? ஆத்திலே குளிக்கப் போயிருக்குன்னு நினைச்சாங்களாம்... எப்படி? தூ! மிருகங்ககூட இன்னும் பிரியத்தைக் காண்பிக்கும்!"

லக்ஷ்மியின் முகம் கோபத்திலும் ஆற்றாமையிலும் பளபளத்தது. நேரில் பார்த்துவிட்டு வந்த கண்றாவியின் நினைவில் உதடுகள் துடித்துக் கொண்டிருந்தன. நிலைமையின் பயங்கரத்தைத் தாங்க முடியாத அதிர்ச்சியுடன், விழிகள் கொட்டாமல் லலிதா அவளைப் பார்த்தபடி நின்றாள்.

"பசி வந்ததும்தான் புள்ளைங்களுக்கு அம்மாவுடைய ஞாபகம் வந்திருக்கு. அம்மாவைக் காணோம்னு சின்னப் பிள்ளை அழுதபோதுகூட சரோசியோட புருஷன் எரிஞ்சு விழுந்தாராம்."

“கடன்காரி எங்கேயாவது நின்னுகிட்டு வம்பளந்து கிட்டிருப்பா. ‘வீட்டுக்கு வரட்டும். காலை ஒடிக்கிறேன்’னு கத்தினாராம். கடைசியிலே கடைசி பிள்ளைதான் கண்டுபிடிச்சுதாம்!"

அடிவயிற்றில் ஒரு ஜில்லிப்பு ஏற்பட்டது.

அந்தப் பிள்ளைக்கு அப்பொழுது எப்படியிருந்திருக்கும்? அந்த அதிர்ச்சி ஆயுசுக்கும் மறக்குமா?

“பிள்ளைகள் எக்கேடு கெட்டுப் போகட்டும்!”

நினைக்க நினைக்க, சரோசியின் இந்த முடிவு வெறுப்பினால் ஏற்பட்டது என்று தோன்றிற்று. வளர்த்துக்கொண்ட கோபத்தினால் மண்டிப்போன வெறுப்பு. ஓ சரோசி!

லலிதா சட்டென்று சுய நினைவுக்கு வந்தாள்.

“லக்ஷ்மி.. சித்த வீட்டைப் பாத்துக்கோ. சாமி வந்தா விஷயத்தைச் சொல்லு!"

“சாமி அங்கதான் இருக்காரு. பார்த்தேன்.”

“சரி, அப்ப நான் போய்ப் பார்த்துட்டு வரேன்."

“நான் இங்கேயே குந்தியிருக்கேன். போங்க!”

தெருவில் நடந்து சங்கரலிங்கய்யர் வீட்டுக்குள் போவதற்குள் நெஞ்சு பதைத்து நாக்கு உலர்ந்து போயிற்று. வாசல் திண்ணையில் ஏக ஆண் கும்பல். அவள் சட்டென்று திரும்பி பின் தெருவுக்குச் சென்று, வீட்டுப் புழக்கடை வழியாக முற்றத்திற்கு வந்தாள்.

முற்றத்தை ஒட்டிய குறட்டில் தெருப் பெண்கள் எல்லாரும் உட்கார்ந்திருந்தார்கள். அவளைக் கண்டதும் ஓர் அனுதாபக் குரலில் சூள் கொட்டினார்கள். அவர்களுடன் சரோசியின் கணவனின் ‘மற்றவளும்’ உட்கார்ந்திருந்தது லேசான அதிர்வைத் தந்தது. எல்லா எல்லை மீறல்களும் இப்பொழுது எத்தனை சகஜமாகப் போய்விட்டது! இந்தச் சாவினால்கூட இவர்களுக்கு அதிகம் பாதிப்பு ஏற்படாதோ என்று மனத்தை நெருடிற்று. நடுக்கூடத்தில் உடலைக் கிடத்திப் போர்வையால் முழுவதும் மூடப்பட்டிருந்தது. உடல் பக்கத்தில் யாருமே இல்லை. ஆண்கள்

வாசல் திண்ணையில், பெண்கள் கொல்லைக் குறட்டில். குழந்தைகள் எங்கோ மூலையில் நின்றபடி நிலைமை எந்த அளவுக்கு விபரீதம் என்று புரியாமல், சோகத்தின் பரிணாமம் புலப்படாமல் அலங்க மலங்க நின்றன.

"என்ன அநியாயம் பண்ணிட்டா இந்த சரோசி! பார்த்தீங்களா மாமி?" என்றாள் கணேச படையாச்சியின் மனைவி நீலு.

லலிதா பதில் ஏதும் சொல்லாமல் தலையைக் குனிந்து கொண்டாள்.

"மனசுக்குக் கஷ்டம்னு வந்தா புத்தி எப்படியெல்லாம் வக்கரிச்சிப் போகும்னு சொல்ல முடியாது நீலு!"

"கஷ்டம்னா என்ன... எத்தனை தினுசு கஷ்டம்? எத்தனைதான் ஒரு பெண் தாங்குவது? அதோ பாருங்க, அங்கேயிருந்துதான் தொங்கினாளாம்."

இவர்கள் பேச்சில் கலந்துகொள்ளாமல் லலிதா ஒரு மௌன சோகத்தில் அமர்ந்தாள். தாழ்வாரம் இருட்டாக மறைவாக இருந்தது. முன்பு மாடுகளுக்காக தானியங்கள் வைத்துக்கொண்டிருந்த இடம், இப்போது விறகுக் கட்டைகளும் எரு மூட்டைகளும் இருந்தன.

அன்றைக்கு சரோசி வந்து தூணைப் பிடித்துக்கொண்டு நின்றதும், தோள் எலும்பு குலுங்க அழுததும் கண்ணில் நின்றது.

'இவா மாறிடுவான்னு நீங்க நம்பறேளா மாமி?'

அந்தப் பார்வையும் கேள்வியில் நின்ற நிச்சயமும்!

இத்தனை தாக்குப் பிடித்துக்கொண்டு நின்றவளுக்கு இப்பொழுது திடீரென்று என்ன நேர்ந்தது? மூட்டை கட்டிக்கொண்டு பட்டணத்துக்குக் கிளம்ப வேண்டும் என்கிற விஷயமே அவளுக்குப் பெரிய அதிர்ச்சியாக இருந்திருக்க வேண்டும். ஊரில் படும் அவமானம் பட்டணத்திலும் போய்ப் படவேண்டி வரும் என்கிற பயமாக இருந்திருக்க வேண்டும்.

"பட்டணத்துக்குப் போனா, யார்கிட்டப் போய் இப்படிக் கேட்க முடியும் மாமி?"

இப்பொழுது நினைக்கையில் மறுபடி பிரவாகமாய் ஒரு பச்சாதாபம் எழுந்தது. வயிற்றுக்கு இல்லாமல் உடல் பலவீனமாகி, மனசு இன்னும் பலவீனப்பட்டு, ஒரு சின்ன சொல்லும் சின்ன அதிர்ச்சியும்கூட பாரமாய்த் தாங்கிக் கொள்ள முடியாமல் நைந்து, கடைசியில் அழிந்து இப்படி நடுக்கூடத்தில் முகத்தோடு கால் வரைப் போர்த்தி...

'ஓ, சரோஜா... உன்னை மாதிரி எத்தனைப் பெண்கள்..!?'

"புரியாது.. என்னை மாதிரி அனுபவிச்சவாளுக்குத்தான் புரியும். நான் அனுபவிச்ச கஷ்டங்கள் ரொம்ப சத்தியமான கஷ்டங்கள். அதைத் தீர்க்க எனக்குத் தெரிஞ்ச வகையில் வழி தேடிண்டேன்."

ருக்மிணி தேடிக்கொண்ட வழி - அதுவும் ஒரு கொலைதான் என்று லலிதா நினைத்துக் கொண்டாள், ஆத்ம கொலை!

"இப்ப எல்லாம் பகிரங்கமாகவே போச்சு மாமி. எனக்கு எப்படியிருக்கும்னு யோசிச்சுப் பாருங்கோ."

பயங்கரமாக இருந்திருக்க வேண்டும். இல்லாவிட்டால் அதன் விளைவு இப்படிப் பயங்கரமாக இருந்திருக்காது. இது ஓர் எதிர்ப்பு. என்னை எத்தனை தேய்ப்பீர்கள் என்கிற ஆங்காரத்தின் எதிரொலி!

"நானும் எங்கேயாவது கிளம்பிப் போயிட்டா என்னன்னு தோணறது?"

ருக்மிணியின் தைரியம் இவளுக்கில்லை. அதுதான், எங்கே போவது என்று புரியாமல் இப்பொழுது கூடத்தில் அனாதையாய் முகம் மூடிப் படுத்துக் கிடக்கிறாள். நெருங்கியவர்கள் வாய்விட்டு அழக்கூட யோசனை செய்கிற நிலையில்...

"எடுக்கறதுக்கு மத்தியானத்துக்கு மேலே ஆயிடும். போலீஸ் வரணுமாமில்லே?"

லலிதா எழுந்தாள். மூலையில் சரோஜாவின் குழந்தைகள் தங்கள் கவலைகளில் மூழ்கியபடி நின்றிருந்தன. அவள் மெள்ள அவர்கள் தோளில் கையை வைத்தாள்.

“பசிக்கிறதா?"

சின்னது, ‘ஆமாம்’ என்றது.

“என்னோட வாங்கோ. சாதம் போடறேன்" என்றாள் மிருதுவாக.

இரண்டு பேரும் விசுக்கென்று கிளம்பினார்கள். அவள் அவர்களுடன் போகையில் யாரோ ஒருத்தி சொல்வது கேட்டது.

“பொணம் கிடக்கையிலே சோறு போடலாமோ கூடாதோன்னு நான் இருந்தேன்."

அவளுக்குச் சிரிப்பு வந்தது. என்ன உலகம் இது? மனிதாபிமான உணர்வையே மறக்கடிக்க வைக்கும் எத்தனை சிலந்திக்கூடுகள்! எண்ணெய் காணாத தலையும் வறண்ட சருமமும் கிழிசல் நிஜாருமாக நடந்துவரும் அந்தக் குழந்தைகளைப் பார்க்கையில், அடி வயிற்றைச் சுருட்டிக்கொண்டு சங்கடமேற்பட்டது.

இவர்கள் என்ன தப்பு செய்தார்கள் சரோஜா?

‘அதுகள் எக்கேடு கெட்டுப் போகட்டும்!’ மனசில் மறுபடியும் அதிர்ச்சி ஏற்பட்டது. திண்ணையில் லக்ஷ்மி உட்கார்ந்திருந்தாள்.

“குழந்தைகளுக்கு ரொம்பப் பசி. லக்ஷ்மி, முற்றத்திலே இலையைப் போட்டு உட்கார்த்து. நான் ஸ்நானம் பண்ணிட்டு வந்து போடறேன்."

லக்ஷ்மி எழுந்தாள்.

“போடுங்க. அப்புறம் சாமிக்கு நீங்கதானே பதில் சொல்லப் போறீங்க!"

லலிதா பதில் சொல்லாமல் தலைக்குக் குளித்துவிட்டு வந்தாள். சமையல் அறைக்குள் நுழைந்ததும், நேற்றிரவு சபேசன் பாதி சாப்பாட்டில் தட்டை உதைத்தது நினைவுக்கு வந்தது. சரோஜாவின் கடைசி சாப்பாட்டுக்கு உதவியதற்காக விழுந்த உதை.

கண்களில் காரணம் புரியாமல் நீர் வந்தது. அவள் அவசரமாக சாதங்களைக் கலந்து முற்றத்துக்கு எடுத்துக்கொண்டு வந்தாள்.

ஓலமிடும் வயிற்றை அமுக்கிப் பிடித்தபடி உட்கார்ந்திருந்த சிறுவர்களின் முகங்கள் அவளைக் கண்டதும் எதிர்பார்ப்பில் மலர்ந்தன. இலையில் போட்டதை அரக்கப் பரக்கச் சாப்பிடும் அவர்களைப் பார்க்கையில் மனசு சங்கடத்துடன் திரும்பத் திரும்ப ஒரே கேள்வியைக் கேட்டது.

"உனக்கு இப்படிச் செய்ய எப்படி மனசு வந்தது?" இருவரும் சாப்பிட்டுவிட்டு இலையைக் கொல்லையில் எறிந்துவிட்டு, கை கழுவிக்கொண்டு கிளம்பினார்கள்.

"நாங்க போயிட்டு வரோம், மாமி!"

"சரி.. பசிக்கும்போது இங்கே வாங்கோ. சாதம் போடறேன்!"

"நாங்க மெட்ராஸுக்குப் போயிடறோமே?"

"அது வரைக்கும்!"

"சரி."

இவர்கள் சரோஜாவைப் பற்றி எதுவுமே பேசாமல், அவள் அப்படி விட்டத்தில் தொங்கி நடுக்கூடத்தில் இப்போது படுத்திருக்கும் அவலத்தைப் பற்றி வாயையே திறக்காமல் இந்தக் க்ஷணப் பிரச்னை தீர்ந்தது என்கிற நிம்மதியுடன், போவதைப் பார்த்து திகைப்பாக இருந்தது. வீட்டின் நிலைமையைப் பார்த்து, சின்ன வயசிலிருந்தே இவர்கள் யதார்த்தவாதிகளாகப் போயிருக்க வேண்டும். இந்த மாதிரி மனநிலை இவர்களுக்கு அவசியம்தான் என்று நினைக்கையில் மனசில் வேதனை ஏற்பட்டது.

சங்கரலிங்கய்யர் வீட்டுக்கு மதியம் சாப்பாட்டைத் தான்தான் அனுப்பவேண்டும் என்கிற ஞாபகத்துடன் அவள் லக்ஷ்மியைக் கூப்பிட்டுக் கொல்லையிலிருந்து வாழைக்காய்களைப் பறித்துத் தரச் சொன்னாள்.

"பொணத்தை எடுக்க இன்னும் எத்தனை நேரமாகப் போகுதோ? அதுவரை அக்ரஹாரம் பட்டினிதான் கிடக்கணும்!"

"சரோஜாவுக்காகக் கண்ணீர் வடிக்கிறே! ஒரு நாளைக்கு

அவளுக்காகப் பட்டினி கிடக்கக்கூடாதா லக்ஷ்மி?"

"அது சரி!"

சற்று பொறுத்து லக்ஷ்மி வந்தாள்.

"பொணத்தை எடுத்துட்டாங்கம்மா!"

"அதுக்குள்ளேயா? போலீஸ் வரணும்னு சொன்னாளே?"

லக்ஷ்மி சிரித்தாள்.

"நம்ம மணியக்காரரு ரொம்ப கெட்டிக்காரர்னு உங்களுக்குத் தெரியாதா?"

"போலீஸெல்லாம் எதுக்கு? காதும் காதும் வெச்சாப்பலே நடத்திட்டாப் போவுதுன்னுட்டாராம். அதுக்கு என்ன அர்த்தம்னு தெரியுமில்லே..?"

லலிதா பேசாமல் இருந்தாள். மணியக்காரர் பணம் வாங்கிக் கொண்டிருப்பார் என்று புரிந்தது. எப்படி எந்த சந்தர்ப்பத்தையும் சில பேர்கள் தங்களுக்குச் சாதகமாக்கிக் கொள்கிறார்கள் என்று ஆச்சரியமாக இருந்தது.

சபேசன் கொல்லைப்புறமாக வந்து கிணற்றடியில் குளிப்பது தெரிந்தது. நல்ல பசியாக இருக்கும் அவருக்கு என்கிற பதைப்புடன் அவள் தட்டையும் மணையையும் வைத்தாள். அவர் எதுவுமே பேசாமல் ஏதோ தீவிர யோசனையுடன் சாப்பிட அமர்ந்தார்.

அவளுக்குத் தன் ஆதங்கத்தை அவரிடம் தெரிவிக்க வேண்டும் போல் இருந்தது. தன் துயரத்தை யாருடனாவது பகிர்ந்து கொள்ள வேண்டும் போல் இருந்தது. அவர் முகத்தில் தெரிந்த கடுமையையும் தீவிரத்தையும் பார்த்துப் பேசாமல் இருந்தாள். நேற்று இதே சரோஜாவின் பேச்சிற்குத்தான் அவருக்குக் கோபம் வந்தது என்று நினைவு வந்தது. கொஞ்சங்கூடத் தோழமை உணர்வே இல்லாமல் விலகியே இருக்க இவரால் எப்படி முடிகிறது? நம்மை சகதர்மிணியாக இவர் எப்பொழுது ஏற்றுக் கொள்வார்?

அவர் சாப்பிட்டு முடிந்ததும் அவள் மெள்ளச் சொன்னாள்:

"சங்கரலிங்கையர் ஆத்துக்கு இங்கேயிருந்து சாப்பாடு அனுப்ப வேண்டாமா?"

"சமைச்சாச்சா?"

"ஆச்சு."

"பின்னே என்னைக் கேட்பானேன்? தாராளமா அனுப்பு. இங்கேயிருந்து அரிசி ஸப்ளை போயாச்சு; இனிமே, சாப்பாடேதான் ஸப்ளை போகணும்."

கொஞ்சங்கூட நியாயமற்ற நிஷ்டூரமாகப் பட்டது. இந்த மாதிரி ஒரு சந்தர்ப்பத்தில் மிக விவஸ்தையற்ற பேச்சாகப் பட்டது. அவள் தன்னைக் கஷ்டப்பட்டு கட்டுப்படுத்திக் கொண்டாள்.

இவர் இந்த மாதிரி இடக்காகப் பேசும் போது சாப்பாட்டை அனுப்புவதா வேண்டாமா என்று அவள் திகைக்கையில், அவர் திண்ணையில் இருந்தபடி யாரையோ பார்த்துச் சொல்வது கேட்டது:

"கிட்டா அவாத்துக்கு சமையல் பண்ணி வெச்சிருக்கு இங்கே; கொண்டு போய்க் குடுத்துட்டு வா."

அவள் நிம்மதியுடன் உள்ளே வந்தாள். சபேசன் வழக்கம் போல் சட்டையை மாட்டிக்கொண்டு வெளியில் கிளம்பிப் போனார்.

அவள் சாப்பாட்டை அனுப்பிவிட்டுத் தானும் சாப்பிட்டு விட்டுத் திண்ணைக்கு வந்தாள். லக்ஷ்மி திண்ணையின் ஓரமாக உட்கார்ந்து கொண்டாள்.

"சரோசி கதை முடிஞ்சுப் போச்சு!"

"ரொம்பப் பரிதாபம் லக்ஷ்மி!"

"அசட்டுப் பொம்பளை! எங்க ஜனத்திலே ஆம்பளை இப்படி இருந்தா, அடப் போய்யான்னு போயிடுவோம்."

லலிதா மௌனமாக இருந்தாள். அந்த மாதிரிப் போன

ருக்மிணியை இவளே ஏற்றுக்கொள்ளவில்லை என்று ஞாபகத்துக்கு வந்தது.

“இப்ப அவங்கள்ளாம் பட்டணத்துக்குப் போவாங்களாங்கறது சந்தேகம்!"

“ஏன்?"

“குழந்தைகளை யார் பார்த்துக்குவாங்க பட்டணத்திலே? இங்கேயாவது அந்தப் பொம்பளை இருக்கு.”

லக்ஷ்மி திடீர் என்று சிரித்தாள்.

“நினைச்சுப் பார்த்தா இந்த ஊரிலே நடக்கற விஷயமெல்லாம் படு தமாஷா இல்லே?"

“இல்லே!"

“நீங்க எப்பவும் ஆகாசத்திலேயே குந்திக்குனு இருங்க!"

# 15

மீனு மாலையில் வீட்டுக்கு வந்து செய்தி தெரிந்ததும் திடுக்கிட்டுப் போனாள்.

"இந்த ஊரிலே பெண்களுக்குக் கொஞ்சம் எதிர்க்கத் தைரியம் வந்திருக்கு. இந்தச் சாவு ஓர் எதிர்ப்பு மன்னி! ருக்மிணி எதிர்த்துண்டு ஓடிப்போனா; இவ இன்னும் கோவமா வஞ்சம் தீர்த்துண்டிருக்கா! உங்க எதிர்ப்பை நீங்க எந்தவிதமா காண்பிக்கப் போறேள், மன்னி?"

தூக்கிவாரிப் போட்டது லலிதாவுக்கு.

சற்றுநேரம் எதுவுமே பேசத் தோன்றவில்லை லலிதாவுக்கு. சற்றும் எதிர்பாராத சமயத்தில் யாரோ தாக்கின மாதிரி இருந்தது.

"என்ன சொல்றே மீனு?" என்றாள் மெள்ள.

தெருவைப் பார்த்துக்கொண்டு நின்றிருந்த மீனுவின் முகத்தில் ஒரு கோபம் தெரிந்தது.

லலிதா அவள் தோள்மேல் கையை வைத்து மென்மையாகச் சொன்னாள்.

“எனக்கும் இவாளுக்கும் சம்பந்தமில்லை மீனு!"

மீனு சட்டென்று தன்னைச் சமாளித்துக் கொண்டாள்.

“ஓ, ஆமாம் மன்னி. ஸாரி, நா மறந்தே போனேன்!"

அவளுடைய புன்னகையில் இகழ்ச்சி தெரிந்த மாதிரி இருந்தது லலிதாவுக்கு.

“உங்களுக்கும் அவாளுக்கும் சம்பந்தமே இல்லே. ஆனா, எனக்கு அவாளெத்தான் புரிஞ்சுக்க முடியறது மன்னி. உங்களையில்லே!"

லலிதா லேசாகச் சிரித்தாள்.

“அதுக்குக் கொஞ்சம் வயசாகணும் உனக்கு, மீனு!” மீனு தோளைக் குலுக்கினாள்.

“எனக்குத் தெரியல்லே. என்னாலே இந்த ஜென்மத்திலே உங்களைப் புரிஞ்சுக்க முடியாது. ஏன்னா.. நீங்க இந்த யுகத்தைச் சேர்ந்தவர் இல்லே!"

அவளுடைய கோபமும் தீர்மானமான பேச்சும் லலிதாவிற்குத் திகைப்பைத் தந்தது. கூடவே சிரிப்பும் வந்தது.

“சரோசி அப்படி செத்துப்போனது ரொம்ப நியாயமான விஷயம் மாதிரின்னா நீ பேசறே? அது ரொம்ப அநியாயமான சாவு மீனு. முன்னே பின்னே யோசிக்காமே - சுய பச்சாதாபத்திலே, கோபத்திலே செஞ்ச காரியம் அது!”

“நா நியாயம்னு சொல்லல்லே மன்னி. ஆனா, அவ சாவைப் புரிஞ்சுக்க முடியறது. மனுஷனுக்குக் கோபமும் வருத்தமும் இல்லேன்னா சுதந்திரத்துக்கு வழியே இல்லை மன்னி. நம்ம அடிமைத்தனம் போகவே போகாது. ஆத்திரப்பட்டாதான், நம்ம கோபத்தைக் காட்டினாதான், கொஞ்சமாவது நம்ம குரல் வெளியே கேட்கும்.”

“ஆக்கப்பூர்வமான கோபமா இருக்கணும் மீனு. அழிக்கிற கோபமா இருக்கக் கூடாது. இப்ப அவ செஞ்சதினாலே என்ன லாபம்னு சொல்லு? குழந்தைகள் அனாதை ஆனதுதான் மிச்சம்!"

“நம்மாலேதான் அவ அந்த முடிவுக்கு வந்தான்னு அவளுடைய புருஷன் வருத்தப்படாமே இருக்கமாட்டான்?"

லக்ஷ்மி பெரிதாகச் சிரித்தாள்.

“நீ ரொம்ப அறியாப் புள்ளே மீனு! அந்த ஆளாவது வருத்தப்படறதாவது? ஒழிஞ்சது கழுதைன்னு கிடப்பாரு!"

மீனு பதிலே பேசாமல் வெகுநேரம் திண்ணையில் முழங்கால்களைக் கட்டிக்கொண்டு வெறிச்சோடிய பார்வையுடன் உட்கார்ந்திருந்தாள்.

‘ஓ! எத்தனை துல்லியமான மனசு இவளுக்கு’ என்று லலிதாவுக்கு வருத்தமேற்பட்டது. அவள் மென்மையாக மீனுவின் தோளில் கையை வைத்தாள். “என்ன மீனு?"

மீனு ஓர் ஆயாசத்துடன் எழுந்தாள்.

“எல்லாமே நினைக்க நினைக்க அலுப்பாயிருக்கு, மன்னி! நம்ம சமூகத்திலே பெண்களுக்கு எத்தனை மோசமான ஓர் இடம்னு நினைச்சா ரொம்ப வேதனையாயிருக்கு.”

“இதையே நினைச்சுண்டு நீ உட்கார்ந்திருக்கக் கூடாது.

“அதை நினைக்காமே என்னாலே இருக்க முடியாது. இந்த ஊருக்கு வந்தப்புறம் அந்த நினைப்பு ஜாஸ்தியா போச்சு."

“நா சொன்னேனே மீனும்மா! இந்த ஊரு ரொம்ப பேஜார் பிடிச்ச ஊரு."

லலிதா சிரித்தாள்.

“ஊரையும் ஜனங்களையும் எப்பவும் குறை சொல்லிண்டு இருந்தோம்னா, மனசுலே கஷ்டம் ஒண்ணுதான் மிஞ்சும்; கசப்பு ஒண்ணுதான் இருக்கும். அந்தக் கசப்பு ரொம்ப ஆபத்தானது மீனு!"

“மனசு கசந்துதான் போறது மன்னி!"

லலிதாவின் கண்களில் திடீரென்று நீர் நிறைந்தது. மீனுவை நேராகப் பார்க்கையில் துக்கம் தொண்டையை அடைத்தது.

“வேண்டாம் மீனு. உன் மனசும் அப்படியெல்லாம் ஆயிடக் கூடாது. அது அப்புறம் தன் சுபாவத்தையே மறந்துடும். மத்தவாளைச் சந்தோஷப்படுத்தவேண்டிய அவசியத்தையே மறந்து போகும். வயிறு காஞ்சு போறதை விட மனசு காஞ்சுபோறது, ரொம்ப துக்கப்பட வேண்டிய விஷயம் மீனு.”

மீனு ஒரு லேசான திகைப்புடன் லலிதாவைப் பார்த்தாள். பிறகு, தலையைக் குனிந்துகொண்டாள். அவள் மறுபடி லலிதாவை நிமிர்ந்து பார்க்கையில் பார்வையில் ஒரு சஞ்சலம் தெரிந்தது.

“என்னுடைய கோபமெல்லாம் மனிதாபிமானத்துனாலே வர்றது மன்னி. உண்மையான சமுதாயப் பிரக்ஞையினாலே வர்ர கோவம். நம்மைச் சுத்தி நடக்கிற விஷயத்தாலே நாம பாதிக்கப்படல்லேன்னா நம்மகிட்ட ஏதோ கோளாறுன்னு அர்த்தம்!”

லலிதாவுக்குச் சிரிப்பு வந்தது. நமக்கு ஏதும் பாதிப்பு ஏற்படவில்லை என்று இவள் நினைக்கிறாள் என்று தோன்றிற்று. முரண்டு, கத்தி, எதிர்ப்பைப் பலக்கக் காண்பித்தால்தான் பாதிப்பு ஏற்பட்டதாக அர்த்தம் இவளுக்கு என்று தோன்றிற்று. இன்றைக்குக் காலையிலிருந்து மனசு அதிர்ந்து துக்கித்துப் போயிருப்பது இவளுக்கு எப்படித் தெரியும்? சரோசியின் சடலத்தைக் கண்டு அதிர்ந்து போனதும், அவளுடைய வார்த்தைகளை நினைத்து நினைத்து விசனமேற்படுவதும் யாருக்கும் தெரிவிக்கவேண்டிய அவசியமில்லை. அந்தக் குழந்தைகளைக் கண்டு மனசு பரிதவித்தது. அந்தப் பரமனுக்குத் தான் தெரியும். இவையெல்லாம் பாதிப்பு இல்லாமல் வேறு என்ன என்று அவள் திகைத்தாள்.

“உங்களை அப்படியே ஓர் உலுக்கு உலுக்கி..!”

எத்தனைமுறை மீனு நம்மைப் பார்த்து அப்படிச் சொல்லியிருக்கிறாள்?

‘வேண்டாம். என்னை யாரும் உலுக்கவேண்டிய அவசியமில்லே மீனு! எந்த அநியாயத்தைக் கண்டும் எனக்குப் பொறுக்காது. என்னைச் சுத்தி நடக்கற விவஸ்தையத்த விஷயங்களைக்

கண்டு மனசு ஒவ்வொரு தடவையும் குலுங்கறது உனக்குத் தெரியாது. ஆனா என்னுடைய பாதிப்பு வித்தியாசமானது. எனக்குக் கோபம் வரதில்லே. வருத்தம் ஏற்படறது. நாம் கோபப்படறதினாலே இந்தச் சமுதாயத்தைச் சீர்திருத்திட முடியும்னு நீ நினைச்சியானா, உனக்கு இந்தச் சமுதாயத்தைப்பத்தி ஒண்ணுமே தெரியல்லேன்னு அர்த்தம்!'

அவள் அப்பொழுதுதான் ராஜு அங்கு வந்து உட்கார்ந்திருந்தைக் கவனித்தாள். கண்களில் இதுவரை பார்த்திராத ஏதோ ஒன்று - துயரமா, சஞ்சலமா, அதிர்ச்சியா?

எல்லாம் கலந்த ஒன்று. ஏதோ, லலிதாவுக்குச் சொல்லத் தெரியாத கலக்கம் மனசை வியாபித்தது.

"எப்ப வந்தே விளையாடிட்டு?" என்றாள் மென்மையாக.

"இன்னிக்கு விளையாடல்லே!"

"ஏன்?"

"கோபு, வெங்கிட்டுவோட அம்மா செத்துப் போயிருக்கச்சே எப்படி விளையாடறது?"

அவளுக்கு லேசான திகைப்பு ஏற்பட்டது. வாஸ்தவத்தில் இந்தக் குழந்தையை நமக்கு அதிகம் பரிச்சயமில்லை என்று தோன்றிற்று.

"மன்னி! நா என்ன சொன்னேன்? இந்த ராஜுக்குள்ளே, நமக்குத் தெரியாத ஒரு ராஜு இருக்கான்!"

யார் பேச்சும் ராஜுவின் செவியில் விழவில்லை என்று அவனது அகல விரிந்த கண்களும் தூரத்துப் பார்வையும் தெரிவித்தன.

"கோபுவோட அம்மா ஏன் செத்துப்போனா தெரியுமா?"

லலிதாவுக்குத் தூக்கிவாரிப் போட்டது.

"அதைப் பத்தியெல்லாம் நமக்கென்ன ராஜு?"

ராஜுவுக்கு ஏதும் காதில் விழவில்லை.

"கோபுவுடைய அப்பா அவளை ரொம்ப அடிச்சுட்டாராம்.

அது பொறுக்க முடியாமே தூக்குப் போட்டுண்டாளாம்."

லலிதா மெல்லிய குரலில் அவனை அதட்டினாள்.

"ராஜூ! உனக்கு அப்பா எத்தனை தரம் சொல்லியிருக்கார்? இன்னொருத்தர் வீட்டு விஷயத்தைப் பத்திப் பேசக் கூடாதுன்னு!"

ராஜூ பதில் ஒன்றும் சொல்லாமல் தலையைக் குனிந்து கொண்டான். சற்றுப் பொறுத்து, அதை முற்றும் மறந்தவனாய் ஆகாசத்தைப் பார்த்தபடி சொன்னான்:

"மீனு அக்கா, சரோசி மாமி அங்கேதான் இருப்பா!"

"எங்கேடா?"

"மேலே ஆகாசத்திலே!"

"யார் சொன்னது உனக்கு?"

"எனக்குத் தெரியும். சாமிகிட்ட போயிடுவா செத்துப் போனா. சாமி அங்கேதானே இருக்கார்?"

"சரியான லாஜிக்டா!"

மறுபடியும் ராஜூவின் பார்வை எங்கோ நின்றது.

"அங்கே போனா ரொம்ப நன்னாயிருக்கும் இல்லே மீனு அக்கா?"

மீனு, "உளராதேடா ராஜூ" என்றாள்.

லலிதாவுக்கு விவரம் புரியாமல் மார்பு படபடத்தது.

'இந்தப் பிள்ளை ஏன் இப்படிப் பேசுகிறான்? இப்படியெல்லாம் யோசிக்க எங்கிருந்து கற்றுக்கொண்டான்?'

"சந்தியாகால வேளையிலே என்ன பேச்சு வாசல்லே உக்காந்துண்டு? எழவெடுத்த வீடா இது? ராத்திரிக்குப் பலகாரமோ சாப்பாடோ கிடையாதா?"

லலிதா விருக்கென்று எழுந்தாள்.

எழவெடுத்த வீடு.

அடிவயிற்றில் ஒரு ஜில்லிப்பு ஏற்பட்டது இன்று. எவ்வளவோ முறை கேட்ட வார்த்தை இன்றைக்கு என்ன நேர்ந்துவிட்டது?

“சமைச்சு வைச்சிருக்கேனே? சாப்பிட வாங்கோ!”

வாய் தானாக, வழக்கமான மிருதுவோடு பேசிற்று எதுவும் தன்னை மாற்றாது என்கிற மாதிரி.

“படிக்கவேண்டிய நேரத்திலே என்ன ஊர் வம்பு பேசிண்டிருக்கேள் ரெண்டுபேரும்? இந்த அக்ரஹாரத்திலே என்ன நடந்தாலும் நம்மாத்திலே இனிமே மீட்டிங் போடப் போறேளா?”

மீனு வாயை மூடிக்கொண்டு உள் அறைக்குச் சென்றாள். அப்பாவின் அதட்டலைக் கேட்டதும் ராஜுவின் பார்வை மாறிப்போயிருந்தது. பேந்தப் பேந்த விழித்துக்கொண்டு அப்பாவின் அடிக்குத் தப்பிக்க வேண்டும் என்கிற ஒரே நோக்கத்துடன் அவன் மீனுவின் தலைப்பைப் பிடித்துக்கொண்டு போவது லலிதாவுக்குப் பரிதாபமாக இருந்தது. “போடா உள்ளே! தரித்திரப் பயலே.. குண்டுச் சட்டியிலே குதிரையை ஓட்டு! பனியிலே சட்டையைப் போட்டுக்காம உட்கார்ந்திருக்கே. போ, சட்டையைப் போடு. இன்னொரு தடவை நீ அப்படி உட்கார்ந்திருக்கறதைப் பார்த்தேன். தோலை உரிச்சுடுவேன்!"

ராஜு விருக்கென்று மீனுவின் பின்னால் அறைக்குள் நுழைந்தான்.

சபேசன் சாப்பிட, லலிதா மணையை வைத்து தட்டை வைத்தாள். தனது வழக்கமான கடுகடுப்புடன் சபேசன் சாப்பிட உட்கார்ந்தார். வெளியுலக நடப்பு ஏதும் இவரைப் பாதிக்காதா என்று அவளுக்கு ஒரு வினாடி ஆச்சரியமாக இருந்தது.

“பாதிக்கலேன்னா அவாளுக்கு ஏதோ கோளாறுன்னு அர்த்தம்!”

அவள் சட்டென்று சமாளித்துக் கொண்டாள். இவருக்கு என்ன கோளாறு என்று ஆராய்வதில் ஆகப்போவது ஒன்றும் இல்லை. மனிதர்கள் மாறப் போவதில்லை. ‘நான்’ என்கிற குறுகிய

வட்டத்துக்குள் இருக்கும்வரை யாரும் மாறப்போவதில்லை. மனிதாபிமானம் என்பதெல்லாம் ஆத்மார்த்தமாக வரவேண்டிய விஷயம். அது சுபாவத்தில் இல்லையென்றால், அந்த நஷ்டம் ஈடு செய்ய முடியாதது. பிறவிக்குருடு மாதிரி... பிறவி ஊமை மாதிரி... இவற்றிற்குக்கூட நிவர்த்தி உண்டு. மனசு குருடாய், ஊமையாய் போய்விட்டால்தான் விமோசனமில்லை... இந்த ஜென்மத்தில்.

திடீரென்று சபேசனுடைய தம்ளர் சுவர் பக்கம் பறந்து சுவரில் பட்டு 'ணங்'கென்ற ஓசையுடன் கீழே விழுந்தது...

அவள் திடுக்கிட்டு சுய நினைவுக்கு வந்தாள். சபேசனின் முகம் 'ஜிவுஜிவு' என்று சிவந்திருந்தது.

"இரண்டு தடவை ஊறுகாய் போடுன்னு சொல்லியாச்சு. பேசாம வெறிச்சுப் பார்த்துண்டு உக்காந்திருக்கே? என்ன அலட்சியம்னு கேக்கறேன்!"

அவள் பதற்றத்துடன் எழுந்தாள். "ஓ.. எனக்குக் காதிலே விழல்லே. இதோ போடறேன்."

கையை உதறிக்கொண்டு சபேசன் எழுந்தார்.

"எனக்கு வேண்டியதில்லே! நீயே கொட்டிக்கோ. பிரும்மஹத்தி புடிச்ச மாதிரி உக்காந்திண்டிருக்கறது.. காதிலே விழல்லேங்கறது! அத்தனையும் வேஷம்! அலட்சியம் பண்ணணும்னா மார்க்கமா இல்லே!"

தட்டில் அவர் பிசைந்த மோர் சாதம் அப்படியே இருந்தது. அவளுக்கு இன்றைக்கு என்றுமில்லாத சஞ்சலம் ஏற்பட்டது. இந்த மாதிரி தினமும் கோபத்தில் அன்னத்தை எறிந்தால் இந்த வீட்டில் என்ன தங்கும்? தொண்டையில் துக்கம் கனமாக எழும்பியது. "தயவுசெய்து உக்காருங்கோ. சத்தியமா எனக்குக் காதிலே விழல்லே."

"நாய்க்கு ரொட்டித் துண்டை வீசிப் போடற மாதிரி, நீ போடற சாதம் எனக்கு வேண்டியதில்லே."

சபேசன் கிடுகிடுவென்று கொல்லைக் கிணற்றுக்குச் சென்று கையைக் கழுவிக் கொண்டார். 'ஒவ்வொரு முறையும் அவர் கத்தும்போது ஏற்படும் திகைப்பும் கேள்வியும் இப்பவும் ஏற்பட்டது. இவர் என்றைக்கு நம்மைப் புரிந்துகொள்ளப் பார்க்கிறார்?'

சட்டென்று அவள் பார்வை திரும்பிற்று. ராஜு சமையலறை வாயிலில் அவளையே பார்த்தபடி நின்றிருந்தான். பார்வையில் ஒரு பீதியும் ஓர் அசாதாரண துயரமும் தெரிந்தது. சற்றுமுன் அவன் 'ஆகாசத்துக்குப் போயிட்டா எத்தனை நன்னாயிருக்கும்?' என்று சொன்னது, அவளுக்குத் திடீரென்று நினைவுக்கு வந்தது.

# 16

**வீ**ட்டு வாசலில் வில்வண்டி நின்றிருந்தது. காலேஜுக்கு நேரமாகிவிட்டது என்கிற பரபரப்பில் மீனு கிளம்பினாள்.

"போயிட்டு வரேன் மன்னி!"

"ஜாக்கிரதையா போயிட்டுவா?"

வண்டியில் ஏறி உட்காரும்போது அவள் இதழ்களில் புன்னகை அரும்பிற்று. இது மன்னியின் வழக்கமான உபதேசம். தன்னிடம் பேசுகையில், அம்மாவே இத்தனை கனிவையும் பிரியத்தையும் காண்பித்திருக்கிறாளா என்று சந்தேகம் வந்தது.

"நானும் வண்டியிலே வரட்டுமா மீனு அக்கா?"

அவள் சட்டென்று திரும்பிப் பார்த்தாள்.

ராஜுவின் கண்களில் ஓர் ஏக்கம் தெரிந்தது.

"அப்பா ஆத்திலே இல்லே!"

அவளுக்குப் பரிதாபமாக இருந்தது.

"சரி, சீக்கிரம் ஏறிக்கோ!"

சட்டென்று அவன் முகம் பிரகாசமாக மாறிற்று. பையை வண்டிக்கு உள்ளே எறிந்துவிட்டு ஒரு துள்ளலுடன் ஏறிக்கொண்டான்.

வண்டி கிளம்பியதும் அவன் முகத்தைப் பார்க்கையில் மீனுவுக்கு லேசான ஒரு வேதனை ஏற்பட்டது. எத்தனை ஆனந்தம் அந்த முகத்தில்! ஒரு சராசரி குழந்தைக்கு இருக்கவேண்டிய சராசரி ஆசைகள், சந்தோஷங்கள் - இவற்றையெல்லாம் மாமா இவனுக்கு ஏன் கொடுக்க மறுக்கிறார்? சராசரி குழந்தையாக இவன் இருக்கக் கூடாது என்று ஏன் நினைக்கிறார்?

"வண்டியிலே அவன் போகக் கூடாது. உடம்புக்கு சொகுசு பழகிவிட்டால், ஒரு காரியத்துக்கும் அந்த உடம்பு உதவாது."

அதை எத்தனை தீவிரமாகச் செயல்படுத்துகிறார்? ஒரு நாளைக்கு ஆசைக்குக் கேட்டால்கூட முடியாது - அவனுக்கு என்னவோ அதற்குத் தகுதியில்லாத மாதிரி! எதற்காக இந்த டிஸிப்ளின்?

"வேலு! நான் வண்டியிலே வந்தேன்னு அப்பாகிட்டே சொல்லிடாதே!"

"சொல்லிடப் போறேன்!"

ராஜூவின் கண்களில் நிஜமான பயம் தெரிந்தது.

"அப்ப வண்டியை நிறுத்து. நான் இறங்கிக்கிறேன்."

"ஐய்யய்ய குந்து! இது என்ன பயம்? இன்னும் எத்தினி வயசு வரைக்கும் பயந்துகினு சாவப் போறியோ?"

மீனு பேசாமல் யோசனையுடன் உட்கார்ந்திருந்தாள். இந்த ஊருக்கு வந்து ஆறு மாதங்களுக்குமேல் ஆகிவிட்டன. இன்னும் சொந்த மாமாவிடம், அவளுக்குப் பிடிமானமோ ஒட்டுதலோ ஏற்படவில்லை. ரத்த சம்பந்தமே இல்லாத மாமியிடம்தான் ஒட்டியிருக்கிறது.

இந்த மாமாவை யாராலும் புரிந்துகொள்ள முடியாது என்று தோன்றிற்று. வாயில் தப்பித் தவறிக்கூட, வீட்டவர்களுக்காக நல்ல வார்த்தை வருவதில்லை. எதற்கும் துக்கிரித்தனமான

வார்த்தைகள். கரிசனத்தைக் காண்பித்தாலும் கோபம்!

“ஏன் ஹார்லிக்ஸ் குடிக்கல்லே? ஏண்டா படவா சட்டை போட்டுக்காமே பனியில் உட்கார்ந்திருக்கே! ஏன் தலைகாணி வெச்சுக்காமே தூங்கறே?"

ஒவ்வொரு முறையும் கோபத்துடன் அடி, ஆங்காரத்துடன் அடி.

இந்த ராஜுவுக்கு, மாமாவைப் பற்றி எந்தக் கனிவான நினைவும் இருக்கப் போவதில்லை. அவன் மேல் அவருக்கு வரும் கோபமெல்லாம், அவன்மீது அவருக்கிருக்கும் அதீதமான பிரமையினால் என்று கண்டிப்பாக அவனுக்குப் புரியப்போவதில்லை.

“அப்பாவுக்கு என்னைக் கண்டா பிடிக்காது!"

எத்தனை நிச்சயமாக நம்புகிறான்? அவனுடைய பள்ளிக்கூடம் வந்துவிட்டது. அவன் மீனுவைத் தாண்டிக்கொண்டு ஒரு துள்ளலுடன் கீழே இறங்கினான். வேடிக்கை பார்த்துக்கொண்டு நின்ற பையன்களை ஒரு பெருமிதத்துடன் ஒரு பார்வை பார்த்தான்.

“மிராசுதார் வில்வண்டியில் வந்து இறங்கறார் டோய்!"

அதை அவன் ஓர் அசட்டுப் புன்னகையுடன் ஏற்றுக்கொண்டு நிற்பதை அவள் ஒரு பரிதாபத்துடன் பார்த்தாள்.

“நீ கிளம்பு வேலு! காலேஜுக்கு நேரமாச்சு" என்றாள்.

“இன்னா பயம் பயப்படுதும்மா இந்தப் புள்ளே சாமியைக் கண்டு!"

அவள் பதில் பேசாமல் சுற்றுப்புறம் தெரிந்த வயல்களைப் பார்த்தாள்.

“இந்த ஊரிலேயே இருந்தியானா, இந்த வயல்களே உனக்குக் கண்ணுக்குத் தெரியாது!"

மன்னியின் வார்த்தைகள் நினைவுக்கு வந்தன. வாஸ்தவமான

வார்த்தைகள் என்று தோன்றிற்று. இங்கிருக்கும் பசுமைக்கும் இங்கிருப்பவர்களின் மனத்தின் வெறுமைக்கும் எத்தனை வித்தியாசம்! ஏன் இப்படி எல்லாரும் இருக்கிறார்கள்? கோபத்தில், பொறாமையில், வம்பில், சோம்பேறித்தனத்தில் சுவாசிக்கும் காற்றையே விஷமாக்குகிறார்கள்? அதன் பரிணாமம் பலவித ரூபங்களில் இங்கு இருக்கும் குழந்தைகளிடம் தெரிகிறது- அவர்களது அசட்டுத்தனத்தில்-அரட்டைப் பேச்சில்— நீசத்தனத்தில் இருபது வருடங்கள் கழித்து இந்தக் கிராமம் இன்னும் மோசமாகப் போகிறது.

இவர்கள் கூட்டுக்குள் வாழும் புழுக்கள். ஜன்னலில்லாத- காற்றோட்டமில்லாத கூடுகள். அந்தப் புழுக்கம்தான் இத்தனைவித அசிங்கங்களுக்கும் வக்கிரங்களுக்கும் காரணம். தாங்கள் இருக்கும் வட்டம் எத்தனை சிறியது என்று புரியாமல் அதிலேயே சுற்றிச்சுற்றி வந்து திணரும் குருட்டுப் புழுக்கள்.

அவள் காலேஜுக்கு, பஸ்ஸை வழியில் பிடித்துப்போய் சேர்கையில் இன்று மணியோசை கேட்டது. அவள் அவசரமாகப் படியேறினாள். கூடவே, அவசரமான காலடிகள் அவளைத் தொடரும் ஓசை கேட்டது. திரும்பிப் பார்த்தாள்.

ஹரிஹரன்!

எத்தனை பளிச்சென்று சிரிக்கிறான். பல் எத்தனை வரிசை என்று மனசு மறுபடி வியந்தது. அவள் அவசரமாக -

“குட் மார்னிங் ஸார்!" என்றாள்.

“குட் மார்னிங். எனக்கு இந்த ‘ஸார்’ போடறது பிடிக்காதுன்னு முன்னாலேயே சொல்லியிருக்கேன் போலிருக்கே?”

“எனக்கு ஞாபகமில்லே. ஆனா, இது காலேஜ் கட்டிடம்னு எனக்கு ஞாபகமிருக்கு!”

“எந்த இடமானாலும் அத்தனை பெரிய மரியாதை எனக்கு வேண்டாம் உன்னிடமிருந்து. ஒரே அக்ரஹாரத்தைச் சேர்ந்தவர் இத்தனை விலகியிருக்கக் கூடாது."

அவளுக்கு லேசாக முகம் சிவந்தது. அவள் தன் கூச்சத்தை

மறைத்துக்கொள்ளச் சிரித்தாள். வேகமாக அவனுடன் நடந்துகொண்டே பேசினாள்.

“ஒரே அக்ரஹாரத்திலே இருக்கிற நினைப்பே எனக்கு மறந்து போறது. உங்களைத் தவிர உங்க வீட்டிலே நா யாரையும் இதுவரை பார்த்ததில்லே!”

அவன் கண்கொட்டாமல் அவளை யோசனையுடன் பார்த்தான்.

“எங்க வீட்டிலே யாரும் வெளியிலே போறதில்லே. நீ வாயேன் மீனு எங்க வீட்டுக்கு?”

தன் பேச்சினால் நிர்ப்பந்திக்கப்பட்டு அவன் அழைக்கிறானோ என்று அவளுக்கு சம்சயம் ஏற்பட்டது.

இன்னிக்கு வர்றியா சாயங்காலம்? அவன் கண்களிலும் சிரிப்பிலும் ஆர்வம் தெரிந்தது.

வகுப்புக்கு நேரமாகிவிட்டது என்கிற குழப்பத்துடன் அவள்—

“ஓ கே!” என்றாள்.

“தாங்க்யூ! நான் காத்துண்டிருப்பேன்!" அவள் வகுப்புக்குள் நுழைகையில் முகம் சிவந்திருந்தது. மார்பு வேகமாக அடித்துக்கொண்டிருந்தது.

இன்றைக்குப் பாடத்தில் மனசு லயிக்கவில்லை. திரும்பத் திரும்ப அந்தச் சிரிப்பைச் சுற்றி - பார்வையைச் சுற்றி நின்றது.

‘எத்தனை நெருங்கி வந்துவிட்டான் இந்த ஆறு மாதங்களில்! நீ என்று அழைக்கிற அளவுக்கு..!’ அவனையும் அவன் சிரிப்பையும் கண்டவுடன் கொஞ்ச நாட்களாக அடிவயிற்றிலிருந்து ஜிவ்வென்று ஏதோ கிளம்பி நெஞ்சை அமிழ்த்துகிற மாதிரி இருந்தது. பனிப்படலமாய் ஏதோ ஒன்று கண்களில் செருகிற்று. மார்பு படபடத்தது.

என்ன நேர்ந்துவிட்டது நமக்கு? யோசிக்க யோசிக்க, ஓர் அவமான உணர்வு மனசை வியாபித்தது.

நாம் இந்த மாதிரி ஒரு சராசரி உணர்வுக்குப் பலியாவது அபத்தமான விஷயம்.

இது வெறும் இனக்கவர்ச்சியாக இருக்க வேண்டும். அந்தக் கிராமத்தில் எல்லா ஆண்களையும் கிராமியமாக-வைதீகமாகப் பார்த்தவளுக்கு, இவனுடைய நாகரிக உடையும் பாவனையும் போதையைத் தந்திருக்க வேண்டும்.

'திஸ் இஸ் ய ஸிம்பில் பயலாஜிகல் ரியாக்சன்.'

அவன் பட்டணத்தில் பழகுவதுபோல் அவளுடன் இயல்பாகப் பழகுகிறான். இந்தக் கிராமச் சூழலில் அவனது சரளமும் சிரிப்பும் வித்தியாசமாகப் பட்டால், அவள் மூளைக்குத்தான் ஏதோ கோளாறு என்று அர்த்தம்.

இந்த மாதிரி ஒரு கோளாறு மூளைக்கு ஏற்பட்டால் நமக்கு விமோசனமில்லை. எத்தனைக் கனவுகள் இருந்தன மனசில்; எத்தனை லட்சியக் கனவுகள்!

இப்பவும் இருக்கின்றன! தன்னைச் சுற்றி இருக்கும் பெண்களின் கண்ணீரைப் பார்க்கும்போது—அவர்களின் அநியாயமான துயரங்களைப் பார்க்கும்போது கட்டுக்கடங்காமல் ஆத்திரம் ஏற்படுகிறது. எத்தனை ஜென்மங்களுக்கு இந்த மாதிரி சோகக் கதைகள் கேட்க வேண்டும் என்று துயரம் ஏற்படுகிறது. இந்த சோகத்துக்கெல்லாம் பெண்களின் பலஹீனமே காரணம். பொருளாதார அடிமைத்தனமே காரணம். உலக அறிவு இல்லாமையே காரணம்.

இந்தக் கிராமத்து அக்ரஹாரப் பெண்களின் கதைகளே அதற்கு உதாரணம். இந்த ஆணினத்தின் தன்முனைப்புத்தான் ஒரு ருக்மிணியைச் சோரம் போக வைத்தது. சரோசியைத் தூக்கிலிட்டது. ஒரு லலிதாவை... அவளுடைய எண்ண ஓட்டம் சட்டென்று தடைப்பட்டது.

லலிதா மன்னியை இன்னும் தன்னால் புரிந்துகொள்ள முடியவில்லை என்று தோன்றிற்று. மாமாவின் இத்தனை மிரட்டலுக்கும் மன்னி எப்படி இப்படி சிரித்த முகமாய் வளைய வருகிறாள்... கொஞ்சமும் மனக்குறை இல்லாத மாதிரி? வித்தியாசமே பார்க்காமல் எப்படி பிரியத்தைக் காட்டுகிறாள்? அன்றைக்கு அகல் விளக்கை ஏந்திக்கொண்டு மன்னி

திண்ணையில் நின்ற காட்சி நினைவுக்கு வந்தது. அவளுக்கு இந்த நினைப்பே இப்பவும் ஒரு சிலிர்ப்பை ஏற்படுத்திற்று.

மன்னிக்கு ஏதோ ஒரு தெய்வீக சக்தியிருக்க வேண்டும்.

நான் ஒரு சராசரி மனுஷி. கண்ணீரைப் பார்த்து என்னால் சிரிக்க முடியாது; அடியைப் புன்னகையுடன் ஏற்க முடியாது...

அன்றைக்கு சரோசியின் முடிவைக் கேட்டதும், அந்த அதிர்ச்சியும் சோகமும் எத்தனை ஆத்திரத்தைக் கிளப்பிவிட்டது! சரோசியின் கணவனின் கழுத்தை நெறிக்க வேண்டும்போல ஆத்திரம் வந்தது. லலிதா மன்னியின் தோளைப் பிடித்து உலுக்க வேண்டும் போலிருந்தது. அன்றே மனதில் தீவிரமான தீர்மானம் எழுந்தது.

கல்யாணம் செய்துகொள்ளக் கூடாது. இந்தத் திமிர் பிடித்த ஆணுக்குக் கீழ் நம் கழுத்தை நீட்டக் கூடாது. அந்த மாதிரி நீட்டுவது ஒரு தற்கொலைக்குச் சமானம்.

எந்த ஒரு பலஹீனத்துக்கும் நம்மை இலக்காக்கிக் கொள்ளக் கூடாது.

‘நான் காத்துக் கொண்டிருப்பேன்’ என்று வரிசைப் பல் தெரிய சினிமா ஸ்டைலில் ஒருத்தன் சொன்னதும் கிறக்கம் ஏற்பட்டால்!

சீ! எத்தனை மடத்தனம்! எத்தனை அறிவீனம்!

அவள் பலவந்தமாகத் தன் கவனத்தைப் பாடத்தில் செலுத்தினாள்.

காலேஜ் முடிந்து வீட்டுக்குக் கிளம்புகையில், முந்தைய நாள் வந்த அம்மாவின் கடிதம் ஞாபகத்திற்கு வந்தது. அம்மா வழக்கமான படபடப்பைக் கடிதத்திலும் காட்டியிருந்தாள்.

‘உன்னாலே எப்படி அந்தக் கிராமத்தில் இருக்க முடிகிறது என்று இன்னும் என்னால் நம்பமுடியவில்லை. பொழுது எப்படிப் போகிறது? பாடம் எல்லாம் நன்றாக நடக்கிறதா? காலேஜ் சுமாராக இருக்கிறதா? பட்டணத்திலேயே துறுதுறு என்று அலைந்துகொண்டிருந்த உனக்கு, என்ன காரணத்தால் அந்த

அஸமஞ்சம் பிடித்த ஊர் பிடித்துப்போயிற்று என்று நானும் உன் அப்பாவும் தினமும் மண்டையை உடைத்துக்கொள்கிறோம். எப்பொழுது மதராஸ் வருகிறாய்?'

திரும்பத் திரும்ப அதே அனத்தல். அவள் தனக்குள் புன்னகைத்துக் கொண்டாள். 'இன்னும் எனக்கே புரியவில்லை' என்று சொல்லிக்கொண்டாள்.

ஊருக்குத் திரும்ப பஸ் இன்னும் வந்த பாடில்லை. "நீ லலிதாவோட நாத்தனார் பெண் இல்லே?"

அவள் திடுக்கிட்டுத் திரும்பிப் பார்த்தாள்.

ருக்மிணி நின்றிருந்தாள் லேசான புன்னகையுடன்.

"ஆமாம்."

"இங்கே எங்கே வந்தே?"

"நான் இங்கேதான் காலேஜிலே படிக்கிறேன்!"

"ஓ, வாயேன் எங்காத்துக்கு.. இங்கேதான் பக்கத்து சந்திலே இருக்கு என் வீடு. ஆனால், எங்காத்துக்கு வந்தேன்னு நீ அக்ரஹாரத்திலே சொல்லிடக் கூடாது!"

ருக்மிணியின் சிரிப்பு மனசை என்னவோ செய்தது.

"இன்னொரு நாளைக்கு வரேன் மாமி. எனக்கு இப்போ நேரமேயில்லே."

"அப்போ சரி"

ருக்மிணி சுற்றும் முற்றும் பார்த்துவிட்டு லேசாகத் தயங்கிவிட்டுக் கேட்டாள்.

"கிருஷ்ணனைப் பார்த்தியோ? எப்படியிருக்கான்?"

"சௌக்கியமாத்தான் இருக்கான், மாமி. நேத்திக்குக் கூட விளையாடிண்டிருந்தான், பார்த்தேன்."

ருக்மிணியின் கண்களில் நீர் திரையிட்டது.

"கிருஷ்ணனுக்கு அடுத்தவளைக் கையோடு தூக்கிண்டு

வந்துட்டேன். இவன் விவரம் தெரிஞ்ச பையன். வரமாட்டேன்னுட்டான். எனக்கு இன்னும் அடிச்சுக்கறது மனசு. இவன் நினைவு வந்துட்டா, சாப்பாடு உள்ளே இறங்க மாட்டேன்கிறது."

தூரத்தில் பஸ் வருவது தெரிந்தது.

ருக்மிணி அவசரமாகக் கண்களைத் துடைத்துக் கொண்டாள்.

"உன்னை மறுபடியும் பார்க்கறேன். அவனைப் பத்தின சமாசாரம் அடிக்கடி உங்கிட்டேயிருந்து தெரிஞ்சுக்கலாமே! உன்னைப் பார்த்ததும் ரொம்ப சந்தோஷமாச்சு மீனு!"

மீனு பஸ்ஸில் ஏறிக்கொண்டு அவளுக்குக் கையசைத்துவிட்டு உட்கார்ந்துகொண்டாள். வெகுதூரம் வரை ருக்மிணி பஸ் ஸ்டாப்பில் நின்றுகொண்டிருந்தது தெரிந்தது. மனசில் துயரம் பனி மூட்டமாய் அமர்ந்தது. இயற்கையே பெண்ணுக்கு விரோதி என்று தோன்றிற்று. எத்தனை விதமான முடிச்சுக்கள்!

சுதந்திரமாகச் செயலாற்ற முடியாதபடி எத்தனை தினுசு முடிச்சுக்கள்!

இந்த மாதிரி முடிச்சுக்களில் எந்தத் தருணத்திலும் நாம் அகப்பட்டுக்கொள்ளக் கூடாது என்று அவள் தீர்மானித்துக் கொண்டாள்.

அன்று மாலை டிபனும் காப்பியும் ஆன பிறகு, ராஜுவை அழைத்துக்கொண்டு கிளம்பினாள். ஹரிஹரன் வீட்டுக் கதவைத் தட்டுவதற்கு முன் கதவைத் திறந்து நின்ற அவனுடைய பளிச்சென்ற புன்னகையையும் வரிசைப் பற்களையும் பார்த்த மாத்திரத்தில், அவளது தீர்மானங்களும் லட்சியங்களும் அந்த வினாடியில் மறந்து போயின.

# 17

ஹரிஹரன் வசீகரமாகச் சிரித்தான். இருவரையும் பார்த்து, ‘வாங்கோ’ என்றான், வெகு உற்சாகத்தோடு. அந்த உற்சாகம் சற்று அதீதமாகப் பட்டது மீனாவுக்கு. மற்றவரைத் தொற்றிக்கொள்ளும் உற்சாகம். அவளையும் மீறி அவளது அதரங்களில் புன்னகை அரும்பிற்று.

அவள் ராஜூவின் கையைப் பிடித்துக்கொண்டு உள்ளே சென்றாள்.

மற்ற அக்ரஹாரத்து வீடுகள் மாதிரி இல்லாமல் இந்த வீடு நல்ல வெளிச்சமாக இருந்தது. சற்று நாகரிகமாக, துப்புரவாக வைக்கப்பட்டிருந்தது. வீட்டில் யாருமே இல்லாத மாதிரி நிசப்தமாக இருந்தது.

“உக்காரு, அம்மாவைக் கூப்பிடறேன்" என்று அவன் உள்ளே போனான்.

மீனு பார்வையை ஓட்டினாள். ஸோபா செட்டுக்குப் பக்கத்தில் புத்தக ஷெல்ப் இருந்தது. ஒரு ஃப்ரேமில் எட்டு, பத்து புகைப்படங்கள் இருந்தன. எல்லாவற்றிலும் இருப்பது ஹரிஹரனின் தங்கை மஞ்சு என்று அவளுக்குத் தோன்றிற்று.

சின்னக் குழந்தையிலிருந்து இன்றுவரை, இரண்டு வயசு வரை கால் முழுவதும் தெரியப் படம். அதற்குப் பிறகு மார்பு வரை. இரண்டு வயது வரைதான் மஞ்சு சிரித்தாளோ என்று தோன்றிற்று. அதற்குப் பிறகு எடுத்த படங்களில் உதட்டில் புன்னகைக்குப் பதில் ஓர் அழுத்தம் தெரிந்தது. 'இனிமேல் புன்னகைக்க மாட்டேன்' என்று பிடிவாதம் பிடிக்கிற மாதிரி...

"வாம்மா!"

அவள் சட்டென்று திரும்பினாள்.

ஒரு நடுத்தர வயதுப் பெண்மணி நின்றிருந்தாள் - மஞ்சுவின் சாயலாக, சாந்தமும் கருணையுமாக.

"நமஸ்காரம் மாமி!"

"நமஸ்காரம்மா. காலேஜ் இங்கே புடிச்சிருக்கா?"

தன்னைப் பற்றி இந்த அம்மாளுக்கு முன்பே தெரிந்திருக்க வேண்டும் என்று அவள் நினைத்துக்கொண்டாள்.

"பரவாயில்லே. நா நினைச்ச அளவு மோசமில்லே...!"

"நா லெக்சரரா இருக்கிற இடம் எப்படி மோசமாயிருக்கும்?"

அந்தம்மாவின் முகத்தில் லேசான புன்னகைக் கீற்று தோன்றிற்று.

அவனுடைய மிகையான உற்சாகத்துக்கு எதிரில், அவளுடைய சாந்தம் மிகையாகத் தோன்றிற்று.

"இந்த ஊர் உங்களுக்குப் பிடிச்சிருக்கா மாமி?"

"வெளியிலே போனாத்தானே இந்த ஊர் எப்படியிருக்குன்னு தெரியும்?"

இதற்கு என்ன பதில் சொல்வது என்று புரியாமல் மீனு பேசாமல் இருந்தாள்.

"அம்மா! இவாளுக்கு சாப்பிட ஏதாவது கொண்டு வாயேன்."

அவன் பேச்சை மாற்ற அப்படிச் சொல்கிறான் என்று அவளுக்குத் தோன்றிற்று.

அவள் அவசரமாக, "வேண்டாம்.. வேண்டாம்!" என்றாள். "இப்பத்தான் டிபனும் காபியும் சாப்பிட்டுட்டு வர்றோம்!"

"பழம் சாப்பிடலாமே?"

"இதோ வரேன் ஹரி. நீ பேசிண்டிரு!"

"உட்காரேன் மீனு!"

திடீரென்று அவளுக்கு ஒரு கூச்சம் ஏற்பட்டது. ராஜு என்ன செய்வது என்று புரியாமல் அவளுடன் ஒண்டி நின்று, 'போலாம்' என்று முணுமுணுத்தான்.

ஹரிஹரன் அவளையே ஒரு புன்னகையுடன் பார்த்துக் கொண்டிருந்தான்.

"இந்தப் போட்டோவிலே இருக்கறதெல்லாம் உங்க தங்கை இல்லே?"

அவன் முகத்தில் சட்டென்று ஒரு மாறுதல் தெரிந்தது.

"ஆமாம்."

"உங்க தங்கை எங்கே?"

"உள்ளேயிருக்கா."

"நா பார்க்கலாமா?"

அவன் தயக்கத்துடன் எழுந்தான். "அவளுக்குப் புதுசா யாரையும் பார்க்க இஷ்டமிருக்கறதில்லே."

"கொஞ்சம் பழகிப் பார்த்தாதான் அவளுடைய கூச்சம் போகும். இந்த ஊரிலே என் வயசுப் பெண்கள் யாருமில்லாமே எனக்குக் கஷ்டமாயிருக்கு. உங்க தங்கையைப் பார்த்ததிலேந்து பழகணும்னு ஆசையாயிருக்கு."

"நீ ஆசைப்பட்டா மட்டும் போறாது மீனு!"

இவர்களாகவே யாரையும் அவளருகில் அண்ட விடுவதில்லையோ என்று அவளுக்குச் சந்தேகம் வந்தது.

ஹரியின் அம்மா ஒரு தட்டில் வாழைப் பழங்களைக்

கொண்டுவந்து வைத்தாள்.

"அம்மா! மீனுவுக்கு, மஞ்சுவைப் பார்க்கணுமாம். அழைச்சுண்டு போயேன்!"

ஆக்ஞை மாதிரி இருந்தது, சொன்ன விதம்.

லேசான குழப்பத்துடன் அவனைப் பார்த்துவிட்டு அந்தம்மாள் மீனுவைப் பார்த்து, "வா!" என்றாள்.

நடுக்கூடத்தை ஒட்டினாற்போல் இருந்த அறை, திரை போடப்பட்டிருந்தது. திரையை விலக்கிக்கொண்டு உள்ளே சென்றதும் மஞ்சு எங்கோ விட்டத்தைப் பார்த்துக்கொண்டு உட்கார்ந்திருந்தவள், சரேலென்று திரும்பினாள்.

'ஓ, இது என்ன பார்வை? எடுத்த எடுப்பிலேயே ஆளை சந்தேகிக்கிற மாதிரி-எடை போடுகிற மாதிரி; என் வழிக்கு வராதே என்கிற மாதிரி!'

"மஞ்சு! இவதான் மீனு. எதிர்த்த வீட்டிலே இருக்கா. பக்கத்து டவுன்லே இருக்கிற காலேஜ்லே படிக்கிறா."

மின்னல் வேகத்தில் அவள் தலையைத் திருப்பினாள்.

"அண்ணா போற காலேஜா?"

"ஆமாம்."

திடீரென்று பார்வையில் ஒரு கோபம் தெரிந்தது.

"எனக்கு யாரையும் பார்க்க வேண்டியதில்லே!"

அவள் குரலிலிருந்த ஆக்ரோஷம் மீனாவுக்குத் திகைப்பை ஏற்படுத்திற்று.

"எனக்குப் பார்க்கணும்னு இருக்கு மஞ்சு! எனக்கு சினேகிதம் செஞ்சுக்கணும்னு ஆசையாயிருக்கு."

மஞ்சு திடீரென்று கத்தினாள்:

"நா என்ன மியூசியம் பீஸா? உனக்கில்லாத கால் எனக்கு இருக்குன்னு காண்பிக்க வந்தியா? இது அண்ணாவுடைய

திரிசமன்! வேணும்னே என்னை அவமானப்படுத்துவான்! எனக்கு யாருடைய சிநேகிதமும் வேண்டாம்!"

மீனுவுக்குத் தூக்கிவாரிப் போட்டது...

'ஓ கடவுளே' என்று மனசு திகைத்தது. இந்த ஊரில் மற்றுமொரு மெண்டல் கேஸ் இது என்று ஊமையாக அரற்றிற்று.

“ஸாரி மஞ்சு" என்றாள் மெள்ள.

“யாரும் என்னை அழைச்சிண்டு வரல்லே. நானாத்தான் வந்தேன். நா போயிட்டு வரேன் மாமி.”

அவள் நிலைப்படியில் நின்று ஒரு வினாடி தயங்கினாள்.

“மூளை வளராம, கண் தெரியாம இருக்கிறதுதான் பயங்கரம் மஞ்சு. கால் வளரல்லேங்கிறது பயங்கரமான விஷயம் இல்லே!”

“ஷட் அப் அண்ட் கெட் அவுட்!”

மீனு வெளியே வந்தாள். ஜன்னல் வழியே தெருவை வெறித்துப் பார்த்துக்கொண்டிருந்த ஹரிஹரன், சட்டென்று திரும்பி அவளைப் பார்த்தான்.

“ஸாரி மீனு" என்றான் மெள்ள.

“நா உனக்கு முதல்லியே சொன்னேனே?”

மீனு லேசாகச் சிரித்தாள்.

“எனக்கொண்ணும் வருத்தமில்லே."

"வாடா ராஜு போகலாம்."

தெருவில் இறங்கியதும், “வீட்டுக்கா அக்கா?" என்றான் ராஜு.

“இல்லே கோவிலுக்கு.”

“இதோ லக்ஷ்மியை அழைச்சிண்டு ஓடி வரேன்."

கோவிலுக்கு சேர்ந்து நடக்கையில், மீனு தன்னுள் யோசனையில் மூழ்கியவளாய் நடந்தாள்.

“என்ன மீனு.. நீ அந்த ஐயர் வீட்டுக்குப் போயிருந்தே

போலிருக்கு?"

மீனு திடீரென்று சிரித்தாள்.

"என்ன சிரிப்பு உனக்கு இப்ப?"

"இங்கெல்லாம் நீங்க பேசறதைப் பார்த்தா எனக்குச் சிரிப்பு வர்றது லக்ஷ்மி! ஜாதிப்பேரைச் சொல்லித்தான் ஆள் அடையாளம் சொல்ற வழக்கமாக இருக்கு. நீங்க அப்படிச் சொல்லும்போதே, நடுவிலே சுவத்தை எழுப்பிண்டு நிக்கற மாதிரி இருக்கு எனக்கு."

"இங்கெல்லாம் அப்படித்தான் வழக்கம் மீனு. அப்பத்தான் எனக்குப் புரியும்."

மீனு பதில் சொல்லாமல் மறுபடி யோசனையில் ஆழ்ந்தபடி நடந்தாள்.

"நீ என்னதான் சொல்லு மீனு. இந்த சாதிங்கற சமாச்சாரம் நம்ம மனசை விட்டுப் போகும்னு உனக்குத் தோணுதா?"

"இந்த மாதிரி பிரிச்சுப் பிரிச்சு வித்தியாசம் காண்பிக்கற மாதிரி நாம் ஒவ்வொரு நிமிஷமும் பேசினோம்னா, அது இன்னும் ஜென்ம ஜென்மத்துக்கு மனுஷனுக்கு நடுவிலே கலகமூட்டிண்டு இருக்கும் லக்ஷ்மி."

லக்ஷ்மி சிரித்தாள்.

"இந்த விஷயத்துக்கெல்லாம் கெடந்து நீ எதுக்கு பேஜார் பட்டுக்கறே?"

"இது ரொம்பப் பரிதாபமான விஷயம் லக்ஷ்மி. எத்தனையோ முக்கியமான விஷயங்கள் இருக்கு. பசிங்கற பிரச்னை... வியாதிங்கற பிரச்னை... இதெல்லாம் தீருகிற வழியைக் காணோம். நாம் ஜாதிங்கிற பேரை வெச்சி அடிச்சுக்கறோம்."

"நல்லாயிருக்கு. மனுஷனுக்கு சுய மரியாதைன்னு ஒண்ணு இருக்குல்லே!"

"நாம் பிறந்தபோது மானத்தோடயும் மரியாதையோடயும்

பிறக்கல்லே லக்ஷ்மி. பசியோட மட்டும்தான் பிறந்தோம். சுய மரியாதைங்கற பேர்லே மனுஷனை மனுஷன் கேவலப்படுத்தக் கூடாது."

"இன்னாவோ! இதைப்பத்தியெல்லாம் யாருக்குப் புரியுது? பெரிய படிப்பெல்லாம் படிக்கறே.. சொல்றே!"

"படிச்சதினாலே இல்லே லக்ஷ்மி. எனக்கு இந்த அனாவசிய சண்டைகள்ளாம் பாத்தா மனசுக்கு ரொம்பக் கஷ்டமா இருக்கு. கடவுளா கொடுக்கற கஷ்டத்தை நம்மாலே சமாளிக்க முடியல்லே. இப்பப்பாரு அந்தப் பொண்ணு..!"

அவள் சட்டென்று நிறுத்தினாள். 'இதையெல்லாம் இவளிடம் எதற்கு சொல்லிக்கொண்டிருக்கிறோம்?'

"எந்தப் பொண்ணு?"

"அன்னிக்குக் கோவிலுக்கு சக்கர நாற்காலியிலே வந்துதே அந்தப் பொண்ணு... ஹரிஹரன் ஸாரோட தங்கை! அவளாலே நடக்க முடியல்லே. அதனாலே, அவளுக்கு எல்லார் மேலேயும் வெறுப்பு, கோபம்!"

"என்ன ஆச்சு. இன்னிக்கு அங்கே போனியே?"

"நா அவளைப் பார்க்கலாம்னு அவ ரூமுக்குள்ளே போனேன். எனக்கு யாரையும் பார்க்க இஷ்டமில்லேன்னு கத்தறா. நா பேசாம வந்துட்டேன்."

"அதுதான் அவங்க வீட்டிலே யாருமே வெளியிலே வர்றதில்லே.. அந்தச் சாமியைத் தவிர!"

வயல்களின் பசுமை கண்ணைக் கட்டி நிறுத்திற்று. ராஜு வண்ணாத்திப் பூச்சிகளைப் பிடிக்க முயன்று சிரித்துக்கொண்டு ஓடிக்கொண்டிருந்தான்.

'யாருடைய சிநேகிதமும் எனக்கு வேண்டியதில்லே!'

எத்தனை வெறுப்பு இருந்தது அந்தக் கண்களில்! என்னுடைய இழப்பும் துயரமும் உனக்குப் புரியாது என்று தீர்மானித்த மாதிரி! வீட்டிலிருப்பவர்களின் அதீதமான அனுதாபமே

அவளை இந்த நிலைக்கு ஆளாக்கியிருக்க வேண்டும். தான் பிரயோசனமற்றவள். இயற்கையால் வஞ்சிக்கப்பட்டவள் என்ற எண்ணத்தை அவளுக்கு ஏற்படுத்தியிருக்க வேண்டும். ஹரிஹரனுக்குக் கூட இது தெரியவில்லையா? அவளை மாற்ற இயலவில்லையா? அவர்கள் முயற்சி எடுக்காமல் இல்லை. பட்டணத்தை விட்டு இந்த ஊருக்கு வந்திருப்பதே அவளுக்காகத்தான் என்று அவன் அன்று சொன்னது நினைவுக்கு வந்தது. இந்தக் கிராமத்தில் வெளியுலகத்தையே பாராமல் அந்த இருண்ட அறையில் உட்கார்ந்திருந்தாளானால், அது எந்த வகையில் ஆரோக்கியமானது?

"இதைப் பார் மீனு அக்கா!"

ராஜுவின் விரல்களுக்கிடையில் ஒரு வண்ணாத்திப் பூச்சி படபடத்தது.. மஞ்சளும் கருப்புமாய்!

"ஐய்யய்யோ.. வேண்டாம் ராஜு, விட்டுடு..!"

"வழவழன்னு சில்க் மாதிரி இருக்கு மீனு அக்கா!"

"பாவம் விடு. அதோட இறக்கை ஒடிஞ்சுபோச்சுன்னா அதாலே பறக்க முடியாது..."

ராஜு சட்டென்று விரலைப் பிரித்து அதைப் பறக்கவிட்டான்.

"அப்புறம், இதுவும் அந்த அக்கா மாதிரி சக்கர நாற்காலியிலே உட்கார்ந்துண்டு இருக்கணும் இல்லை அக்கா?"

அவள் தூக்கி வாரிப்போட்டு அவனைப் பார்த்தாள். மகா சாதுவாக இருக்கும் இவன் சில சமயங்களில் பேசுவது நம்மை ஏன் ஆச்சரியப்படுத்துகிறது என்று திகைப்பேற்பட்டது.

"யாரைப்பத்தியும் பரிகாசமா பேசக் கூடாது ராஜு!"

"சரி" என்று அவளுடைய கையைப் பிடித்தபடி அவன் பிராகாரத்தைச் சுற்றி வந்தான். இன்றைக்குக் கோவிலில் இன்னும் யாரோ இருந்தார்கள். பெரிய குரலில் பேசிக் கொண்டிருந்தார்கள்.

"இந்த சபேசனைப் போலப் பணத்திலே கெட்டி யாரும்

கிடையாது. என்ன பண்ணியிருக்கான் தெரியுமோல்லியோ?"

"தெரியாம என்ன? அத்தனை பணம் இருந்தும் மகா தரித்திரம் பிடிச்ச மனசு!"

அவள் அவசரமாக ராஜூவின் கையைப் பிடித்துக்கொண்டு "நாம சித்த வெளியிலே வேடிக்கை பார்க்கலாம் வா!" என்றாள்.

# 18

“இங்கே ஏதோ கிளிகள் பறக்கற மாதிரி இருந்தது. ராஜு, பார்க்கலாம் வா!"

ராஜு ஆர்வத்துடன் ஓடி வந்தான். “எங்கேக்கா?”

“அதோ அந்தப் பக்கம்தான் பறந்தது. போய்ப் பாரு."

லக்ஷ்மி சற்று தூரத்தில் நிதானமாக வந்துகொண்டிருந்தாள். அவள் வருவதற்குள் அவர்கள் பேச்சு முடியவேண்டுமே என்று இருந்தது அவளுக்கு. உள்ளிருந்து இன்னும் தெளிவாகக் கேட்டது.

சங்கரலிங்கைய்யரோட நிலத்தைக் கொள்ளை மலிவா வாங்கி கஷ்கத்துக்கடிலே சுருட்டியாச்சு. அவரும் வேற வழியில்லேன்னு பாதி விலைக்கு வித்து இப்ப முழிக்கிறார். அவர் பிள்ளை நாணா, இப்பத்தான் முழிச்சிண்டிருக்கான். பெண்டாட்டியும் செத்து, பட்டணத்துக்குப் போற ப்ளானும் நின்னுபோச்சு."

“என்ன பண்ணப்போறானாம் இப்ப?"

“தங்கள் நிலத்தைக் கொஞ்சமாவது திருப்பி வாங்கிக்கலாம்னு பார்க்கறான்.”

“சபேசன் கொடுக்கச் சம்மதிப்பானா?"

"சம்மதிக்காதது மட்டுமில்லே; கொடுத்தாலும் தான் வாங்கிண்ட ரேட்டுக்குக் கொடுக்க மாட்டானாம். இன்னிக்கு மார்க்கெட்லே என்ன ரேட்டோ அது கொடுக்கணுமாம்!"

"அடி சக்கை! பிறந்ததிலேருந்து அவனும் நாணாவும் ஒண்ணா வளர்ந்தவா. அதெல்லாம் மறந்து போச்சா?"

"நன்னாக் கேட்டேள், போங்கோ. பணம்னு வரும்போது யாருக்கு இதெல்லாம் ஞாபகம் இருக்கும்?"

"இந்த மாதிரி ஒரு குணத்தினாலேதான், பகவானும் பிள்ளைக்குப் புத்தியைக் குறைச்சுக் கொடுத்திருக்கார்!"

"சபேசனுக்கு இருக்கிற கூர் மூளைக்கு நேர் எதிரிடை பிள்ளை!"

"பின்னே.. ஊரார் குழந்தைக்கு வஞ்சனை செஞ்சா, அது உனக்கே திருப்பி வர்றது வட்டியோட!"

மீனுவின் உடம்பில் ஒரு ஜில்லிப்பு ஏற்பட்டது. லக்ஷ்மி அருகில் வந்துவிட்டாள்.

"என்ன இங்கே நிக்கறே? பிரதக்ஷிணம் போவல்லியா?"

"உனக்காகக் காத்துண்டிருக்கேன் வா. ராஜு கிளியைப் பிடிக்கப் போறேன்னு ஓடினான்."

அவள் வேண்டுமென்றே சற்று குரலை உயர்த்திப் பேசினாள்.

உள் பிராகாரத்துப் பேச்சுக் குரல்கள் சட்டென்று நின்றன.

கோவில் குருக்களும் அவருடன்கூட இன்னொருத்தரும் வெளியே வந்தார்கள். குருக்கள் அவளைப் பார்த்து வாய் நிறையப் புன்னகைத்தார்.

"என்ன மீனு! ரொம்ப நாளாச்சு, கோவில் பக்கம் பார்த்து? பரீட்சையா?"

"ஆமாம் மாமா! உங்க அம்மன்கிட்டே என்னை சிபாரிசு செய்யறேளா?"

குருக்கள் பெரிதாகச் சிரித்தார். "நா எதுக்கு சிபாரிசு செய்யணும்? நீயே நேரிலே வந்துட்டியே! அதுவும் மகா கெட்டிக்காரி!

சபேசனோட மருமாளா கொக்கான்னானாம்!"

ராஜு மூச்சிறைக்க ஓடி வந்து நின்றான்.

"அங்கே கிளியைக் காணோம், மீனு அக்கா!"

"போயிட்டுப் போறது. நாம் வீட்டுக்குப் போகறச்சே நிறையப் பார்க்கலாம்."

குருக்கள் சூடம் காட்டும்போது, ராஜு பயபக்தியுடன் கன்னத்தில் போட்டுக்கொண்டான்.

அவள் அவனைப் பார்த்துப் புன்னகைத்தாள்.

"நீ என்ன வேண்டிப்பே மீனு அக்கா?"

"ராஜுவுக்கு சந்தோஷத்தைக் குடுன்னு வேண்டிப்பேன்."

ராஜு, லக்ஷ்மியை ஒருமுறை வெட்கத்துடன் பார்த்துச் சிரித்தான்.

"இந்தாடா.. விபூதி எடுத்துக்கோ. தலையெழுத்து நன்னாயிருக்கட்டும்" என்றார் குருக்கள்.

சற்று முன்னால் இவர்கள் வம்பளந்தது மீனுவுக்கு நினைவுக்கு வந்தது. லேசான சலிப்பு ஏற்பட்டது.

விபூதியைப் பட்டை பட்டையாக இட்டுக்கொண்டு நின்றிருந்த ராஜுவின் முகத்தைப் பார்க்கையில், அவளுக்கு மறுபடி காரணம் புரியாமல் அனுதாபம் ஏற்பட்டது. அவர்கள் மூவரும் கோவிலை விட்டுக் கிளம்பும்போது, குருக்களும் மற்றவரும் ஏதோ தங்களுக்குள் சின்னக் குரலில் பேசிச் சிரிப்பது தெரிந்தது.

வீட்டுக்குத் திரும்புகையில் அவள் மனசு தீவிரமாக யோசனையில் இருந்தது. மாமாவைப் பற்றின இவர்கள் பேச்சில் உண்மை இருக்குமா? உண்மை இருந்தால், அது ரொம்பவும் கேவலமான விஷயம் என்று தோன்றிற்று. இங்கு பொழுதை வீணாக்காமல், சுறுசுறுப்பாக இருக்கும் அபூர்வ மனிதர்களில் அவர் ஒருத்தர். அவர் புத்தி ஏன் இப்படிப் பேராசைப்பட்டு அலைகிறது? யாருக்காக இப்படிப் பணத்தைச் சேர்க்கிறார்?

வீட்டில் பிள்ளையிடம் அன்பாகப் பேச்சு கிடையாது. சாதாரண வீடுகளில் பிறக்கும் குழந்தைகளுக்கு இருக்கும் சலுகைகள்கூட கிடையாது. மன்னி ஒரு ஃப்ரஷர் குக்கர்கூட இல்லாமல் விறகடுப்பை வைத்துக்கொண்டு மன்றாடிக் கொண்டிருக்கிறாள். எந்த சுகத்தை வீட்டுக்கு அளிக்கப் போகிறார் இவர், அதிகப்படியான பணத்தை வைத்துக்கொண்டு?

பணம் அவருடைய பலத்துக்காக; பௌருஷத்துக்காக! பணபலத்தினால் எல்லாரையும் அடக்கிவிட முடியும் என்கிற எண்ணம் அவருக்கு.

எத்தனை வித்தியாசம் அவருக்கும் லலிதா மன்னிக்கும்? இப்படியெல்லாம் ஏன் ஜோடி சேருகிறது? இந்த மாதிரி சேர்க்கையினால் யாருக்கு என்ன லாபம் என்ற திகைப்பேற்பட்டது. மாமா மாதிரி ஓர் ஆளுடன் தன்னால் நிச்சயமாக இரண்டு நாட்கள்கூட மனைவியாக இருக்க முடியாது என்று அவள் நினைத்துக் கொண்டாள்.

அக்ரஹாரம் வந்துவிட்டது. சங்கரலிங்கய்யர் வீட்டுத் திண்ணையில் சரோஜியின் சக்களத்தி உட்கார்ந்திருந்தாள். சரோஜா, இப்பொழுது அங்கில்லாதது பளிச்சென்று தெரிந்தது. அவளுடைய பிள்ளைகள் வெங்கிட்டுவும் கோபுவும் பம்பரம் விளையாடிக் கொண்டிருந்தார்கள். தெருவில் எல்லாருமே இளைத்துப் போயிருந்த மாதிரி தோன்றிற்று மீனுவுக்கு. விளையாடிக் கொண்டிருந்த குழந்தைகளின் நிஜாரும் சட்டையும் புழுதி பட்டிருந்தது.

வயிற்றை என்னவோ சங்கடப்படுத்திற்று. இந்தக் குழந்தைகளை வஞ்சிக்க எப்படி மனசு வருகிறது?

மாமாவுக்கு மெல்லிய உணர்வுகளே இருக்காதோ என்று ஆத்திரமேற்பட்டது. சொத்தைக் காப்பாற்றிக்கொள்ள அவர்களுக்குத் தெரியவில்லையென்றால், அதற்கு நான் பொறுப்பில்லை என்பாரோ? கட்டுப்பாடோடு வாழத் தெரியாத மனுஷனுக்கு எதற்குச் சலுகை காட்டணும் என்பாரோ? மன்னியுடன் ஏற்பட்டிருக்கும் இத்தனை வருஷ சகவாசத்தில், அவர் மனசில் கொஞ்சங்கூட பாதிப்பு ஏற்பட்டிருக்காதா?

இளக்கம் ஏற்பட்டிருக்காதா? இருவரிடையே கொஞ்சமாவது நெருக்கம் இருந்தால்தான் பரஸ்பர மாற்றம் சாத்தியம்!

இவருக்கு மன்னியைப் பற்றி எதுவுமே தெரியாது. எப்படிப்பட்ட பொக்கிஷம் அவள் என்று தெரியாது. எத்தனை உன்னதமான எண்ணங்கள் அவளுள் என்பது அவருக்குப் புரியக்கூடப் புரியாது. தெய்வாம்சம் பொருந்தியவள் என்று—ஓ, அவள் ஒரு பெண் என்பதுதான் அவருக்குத் தெரியும். ஆணுக்கு அடங்க வேண்டியவள் என்பதுதான் தெரியும்.

தூ!

அவள் சட்டென்று சுயநினைவுக்கு வந்தாள். வரவர நமக்கு மாமாவின்மேல் ரொம்பவும்தான் ஆத்திரம் வருகிறது என்று அவள் நினைத்துக்கொண்டாள். நாம் ஆத்திரப்பட்டு ஏதும் ஆகப்போவதில்லை. அவரே மாற வேண்டும் என்று முயன்றால்தான் ஏதும் சாத்தியம். தான் செய்வதே சரி என்று நினைத்துக்கொண்டிருப்பவர், மாற வேண்டும் என்று எதற்கு ஆசைப்படப்போகிறார்?

பாலு சாரின் பிள்ளை கிருஷ்ணன் வழக்கம்போல் திண்ணையில் தனியாக உட்கார்ந்து விளையாடிக் கொண்டிருந்தான், ஏதோ சத்தியத்துக்காகக் கட்டுப்பட்ட மாதிரி. சட்டென்று ருக்மிணியின் நினைவு வந்தது. அவளுடைய கண்ணீரும் சோகமும் ஞாபகத்துக்கு வந்தது.

'நினைச்சுண்டா சாப்பாடு உள்ளே இறங்கமாட்டேங்கறது..!'

இவனுக்கும் அந்த நினைவு வாட்டிக்கொண்டிருக்கும் என்று தோன்றிற்று. கண்களுக்கடியில் இருந்த கருவட்டத்தைப் பார்த்தால் - பார்வையில் தெரிந்த சஞ்சலத்தைப் பார்த்தால்...

அவள் சற்றே அந்தத் திண்ணைக்கருகில் நின்று மெல்லப் புன்னகைத்தாள்.

"எப்படியிருக்கே கிருஷ்ணா?"

அவன் கூச்சத்துடன் சிரித்தான்.

"நன்னாயிருக்கேன்!"

“ஏன் எங்காத்துக்கு வரமாட்டேங்கறே? ராஜுவோட விளையாடலாமே?"

அவன் பதில் பேசாமல் நின்றான். எக்கச்சக்கமான கேள்வியைக் கேட்டுவிட்டோமோ என்று அவளுள் ஒரு தயக்கம் ஏற்பட்டது.

“கிருஷ்ணா! வாயேண்டா எங்க ஆத்துக்கு?”

ராஜு, பிடிவாதமாகக் கிருஷ்ணனின் கையைப் பிடித்து இழுத்தான்.

“என்னாலே முடியாது. வீட்டைத் திறந்துட்டு வர முடியாது!"

மீனுவுக்கு லேசாக அதிர்ச்சி ஏற்பட்டது.

“உங்க அப்பா இல்லையா ஆத்திலே?"

கிருஷ்ணன் தலையைக் குனிந்துகொண்டான்.

“இல்லே.”

“எனக்குத் தெரியும்.. இவனோட அப்பா நாணா மாமாவோட ஆத்தங்கரையிலே உக்காந்துண்டு சீட்டு விளையாடிண்டிருப்பா!"

“உஷ்.. ராஜு, ஆத்துக்குப் போகலாம் வா!”

ராஜு அவளுடைய அதட்டல் புரியாமல் பலமாக மண்டையாட்டிச் சிரித்தான்.

"எனக்குத் தெரியும் நா பார்த்திருக்கேன்!”

“சரி. வா போகலாம். கிருஷ்ணா! ஒரு நாளைக்கு அப்பா ஆத்திலே இருக்கும்போது, அங்கே வா. ஒரு லீவு நாளைக்குச் சாப்பிட வாயேன்?"

கிருஷ்ணன் பதில் சொல்லாமல் ஆகாசத்தில் எதையோ தேடினான்.

“எங்கம்மா சேப்பங்கிழங்கு கறி ரொம்ப நன்னா பண்ணுவா, மொருமொருன்னு. வர்றியா?”

எத்தனைக் குழந்தைத்தனமாகப் பேசுகிறான் இவன் என்கிற ஞானச் சிரிப்புடன் கிருஷ்ணன், மீனுவை லேசாக நிமிர்ந்து பார்த்தான்.

“ராத்திரிக்கு சமைச்சாச்சா?’ கேள்வி கேட்கையிலேயே நமக்கு நாகரிகமே போய்விட்டது என்று மீனுவுக்குத் தனக்குள் சலிப்பேற்பட்டது.

“இன்னும் இல்லே. அப்பா வந்தப்புறம்தான். அவர் வர நாழியாச்சுன்னா, நானே பழையது சாப்பிட்டுட்டுப் படுத்துப்பேன்.”

“ஐய்யய்யோ, ராத்திரி பழையதைச் சாப்பிட்டா சளி பிடிக்கும்!”

“ராஜு, வா போகலாம்!”

திரும்பி நடக்கையில், கருவட்டம் சுற்றிய இரு கண்கள் முதுகைத் துளைத்துக்கொண்டிருக்கிற மாதிரி பிரமையேற்பட்டது.

இனம் புரியாத துக்கம் மீனுவுக்கு மனசில் பொங்கிப் பொங்கி எழுந்தது. கண்களில் நீர் முட்டிவிடும் போலிருந்தது. லக்ஷ்மிகூட ஒரு மௌன சோகத்திலிருந்தாள்.

வீடு வந்ததும் இருவரும் ஓர் ஆயாசத்துடன் திண்ணையில் உட்கார்ந்தார்கள்.

“இந்த மாதிரி பிள்ளையைத் தவிக்க விட்டுட்டு, அவ என்ன சுகத்தைத் தேடிக்கிட்டுப் போனா பாவி!”

“உஷ்.. லக்ஷ்மி வேண்டாம். எதுவும் பேசாதே. மாமா உள்ளே இருக்கப் போறார்!”

“ஆமாம் மறந்தே போச்சு. நமக்கேன் வம்பு? நா உள்ளார போறேன்.”

மீனு திண்ணையிலேயே முழங்கால்களைக் கட்டியபடி உட்கார்ந்திருந்தாள். அந்தி மங்க ஆரம்பித்திருந்தது. சற்று நேரத்தில் சரசரவென்று இருள் விரிய ஆரம்பித்துவிடும். மன்னியின் சன்னமான குரல் உள்ளேயிருந்து இழைந்து வந்தது.

“எங்கெங்கே பார்த்தாலும் எவ்வுயிர்க்கும் அவ்வுயிராய் அங்கங்கிருப்பது நீயன்றோ பராபரமே... எவ்வுயிரும் என்னுயிர் போலெண்ணி யிரங்கவும் நின் தெய்வஅருட் கருணை செய்வாய் பராபரமே..!”

சட்டென்று மீனுவுக்குக் கண்ணில் நீர் நிறைந்தது. மன்னி இந்தப் பிரார்த்தனை செய்யவேண்டிய அவசியமே இல்லை என்று தோன்றிற்று.

இப்பொழுது அந்தக் கிருஷ்ணனையும், அவன் பேச்சையும் பார்த்து மனசு நமக்கே ஆடிப்போய் விட்டது. நெஞ்சு கொள்ளாத துக்கத்தையும் ஏக்கத்தையும் உள்ளே அமுக்கியபடி, எப்படி உட்கார்ந்திருக்கிறான் அவன்? பார்வையிலும் மௌனத்திலும் தெரிந்த முதிர்ச்சியும் பொறுப்பும், அதிசயமாக நம்ப முடியாததாக இருந்தது. அம்மா கட்டிக் காக்காத வீட்டைக் காப்பது தன் பொறுப்பு என்று நினைத்த மாதிரி, சதா அந்தத் திண்ணையை விட்டு நகராமல் எப்படி உட்கார்ந்திருக்கிறான்? அவனுக்கு ருக்மிணியைப் பற்றி என்ன அபிப்பிராயம் இருக்கும் என்று அவளுக்கு யோசனை ஏற்பட்டது. கோபமிருக்குமோ? அம்மாவின் நினைவை ஒரேயடியாய் உதறிவிட அவனுக்கு இன்னும் வயசாகவில்லை. நினைக்க நினைக்க மனசு கரைந்து போயிற்று.

'எவ்வுயிரும் என்னுயிர் போலெண்ணி யிரங்கவும்...'

சட்டென்று அவள் திண்ணையிலிருந்து எழுந்தாள்.

"ராஜு! சீக்கிரம் உள்ளே போ. மாமா வரார்!"

அவன் விருக்கென்று திரும்பிக்கூடப் பார்க்காமல் உள்ளே ஓடினான்.

மாமாவின் நடையில் ஒரு வேகம் தெரிந்தது, முகத்தில் கோபம் பளபளத்தது.

திடீரென்று அவளுள் ஓர் ஆத்திரம் எழுந்தது.

இன்றைக்கு மாமாவிடம் கேட்டுவிட வேண்டும் - உங்கள் பேச்சும் செயலும் எந்த நியாயத்தில், எந்த தர்மத்தில் இருக்கிறது என்று கேட்டுவிட வேண்டும்!

# 19

மீனு திண்ணையிலிருந்து மெள்ள இறங்கி நின்றாள். சபேசன் அருகில் நெருங்க நெருங்க, அவர் முகத்திலிருந்த கோபமும் அதன் சிவப்பும் தீர்க்கமாகத் தெரிந்தது.

அவளுக்கு அந்தக் கோபத்தைப் பார்த்துச் சிரிப்புகூட வந்தது. எப்படிச் செய்வதையெல்லாம் செய்துவிட்டு மற்றவர்கள் மேல்தான் தப்பு என்கிறவர் மாதிரி இவருக்குக் கோபம் வருகிறது?

தான் வருவதைப் பார்த்தும் அவள் உள்ளே செல்லாமல் அங்கேயே நிற்பதைக் கண்டு திகைத்தவர் போல், சபேசன் வீட்டுப்படி ஏறுகையில் அவளைக் கூர்மையாகப் பார்த்தார்.

"இருட்டற சமயத்திலே இப்படி வாசத் திண்ணையிலே இருக்கக் கூடாதுன்னு எத்தனை தடவை சொல்லியிருக்கேன்? உள்ளே போடீ!"

"இங்கேதான் காத்து வரது!"

மாமாவின் கன்னங்கள் பரங்கிப் பழமாக மாறுவதை அவள் ஒரு சுவாரஸ்யத்துடன் பார்த்தாள்.

"உள்ளே இருக்கற காத்து போறும் உனக்கு. போடீ உள்ளே!"

அவர் குரலாலேயே அவளை அடிக்கிற மாதிரி அவளுக்கு

வலித்தது. அந்த ஆக்ரோஷமும் குரலின் த்வனியும், அவளுக்குப் பின்னால் பீதியில் கண்கள் விரிந்து நின்றிருந்த ராஜுவின் பார்வையும், இவர் குரல் சங்கரலிங்கய்யர் வீடு வரைக்கும் கேட்கும் என்கிற பிரக்ஞையும் அவளைச் சட்டென்று உள்ளுக்கு இழுத்தன.

சபேசன், அவள் அவளுடைய அறைக்குள் நுழைகிற வரை காத்திருந்துவிட்டு, விறுவிறுவென்று கூடத்து ஊஞ்சலில் போய் உட்கார்ந்து கொண்டார்.

“போடா உள்ளே.. ஆடு திருடின கள்ளன் மாதிரி முழிச்சிண்டிருக்கிறதுதான் வேலை!"

ராஜு விசுக்கென்று அவள் அறைக்குள் வந்து தன் பையுடன் சுவர் ஓரமாக உட்கார்ந்தான்.

“புஸ்தகத்தை எடுத்து வெச்சுண்டு வாசி! எம் புள்ளையாய் பொறந்ததுக்குப் பத்தாம் கிளாஸையாவது தாண்டுவையோ.. இல்லை ஆயுளுக்கும் என் கழுத்தை அறுக்கப்போறியோ!"

ராஜுவின் முகத்தின் கலவரத்தையும் நடுங்கும் கையையும் காலையும் கவனித்தபடி, மீனு தன் புஸ்தகங்களைப் பிரித்தாள்.

“எல்லாரும் கழுத்தை அறுங்கோ. கங்கணம் கட்டிக்கொண்ட மாதிரி எல்லாருக்கும் திமிரு ஜாஸ்தியாப் போயாச்சு. ஊர் சுத்தற காலு வீட்டிலே தங்காது. ஒவ்வொரு வீடா ஏறி இறங்கறதும், ‘வாக்கிங்’ போறேன்னு பேரைச் சொல்லிண்டு ஊர் சுத்தறதும், காத்து வேணும்னு தேவடியா மாதிரி திண்ணையிலே இருட்டினப்புறம் உட்கார்ந்துக்கறதும்... பெண்கள்தானா நீங்கள்ளாம்?"

மீனுவிற்கு, சுறுசுறுவென்று சீற்றம் ஏற்பட்டது. கூடவே வியப்பேற்பட்டது. இவருக்கு எப்படி அவள் போய் வந்த விஷயமெல்லாம் தெரியும்? யாராவது உளவாளிகள் வைத்திருப்பாரோ?

அவள் எழுந்தாள்.

ராஜுவின் பீதி நிறைந்த விழிகளைப் பொருட்படுத்தாமல், அவள் கூடத்துக்குச் சென்றாள்.

"உங்களுக்கு என்ன சந்தேகம் மாமா? நாங்கள்ளாம் பெண்கள்தான்!"

அவருக்குப் பதில் சொல்லும் அளவுக்கு அவளுக்குத் துணிச்சல் இருக்கும் என்று நம்ப முடியாதவர்போல், சட்டென்று ஏறிப்போன ஆங்காரத்துடன் அவர் அவளைப் பார்த்தார்.

"பெண்களா..? லட்சணமா இருந்தாதான் பெண்கள்."

"அதாவது, மன்னி மாதிரி இருக்கணும்ங்கறேள். வீட்டுக்குள்ளேயே அடைஞ்சுண்டு, நீங்க குட்டக்குட்ட குனிஞ்சுண்டு திட்டத் திட்ட வாயை மூடிண்டு."

"வாயை மூடுடி அதிகப்பிரசங்கி! நாக்கு ரொம்ப நீண்டு போச்சு நோக்கு! நா சொல்றபடி ஒழுங்கா இங்கே இருக்கறதானா இரு. இல்லேன்னா மூட்டை கட்டிண்டு பட்டணத்துக்குப் புறப்பட்டுப் போ!"

சட்டென்று ஒரு திகைப்பேற்பட்டது அவளுக்கு. 'ஓ.. இந்த அஸ்திரம் அவரிடம் இருக்கிறதே!' அவள் ஏதோ அவமானப்பட்டுப் போன மாதிரி மௌனமானாள். இனிமேல் அவரிடம் எதைப் பேசப்போனாலும் இந்த அஸ்திரத்தை உபயோகிப்பாரே!

"உள்ளே வா மீனு அக்கா" ராஜுவின் கிசுகிசுப்பு மிக அருகில் கேட்டது. அவள் திடுக்கிட்டுத் திரும்பிப் பார்த்தாள். அவள் பின்னலைப் பிடித்தபடி ராஜு அவள் பின்னால் நின்றிருந்தான். அவன் கண்களில் இருந்த கெஞ்சலும் துயரமும் அவளைத் தாக்கிற்று. அவள் தன்னையறியாமல் அறைக்குத் திரும்பினாள்.

மீண்டும் புத்தகத்தை விரித்துப் பார்வையைத் திருப்புகையில், மனசு அதில் பதிய மறுத்தது. நமக்குக் கோபம் வந்து சாதிக்கப்போவது ஏதும் இல்லை என்று ஓர் ஆயாசம் ஏற்பட்டுக் கண்களில் நீர் விளிம்பாய் நின்றது. நாம் உண்மையிலேயே அதிகப் பிரசங்கித்தனமாகப் பேசிவிட்டோம் என்று அவமானமேற்பட்டது. ஏன் அப்படிப் பேசினோம்? அம்மாகூட, அப்படி அவரிடம் பேசமாட்டாளே! யாருமே அப்படிப் பேசாத போது நமக்கென்ன வந்தது? இந்த மாதிரிப்

பேசியதற்கு ஏதாவது பலமான காரணம் இருக்க வேண்டும். சாயங்காலத்திலிருந்து மனசில் மொலு மொலுவென்று குடைந்து கொண்டிருந்த விஷயம், கனன்று கொண்டிருந்த கோபம் காரணமாக இருக்கவேண்டும். மாலையில், புழுதியில் விளையாடிக் கொண்டிருந்த குழந்தைகளின் தோற்றம் மனசில் ஏற்படுத்திய கலக்கமாக இருக்க வேண்டும்.. நம்மால் ஏன் பேசாமல் இருக்க முடியமாட்டேன் என்கிறது?

அவள் பலவந்தமாகத் தன் எண்ண ஓட்டங்களைப் பிடித்து நிறுத்தினாள். ராஜுவின் பார்வை புஸ்தகத்தில் லயித்திருந்தது. அவன் மனசு நிச்சயம் அதில் இல்லை என்று அவள் நினைத்துக்கொண்டாள். இவன் இந்த ரீதியில் பத்தாம் கிளாஸ் தாண்டுவான் என்று மாமா எப்படி எதிர்பார்க்க முடியும்? அவள் மீண்டும் தன்னைக் கட்டுப்படுத்திக்கொண்டு பாடத்தில் கவனத்தைச் செலுத்தினாள்.

“சாப்பிட வரேளா?"

“எனக்குச் சாப்பாடும் வேண்டாம், ஒரு எழவும் வேண்டாம். இந்த வீட்டிலே எனக்கிருக்கிற மான மரியாதைக்கு!”

“அவ குழந்தை.. அவ சொன்னதைப் பெரிசா எடுத்துக்கலாமா நீங்க?"

“எதை எப்படி எடுத்துக்கணும்னு எனக்குத் தெரியும். எனக்கு புத்தி சொல்ல வந்துட்டியா நீ? அதுக்கு யோக்யதை இருக்கா நோக்கு?”

“சிவசிவா! யாருக்கு யார் புத்தி சொல்றது? உங்க மேலே ஒருத்தருக்கும் மரியாதை இல்லேன்னு நீங்களா நினைச்சுக்கறேள். நீங்க சாப்பிடலேன்னா இங்கே யாருக்கும் சாப்பிட மனசு வராது."

“அப்படிச் சொல்லு! உங்களுக்கெல்லாம் சாப்பிடணும். அதுக்காக நா வயத்திலே கொட்டிண்டாகணும். எனக்குப் பழையதும் மோரும் போதும்..."

மீனு நெற்றியை அழுந்தத் துடைத்துக் கொண்டாள். இந்த

மன்னிக்கு இதுவரை பைத்தியம் பிடிக்காமலிருப்பது ஆச்சரியம் என்று தோன்றிற்று. இன்னும் ஒரு வருஷம் இங்கே இருந்தோம்.. நம் புத்தி பிசகிப்போவது நிச்சயம்... எப்படிப் படித்துப் பாஸ் செய்யப் போகிறோம்?

“எனக்குப் பழையது வேணும்னு சொன்னேன். ஏன் சுடற சாதத்தைப் போடறே?”

“பழையது இல்லே!"

“ஏன்? மத்தியான்னம்கூடப் பார்த்தேன். கட்சட்டி நிறைய இருந்ததே?"

“தீர்ந்துபோச்சு!"

“அதான் எப்படிங்கறேன்?"

“...”

“என்ன? கேக்கறேன்.. பதிலைக் காணோம்?”

“சரோசியோட குழந்தைகள் வந்திருந்தது. பசிக்கிறதுன்னு..."

“உடனே சாச்சுட்டியாக்கும்.. அன்னபூரணின்னு காட்டிண்டு..? இந்த வீடு உருப்படப் போறதில்லே! உனக்கிருக்கும் அகலக் காலுக்கும் கைக்கும், குபேரனையும் ஆண்டி ஆக்குவே! குருவி சேக்கற மாதிரி நா சேத்துண்டு வரேன். நீ அதைக் கொல்லைப்பக்கமா வெளியேத்தறியா? அந்தக் குழந்தைகள் பட்டினி கிடந்தா நாணாவுக்குப் பதில் நீ கவலைப்படறியா? அந்தக் குடிகாரனுக்கும் உனக்கும் என்ன சம்பந்தம்?”

மீனு அதிர்ந்து போனாள். சுரு சுருவென்று ஆத்திரம் பீறிட்டுக்கொண்டு வந்தது. தூ! இவரும் ஒரு மனிதரா? ஆண் பிள்ளையென்றால், கோபத்திற்கு எல்லை கிடையாதா? எதைச் சொன்னாலும் தாங்கிக்கொள்வதற்கு ஒருத்தி இருக்கிறாள் என்கிற நிச்சயமா?

மன்னியிடமிருந்து அதற்குப்பிறகு ஏதும் பதிலே கேட்கவில்லை. இந்த மாமாவின் போக்கை நினைக்க நினைக்க ஆச்சரியமாக இருந்தது. இவர் மனசு ஏன் இப்படி இரும்பாக இருக்கிறது?

கொஞ்சங்கூட இளக்கமே இல்லாமல் இருக்கிறது? நியாய, அநியாயங்களைப் பற்றி, தர்ம அதர்மங்களைப் பற்றி அத்தனை துல்லியமாகப் புரிந்துகொள்ளும் மன்னியுடன் இருந்தும், அதன் சுவடு கொஞ்சம்கூடப் படியாமல் இவரால் எப்படி இருக்க முடிகிறது?

இவருடைய மிகப்பெரிய சொத்து மன்னிதான் என்று எப்பொழுது புரியும் இவருக்கு?

அறையில் யாரோ நிற்கிறமாதிரி தோன்றிற்று. மீனு திரும்பிப் பார்த்தாள்.

லலிதா நின்றிருந்தாள். உதட்டில் புன்னகையுடன், கண்களில் கனிவுடன் - சற்று முன்வரை ஒரு யுத்த களத்தில் நின்று வந்த சுவடு இல்லாமல்..! மிதமிஞ்சிய பரிதாபம் மனசில் பொங்குகையில், மீனுவுக்குச் சுரீரென்று ஒருபுறம் சீற்றம் புறப்பட்டது. சீ! இந்த மன்னிக்குத்தான் சுரணையில்லை!

“சாப்பிட வாங்கோ நீங்க ரெண்டு பேரும்!"

“மாமா, சாப்பிட்டாச்சா?"

“ஓ! ராஜு எழுந்திரு!”

“அப்பா எங்கேம்மா?”

“வாசல் திண்ணையிலே உக்காந்திருக்கார்."

ராஜு விசுக்கென்று எழுந்தான்.

மீனு மௌனமாகத் தொடர்ந்தாள். சாப்பாட்டைப் பரிமாறுகையில் மன்னியின் முகத்தில் எந்த மாறுதலும் தெரியவில்லை. இந்த மன்னிக்கு விஷயம் தெரியுமோ என்று மீனுவுக்குச் சந்தேகம் வந்தது. தெரிந்துதான் அந்தக் குழந்தைகளைக் கூப்பிட்டு சாதம் போடுகிறாளா? மாமாவைத் திருத்துவது அசாத்தியமான காரியம் என்று சும்மா இருக்கிறாளோ?

“மீனு அக்கா?" என்றான் ராஜு மெள்ள.

“என்னடா?"

“எங்காத்துக்கு நீ சாப்பிட வர வேண்டாம்னு நாளைக்கு அந்தக் கிருஷ்ணன்கிட்டே சொல்லிடறேன்.”

“ஏன்?"

“அப்பா கோச்சுப்பாளே!”

லலிதாவின் பார்வை மீனுவைச் சந்தித்துப் பிறகு கீழிறங்கியது. வெகு கஷ்டப்பட்டுத் தன் உணர்ச்சிகளை அடக்கிக்கொள்கிறாள் என்று தோன்றிற்று.

“எங்காத்துக்கு வராதேன்னு யாரையும் சொல்லக் கூடாது ராஜு."

“பின்னே வான்னு சொன்னா வந்துடுவான். நீ சாப்பாடு போடுவே. அப்புறம் அப்பா உன்னைக் கோச்சுப்பா”

கண்கள் ஒரு பக்கம் சஞ்சலத்தைக் காட்டுகையில், இந்த மன்னியின் உதடுகள் மட்டும் எப்படிப் புன்னகைக்கின்றன?

“நீ அதையெல்லாம் கவனிக்கக் கூடாது ராஜு..”

லேசான குழப்பத்துடன் ராஜு அவளைப் பார்த்துவிட்டுத் தலையைக் குனிந்துகொண்டான். பிறகு ரகசியக் குரலில் கேட்டான்: “அம்மா, நாளைக்குச் சேப்பங்கிழங்கு கறி பண்றியா மொரு மொருன்னு? நா கிருஷ்ணனுக்குக் கொண்டுபோய்க் கொடுக்கறேன் அப்பாவுக்குத் தெரியாமெ?"

மீனு தலையைக் குனிந்துகொண்டாள்.

“அப்பா வயலுக்குக் கிளம்பிப் போனப்புறம் கொல்லைப் பக்கமா போய்க் கொடுத்துட்டு வரேன். சரியாம்மா?"

லலிதாவின் புன்னகையில் வேதனை தெரிந்தது.

“சரி.”

ராஜு சாப்பிட்டவுடன் போய்ப் படுத்துக் கொண்டான். மீனு லலிதாவுக்கு உதவியாய் சமையலறையைக் கழுவினாள்.

மன்னியிடம் விஷயத்தைச் சொல்வதா வேண்டாமா என்று யோசித்துவிட்டு மெல்லச் சொன்னாள்.

லலிதாவின் முகம் போன போக்கைப் பார்த்துவிட்டு அவசரமாகத் தொடர்ந்தாள்.

“ஒருவேளை அது வெறும் வம்புப் பேச்சாக இருக்கலாம் மன்னி. நிஜமாயிருக்காது.."

லலிதா பதிலே பேசவில்லை. சமையலறை வேலையெல்லாம் முடிந்து கதவைத் தாழ் போட்டதும், மீனுவைப் பார்த்து மென்மையாகச் சொன்னாள்:

“இதைப் பத்தியெல்லாம் நினைச்சுண்டு மனசைக் குழப்பிக்காதே மீனு. போய்ப் படுத்துக்கோ. நா சித்த நேரம் முத்தத்துக் குறட்டுல உக்காந்திருக்கேன்.”

“நானும் வரேன் மன்னி!"

“வேண்டாம். நா கொஞ்ச நேரம் தனியா இருக்கணும்..."

“எத்தனை நட்சத்திரம் ஆகாசத்திலே இருக்குன்னு நாளைக்குச் சொல்றேளா?"

லலிதா சிரித்தாள்.

“சொல்றேன்.”

நழுவி, நழுவிப்போன மனசை இழுத்து பாடப் புத்தகங்களுடன் போராடி ஒரு வழியாய் கண் அயர்ந்து அதில் நழுவிக் கொண்டிருக்கையில், ஓர் உலுக்கலுடன் விழிப்பேற்பட்டது.

மாமாவின் குரல் - சிம்மக் குரல் தெளிவாகக் கேட்டது கூடத்திலிருந்து.

“போயிடு - மூதேவி போயிடு. எனக்குப் புத்தி சொல்ற அளவுக்கு திமிர் ஏறிப்போச்சா? போயிடு ஒரேயடியா - நாணாவுடைய ஆம்படையா செஞ்ச மாதிரி - தனியா இல்லே - அழகா ஒரு பிள்ளையைப் பெத்து வெச்சிருக்கியே! அவனையும் துணைக்கு அழைச்சிண்டு போயிடு!"

# 20

மீனு ஜாக்கிரதையாகக் கோலத்தை மிதிக்காமல் அதைச் சுற்றிக்கொண்டு போய் நின்றிருந்த வில்வண்டியில் ஏறிக்கொண்டாள்.

"ஜாக்கிரதையாப் போய்விட்டு வா மீனு!"

சட்டென்று உள்ளுக்குள் ஏதோ சுரக்கின்ற மாதிரி இருந்தது. இன்றைக்கு மன்னியிடம் சொல்லிக்கொள்ள மறந்துபோனோம் என்று நினைவுக்கு வந்தது. அவள் மெல்லக் குனிந்து எட்டிப் பார்த்துக் கையசைத்தாள்.

லலிதா வீட்டு நிலைப்படிக்கு அப்பால் நின்றிருந்தாள். எப்பொழுதும்போல் முகத்தில் பிரகாசத்துடன், உதட்டில் புன்னகையுடன்.

மீனு தன் பார்வையைத் திருப்பிக் கொண்டாள். விவரம் புரியாமல் கண்களில் நீர் படர்ந்தது. இப்பொழுதெல்லாம் ஏன் அடிக்கடி நீர் கோர்த்து நிற்கிறது என்று திகைத்தாள்.

நீர் கோர்த்த பார்வையில், ஹரிஹரன் காரைத் துடைத்துக்கொண்டிருப்பது தெரிந்தது. அவளைப் பார்த்துப் புன்னகைக்கிறானோ என்று சந்தேகம் ஏற்பட்டது. அவள் வண்டிக்குள் நன்றாக நகர்ந்து உட்கார்ந்தாள். கண்ணின் நீரை

உள்ளுக்கு இழுத்துக்கொள்கையில் மறுபடி திகைப்பு ஏற்பட்டது. ஏன் இப்படி பலஹீனமாகிப் போனோம்? இது பலஹீனம் இல்லை என்று தோன்றிற்று. வேறு ஏதோ ஒன்று திடீரென்று முதிர்ச்சி அடைந்த மாதிரி - அது தரும் அதிர்ச்சிதான் இப்படிக் கண்களில் நீரை வரவழைக்கிறது. மதராஸில் இருக்கிறவரை தான் ஏதுமே அறியாதவளாக, ஒரு பட்டாம்பூச்சி மாதிரி எதிலும் ஒட்டாமல் திரிந்த மாதிரி ஓர் உணர்வு ஏற்பட்டது.

இங்கு வந்த பிறகு, இந்தச் சின்ன கிராமத்தின் ஒற்றைத் தெருவின் வீடுகள் என்னவெல்லாம் சேதி சொல்லிவிட்டன. வாழ்வு என்பது இதுதான். எங்களைப் புரிந்துகொண்டால், நீ வாழ்வைப் புரிந்துகொள்வாய் என்கிற மாதிரி!

இங்கிருக்கும் ஒவ்வொரு வீட்டைப் பற்றியும் நினைத்துப் பார்க்கையில்தான், அவற்றில் இருக்கும் அவலங்களையும் அதன் காரணங்களையும் சோதித்துப் பார்க்கையில்தான், உள்ளுக்குள்ளிருந்து ஏதோ சுரக்கிறது கருணை மழையாய்! அதுதான் பனிப்படலமாய் கண்ணில் அடிக்கடி வந்து நிற்கிறது.

"போயிடு ஒரேயடியா.. நாணா ஆம்படையா செஞ்ச மாதிரி!"

அவள் சங்கடத்துடன் பார்வையைச் சாலையின் இரு மருங்கிலும் தெரிந்த வயல்களில் ஓட்டினாள்.

அந்த வார்த்தைகளைக் கேட்ட பிறகும் மன்னியின் முகத்தில் இன்று எப்படி மலர்ச்சி தெரிகிறது?

மாமாவே பிறகு சமாதானப்படுத்தியிருப்பாரோ? மாமா இந்த ஜென்மத்தில் கீழிறங்கி வருவார் என்று தோன்றவில்லை.

மன்னிதான் சமாதானமாகியிருப்பாள் - மாமாவின் பேச்சுக்கெல்லாம் காரணம், அவருள் இருக்கும் அஞ்ஞானம் என்று.

அன்றைக்கெல்லாம் கல்லூரிப் பாடங்களில் எந்த லயிப்பும் தோன்றவில்லை. மனசு நழுவி நழுவிப் போயிற்று.

'போயிடு ஒரேயடியாப் போயிடு' என்று செவியில் டமாரமடித்த வார்த்தைகளில் சிக்கிக்கொண்டு தவித்தது. மறுபடி மறுபடி அதிர்ந்தது.

அவள் வெகு கஷ்டப்பட்டுத் தன்னை நிதானப்படுத்திக்கொண்டு வகுப்பு முடிந்ததும் லைப்ரரிக்குச் சென்றாள். அலமாரிகளைப் பார்வையிட்டபடி வருகையில் ஒரு புத்தகம் கண்ணில் பட்டது. ஹெலன்கெல்லரின் வாழ்க்கைச் சரிதம். ஏதோ ஓர் உந்துதலில் அதை எடுத்து வேறு ஒரு புத்தகத்தையும் எடுத்துக்கொண்டு அவள் வெளி வருகையில், ஹரிஹரன் எதிர்ப்பட்டான்.

“ஹல்லோ!” என்று பளிச்சென்று சிரித்தான்.

வெகு வேகமாக அடித்துக்கொண்ட மார்பை, திடுக்கிட்டுக் கூச்சத்துடன் அவள் அடக்கினாள். தன்னைச் சமாளித்துக்கொண்டு சிரித்தாள்.

“ஹல்லோ! திங்க் ஆஃப் தி டெவில்னு சொல்லுவா..”

“அண்ட் ஹியர் ஐயாம்..!”

இவன் எவ்வளவு சுலபமாகச் சிரிக்கிறான் என்று அவளுக்கு ஆச்சரியமேற்பட்டது. சில மாதங்களுக்கு முன்பு வரை தானும் அப்படித்தான் சிரித்துக்கொண்டிருந்தோம் என்று ஞாபகத்திற்கு வந்தது.

“என்னுடைய நினைவு உனக்கு எப்படி வந்தது?”

“இந்தப் புஸ்தகம் பார்த்தேன். இதை மஞ்சுவுக்குப் படிக்கக் கொடுக்கலாமோன்னு தோணித்து.”

அவன் அவள் கையிலிருந்த புத்தகத்தை வாங்கிப் பிரித்துப் பார்த்தான்.

“தேங்க்ஸ் மீனு. ஆனா, மஞ்சு இதெல்லாம் தொட்டுக்கூடப் பார்க்கமாட்டா.”

அவன் முகத்தில் பிரகாசம் சற்றுக் குறைந்த மாதிரி இருந்தது.

“ஏன்?”

“அவளுக்கு எல்லாமே குதர்க்கமாத் தோணும். மத்தவா ஏதும் சொல்லி எதுவும் செய்யக் கூடாதுன்னு ஒரு வீம்பு உண்டு அவகிட்டே.”

மீனு ஒரு வினாடி பேசாமலிருந்துவிட்டு மெல்லச் சொன்னாள்:

"நீங்க எதுவுமே அவகிட்ட சொல்ல வேண்டாமே? இந்தப் புஸ்தகத்தைப் பேசாம அவ கண்ணுக்குப் படற மாதிரி வையுங்கோ. அவளா படிக்கிறாளான்னு பார்ப்போம்."

சட்டென்று அவன் கண்களில் ஒரு மென்மை தெரிந்தது.

"என் தங்கை விஷயத்திலே நீ இத்தனை இன்டரெஸ்ட் எடுத்துக்கறதுக்கு ரொம்ப தாங்க்ஸ் மீனு."

அவளுக்கு லேசாகக் கூச்சம் ஏற்பட்டது. அவன் எந்த வகையிலோ அவளைக் குறைவாக மதிப்பிட்டு விட்ட மாதிரி.

"இது யாருக்கும் இயற்கையா தோணக்கூடிய ஓர் அக்கறை..."

"இயற்கையா இருக்கறதுக்கே இப்போ எல்லோருக்கும் மறந்துபோச்சே?"

லைப்ரரியில் இரண்டொருவர் தங்களைப் பார்க்கிற மாதிரி, அவளுக்குப் பிரமை ஏற்பட்டது.

"ஓ.கே. தாங்க்யூ" என்றான் அவன், திடீரென்று அவளுடைய நிலைமையைப் புரிந்துகொண்ட மாதிரி. "அவ இதைப் படிக்கிறாளா பார்க்கலாம்."

அவன் விறுவிறுவென்று திரும்பிப் பார்க்காமல் போகும் நடையில் ஓர் ஆயாசம் தெரிந்தது.

அவள் ஏதோ யோசனையுடன் பஸ் ஸ்டாப்பிற்கு நடந்தாள்.

காலேஜ் காம்பவுண்டின் ஓரத்தில் இருந்த புளிய மரத்தின் அடியில் சில மாணவர்கள் நின்றிருந்தார்கள். அவள் தினமும் பஸ் ஸ்டாப்பிற்குப் போகும் தருணத்தில் இவர்கள் இப்படி மூலையில் நின்று ஏதோ கேலிப்பேச்சுப் பேசுவதை அவள் தினமும் பார்க்கிறாள். இது யதேச்சையாக நிகழும் விஷயமா? அல்லது வேண்டுமென்றே அவள் வருவதற்காகக் காத்திருக்கிறார்களா என்று அவளுக்குத் திகைப்பேற்பட்டது. வேண்டுமென்றே நின்றால், இவர்கள் எத்தனை பெரிய அசடர்கள் என்று சிரிப்பு வந்தது. இவர்கள் எல்லாம் கூட்டமாக நின்றால்தான் தைரியசாலிகள். இதுவரை அவளிடம் எந்த வாலிபனும் தானாக வந்து சரளமாக - சகஜமாகப் பேசியதில்லை.

அவள் கேட்டைத் தாண்டிப் போகையில், அவர்கள் பெரிய குரலில் அசிங்கமாகச் சிரிப்பது கேட்டது.

"ஏய் அப்படியெல்லாம் சொல்லாதேடா.. அப்புறம், அக்ரஹாரத்துக் குடுமிகள்ளாம் சண்டைக்கு வரப் போவுது!"

"வரட்டும்! பார்க்கலாம். நாமெல்லாம் எத்தனை பெரிய கில்லாடின்னு காட்டுவோம். காலம் மாறிடுச்சி பிரதர்."

அவளுக்குச் சுறுசுறுவென்று கோபம் வந்தது. அவர்களிடம் நேரே போய் சண்டை போடலாமா என்று ஆத்திரம் வந்தது. அவள் தன்னைக் கட்டுப்படுத்திக் கொண்டு பஸ் ஸ்டாப்பை நோக்கி வேகமாக நடந்தாள்.

இவர்களுக்கு இந்த மாதிரி சிந்தனைகள் இருந்தால், காலம் மாறவே மாறாது என்று தோன்றிற்று.

'ஓ, எத்தனை பிற்போக்குச் சிந்தனைகள்! மனுஷனை மனுஷனாகப் பார்க்கும் காலம் எப்போது வரும்! பிரித்துப் பிரித்துப் பேசும் காலம் எப்போது போகும்!'

இவர்கள் இளைஞர்கள் என்று நினைக்கையில் கோபம் இன்னும் அதிகமாயிற்று. இவர்கள் எல்லாம் வெறும் பிம்பங்கள் - சுயமாகச் சிந்திக்கத் தெரியாத கிளிப் பிள்ளைகள்...

ஓ!

அவளுக்கு ஆத்திரமும் படபடப்பும் ஏற்பட்டது. இன்னும் பல நூறு வருஷங்கள் இவர்கள் இப்படித்தான் இருப்பார்கள் என்கிற பிரஞ்ஞை ஆயாசத்தை ஏற்படுத்திற்று.

ஓ, இன்றைக்கு என்ன நமக்கு நேர்ந்துவிட்டது? மனசு எதற்கு இப்படி எதைக் கண்டாலும் எதைக் கேட்டாலும் துக்கிக்கிறது!

"மீனு!"

அவள் சுயநினைவுக்குத் திரும்பினாள். ருக்மிணி நின்றிருந்தாள். கையில் ஒரு சின்னப் பொட்டலத்துடன் உதட்டில் ஒரு பலஹீனமான புன்னகையுடன்.

“நீ எப்ப வருவேன்னு காத்திண்டிருந்தேன். கிருஷ்ணனைப் பார்த்தியோ அப்புறம்?"

“பார்த்தேன்."

“சௌக்கியமா இருக்கானா?”'

“இருக்கான்.”

“எனக்கு ஓர் உபகாரம் பண்ணுவியா மீனு? கிருஷ்ணனுக்குத் தூள் பக்கோடான்னா ரொம்பப் பிடிக்கும். அப்ப இருந்த நிலைமையிலே எதையும் செஞ்சு குடுக்க முடியல்லே. இன்னிக்குக் கொஞ்சம் பண்ணினேன், கொண்டுபோய்க் கொடுக்கறியா? தப்பா நினைக்க மாட்டியே!"

மீனு சிரித்தாள்.

“தப்பா நினைக்க என்ன இருக்கு மாமி? கண்டிப்பா கொடுக்கறேன்."

“யாருக்கும் தெரியாமே குடு."

“சரி.”

ருக்மிணியின் முகச் சுருக்கங்கள் இடையே தோன்றிய பிரகாசத்தைப் பார்க்கையில் பரிதாபமாக இருந்தது.

வழி நெடுக பக்கோடாவின் எண்ணெயும் வெங்காயமும் மணத்தன. எல்லோரும் பஸ்ஸில் அவளைத் திரும்பித் திரும்பிப் பார்க்கையில் அவளுக்கு என்னவோ மாதிரி இருந்தது.

நிலைப்படியில் நின்றிருந்த லலிதாவைத் தாண்டிக்கொண்டு போகையில் லலிதா, “என்ன, பக்கோடா வாசனை வர்றதே?” என்றாள்.

“சொல்றேன்" என்று மீனு சிரித்தாள். “முதல்லே ஏதாவது சாப்பிடக் குடுங்கோ. ரொம்பப் பசிக்கிறது. பஸ் முழுக்க இந்த பக்கோடா வாசனை வேறே பசியைக் கிளப்பிடுத்து."

“தோசை வாத்து வெச்சிருக்கேன் வா."

கொல்லைக் கிணற்றடியில் பூவரச மரத்தின் தண்ணென்ற

நிழலில், ஜில்லென்ற தண்ணியை மொண்டு மொண்டு முகத்தில் இரைத்துக் கொள்கையில் காலையிலிருந்து மனசில் ஏற்பட்டுக் கொண்டிருந்த நமைச்சல் வடிந்த மாதிரி இருந்தது.

தோசையைச் சாப்பிடுகையில், அவள் லலிதாவிடம் ருக்மிணியைப் பற்றிச் சொன்னாள். லலிதா சற்று நேரம் ஏதும் பேசவில்லை. பிறகு மெல்லச் சொன்னாள்:

“இந்த அற்ப காரியத்தை இங்கே யாருக்கும் தெரியாமே செஞ்சாகணும் மீனு.”

மீனு சிரித்தாள்.

“தெரியும். நா போய் கொடுத்துட்டு வரேன். கிருஷ்ணன் தனியாத்தான் விளையாடிக் கொண்டிருப்பான்.”

“பாவம்!”

“யார் மன்னி?”

மன்னியின் பார்வை ஜன்னலுக்கப்பால் ஆகாசத்தில் பதிந்திருந்தது.

“எல்லாருமே ஓரோர் வகையிலே பாவப்பட்ட ஜென்மங்கள்தான் மீனு!”

மீனு சட்டென்று மௌனமானாள். நேற்று இரவு கேட்ட வார்த்தைகள் நினைவுக்கு வந்தன.

ருக்மிணி கொடுத்த பொட்டலத்தை எடுத்துக்கொண்டு மெல்லிய குரலில்-

“நா போயிட்டு வரேன் மன்னி” என்று கூறிவிட்டுக் கிளம்பினாள்.

ராஜு எங்கோ விளையாடப் போயிருந்தான். மாமா இன்னும் வீட்டிற்குத் திரும்பவில்லை. லக்ஷ்மியை நல்ல வேளையாய்க் காணவில்லை.

மீனு வேகமாக நடந்தாள். கிருஷ்ணன் வழக்கம்போல் வீட்டுத் திண்ணையில் தனியாகக் கோலி விளையாடிக் கொண்டிருந்தான். அவளைக் கண்டதும் எழுந்து நின்று

தயக்கத்துடன் சிரித்தான்.

மீனுவுக்குச் சட்டென்று என்ன சொல்வது என்று புரியவில்லை.

“இந்தா, இதைச் சாப்பிடு" என்று அந்தப் பொட்டலத்தை அவனிடம் நீட்டினாள்.

“என்னது?” என்றான் அவன் கையை நீட்டியபடி.

“தூள் பக்கோடா, உனக்கு ரொம்பப் பிடிக்குமாமே?"

அவன் அதரங்களில் மிக லேசாகப் புன்னகை படர்ந்தது.

“யார் சொன்னது?”

“உங்கம்மா.”

சட்டென்று அவன் பார்வை இறுகியது. நீட்டிய கரங்கள் தாழ்ந்தன.

அவள் அவனருகில் குனிந்து சிநேகிதத்துடன் சொன்னாள்:

“இந்தா, சாப்பிடு கிருஷ்ணா. டவுன்லே உங்கம்மா என்னைப் பார்த்துட்டு உனக்கு இது பிடிக்கும்னு கொடுத்தா. யாருக்கும் இதைப்பத்தி நா சொல்லப்போறதில்லை. இந்தா."

அவன் வாயே திறக்காமல் நிமிர்ந்து அவளைத் தீர்க்கமாகப் பார்த்தான்.

அந்தப் பார்வையின் ஆழத்தில் தான் மூழ்கிப் போகிறமாதிரி அவளுக்குப் பிரமை ஏற்பட்டது. இவனுக்கு வயசு பத்தில்லை. இருபது என்று தோன்றிற்று.

சரேலென்று அவன் அவள் கையிலிருந்த பொட்டலத்தை அவசரமாக வாங்கிக்கொண்டு வேகத்துடன் சுழற்றி வீதியில் எறிந்தான்.

# 21

மீனு திகைத்துப்போய் அவனைப் பார்த்தாள். கிருஷ்ணனின் கண்களில் தெரிந்த தீவிரத்தையும், மேலும் கீழுமாக லேசாக மூச்சிறைக்கும் அந்தத் தோள்களையும் பார்க்கையில், ஏன் அப்படிச் செய்தாய் என்று கேட்பது முட்டாள்தனம் என்று தோன்றிற்று.

அவள் சில விநாடிகள் எதுவும் பேசாமல் அவனைப் பார்த்துக்கொண்டு நின்றாள். அவன் தன் பார்வையை எங்கோ திருப்பிக்கொண்டான். ஏதாவது பேசினால், அவன் அழுதுவிடுவானோ என்று அவளுக்குப் பயமாக இருந்தது. சட்டென்று அவன் தன் பார்வையை அவள் பக்கம் திருப்பாமலே உள்ளே சென்று கதவைச் சாத்திக் கொண்டான்.

அவளுக்குத் தூக்கிவாரிப் போட்டது. அவள் எதிரில் அழுதுவிடுவோமோ என்று அவனுக்கே பயமாக இருக்க வேண்டும் என்று அவளுக்குத் தோன்றிற்று.

அவள் அந்த மூடிய கதவைச் சில விநாடிகள் வெறித்துப் பார்த்தாள். எத்தனை கோபம் இவனுக்கு ருக்மிணியின்மேல்! அவளுடைய செய்கை மிகப்பெரிய அதிர்ச்சியாக இருந்திருக்க வேண்டும். இவனது நம்பிக்கைகள் அந்தக் கணத்தில் வேரறுந்து போயிருக்க வேண்டும். எத்தனை வைராக்கியம் இருந்தால்,

இந்தக் குழந்தை அப்படி பக்கோடா பொட்டலத்தைத் தூக்கியெறிந்திருக்கும்? வகையான சாப்பாடு சாப்பிட்டு பல மாதங்கள் ஆகியிருக்கும் குழந்தை!

'ஓ.. இவன் குழந்தையில்லை. பெற்றவள் செய்த காரியத்தினால் மூப்பெய்திப் போனவன்! தன் வயசுக் குழந்தைகள் பேசும் வெகுளித்தனமான பேச்சைக் கண்டு ஞானப் புன்னகை பூப்பவன். இவனது இப்போதைய செய்கையும் குழந்தைத் தனமானதில்லை. என்னைப் பற்றிய நினைவே இல்லாமல் போனவளின் உறவு எனக்கு வேண்டாம் என்று தெளிவாகக் காட்டுகிற செய்கை...'

"யாரைப் பார்க்கணும் உனக்கு?"

அவள் சட்டென்று திரும்பிப் பார்த்தாள்.

கணேசனின் மனைவி நீலு நின்றிருந்தாள். இவள் வாயில் விழுந்துவிட்டால் மீளுவது கஷ்டம்.

"ஒண்ணுமில்லே. சும்மா கிருஷ்ணனைப் பார்க்கலாம்னு வந்தேன்."

"என்ன சமாச்சாரம்?"

"சும்மாதான். தனியாகவே விளையாடிண்டிருக்கானே. ராஜுவோட விளையாடக் கூப்பிடலாம்னு வந்தேன்."

நீலு சிரித்தாள்.

"அவன் வருவானா? அவன் அம்மா ஓடிப்போன மாதிரி வீடு எங்கே பூடுமோன்னில்லே அடைகாக்கறான்?"

மீனுவுக்குச் சங்கடமாக இருந்தது. வார்த்தைகளுக்கு இருக்கும் சக்தியை உணராமலே இவள் வார்த்தைகளைப் பிரயோகிப்பவள் என்று தோன்றிற்று. நீலுவின் இடுப்பில் ஒரு அம்மணக் குழந்தை. தெருப்புழுதியில் இரண்டு. திண்ணையில் இரண்டு. வீட்டுக்குள்ளும் திண்ணையிலுமாக வாழ்வைக் கழிக்கும் இவளுக்குப் பேச்சு ஒன்றுதான் ஆதார சுருதி, ஆயுதம், பொழுதுபோக்கு எல்லாம். இத்தனை மலிவாகப் போய்விட்ட பேச்சின் சக்தியைப் பற்றி இவளுக்கு என்ன தெரியும்?

மீனு ஏதும் பதில் சொல்லாமல் தெருவில் இறங்கி நடந்தாள்.

நீலு கூடவே வந்தாள்.

"காலேஜ் எல்லாம் எப்படி இருக்கு?"

"நன்னாயிருக்கு."

நீலுவின் பதினாறு வயசுப் பெண் பத்மா கதவோரத்தில் நின்று தெருவைப் பார்த்துக்கொண்டிருந்தாள். அவள் தெருவில் இறங்கி மீனு பார்த்ததில்லை.

"உங்க பெண்ணை நீங்க ஸ்கூலுக்கு அனுப்பறதில்லையா?"

நீலு மெதப்பாகச் சிரித்தாள்.

"ஆ! சமைஞ்ச பொண்ணை அனுப்புவமா? எங்க ஜனங்கள்ளே ரொம்பக் கட்டுப்பாடு!"

பத்மாவின் பார்வையில் நிறைய ஆர்வம் தெரிந்தது. சலனம் தெரிந்தது.

"பின்னே நாள் முழுக்க வீட்டிலே உக்காந்துண்டு என்ன செய்வா?"

"என்னத்தைச் செய்யறது? பத்திரிகை கொஞ்சம் படிப்பா. வீட்டு வேலை இருக்கு. தம்பி தங்கைகளைக் கவனிச்சுப்பா. வீடுன்னா வேலையா இல்லே?"

மீனு ஏதும் சொல்லாமல் லேசான புன்னகையுடன் மெதுவாக நடந்தாள். ஐயோ பாவம் என்றிருந்தது பத்மாவை நினைத்து. இன்னும் சில வருஷங்களில் அவளும் நீலுவை மாதிரி இதே மெதப்பான புன்னகையுடன் கையில், இடுப்பில், வயிற்றில், தெருப்புழுதியில் குழந்தைகளுடன் வளைய வருவாள். 'சமைஞ்ச பொண்ணு' தெருவை சஞ்சலத்துடன் பார்ப்பதை திருப்தியுடன் பார்த்துக்கொண்டு-

இன்னும் எத்தனை வருஷங்கள் அந்தமாதிரி ஒரு பார்வை நிலப்படிக்கு அப்பாலிருந்து வெளி உலகத்தைப் பார்க்கும்? இவர்களது இப்போதைய வரலாற்றிலேயே ஒரு ருக்மிணி உதறிக்கொண்டு போயிருக்கும்போது?

"அந்த ஹரிஹரன் ஸார் உனக்கு டீச்சர் போலிருக்குது?"

"இல்லே.. அவர் சொல்லிக் கொடுக்கிற பாடத்தை நா எடுத்துக்கல்லே."

"அப்படின்னா?"

"என்னோட க்ளாஸுக்கு அவர் டீச்சர் இல்லே."

"ஓ!"

நீலு இன்னும் ஏதோ பேசுவாள் போலிருந்தது. நீலுவின் அதரங்களில் ஒரு பரிகாசப் புன்னகை தோன்றிற்று.

"ஆளைப் பார்த்தா டீச்சர் மாதிரியேயில்லை. ஏதோ சினிமா ஸ்டார் மாதிரி இருக்கார்ன்னு பத்மா சொல்லும்."

"நா போயிட்டு வரேன்."

"வீட்டுக்கு ஒரு நாளைக்கு வாயேன் மீனு? எங்க வீட்டுக்கெல்லாம் வரக்கூடாதா?"

"அதெல்லாம் ஒண்ணுமில்லே. எனக்கு நேரம் கிடைக்கறதில்லே."

நீலுவின் முகத்தில் இன்னும் அந்தப் பரிகாசம் தெரிந்தது. தான் சொன்னதை அவள் நம்பவில்லை என்று தோன்றிற்று.

வீட்டுக்கு வேகமாக நடக்கையில் அந்தப் புன்னகை முதுகைத் துளைக்கிற மாதிரி இருந்தது.

இந்த நீலுவின் பேச்சை நினைத்துப் பார்க்கையில் சிரிப்பு வந்தது.

"ஆளைப் பார்த்தா டீச்சர் மாதிரி இல்லே."

பாலு வாத்தியார் மாதிரிதான் எல்லா டீச்சர்களும் இருக்கவேண்டும் என்று இவர்கள் எதிர்பார்ப்பார்கள்.

ருக்மிணி ஏன் ஓடிப்போனாள் என்று இவர்களுக்குப் புரியாது என்று அவளுக்குத் திடீரென்று தோன்றிற்று.

நாளைக்கு ருக்மிணி வந்து தம்மிடம் கிருஷ்ணனைப் பற்றிக் கேட்டால் என்ன செய்யப்போகிறோம் என்று அவளுக்குத்

திகைப்பு ஏற்பட்டது. சுருக்கங்களெல்லாம் புன்னகையாக மலர, 'பக்கோடா சாப்பிட்டானா குழந்தை?' என்று கேட்டால், என்ன சொல்லப்போறோம்?

'ஓ.. காட். இட் இஸ் டூ காம்பிளிகேட்டட்..!'

மன்னி திண்ணையில் உட்கார்ந்திருந்தாள்.

"குடுத்தியா மீனு?" என்றாள்.

"உம்."

"என்ன சொன்னான்?"

"அவன் அம்மா குடுத்தனுப்பிச்சான்னேன். அதைப் பிரிச்சுக்கூடப் பார்க்காமே ரோடிலே எறிஞ்சுட்டான் மன்னி!"

"என்னது?"

லலிதாவின் பார்வையில் திகைப்பும் வேதனையும் தெரிந்தது. சற்றுநேரம் ஒன்றும் பேசாமல் இருந்தாள். பிறகு, தனக்குள் பேசிக்கொள்கிற மாதிரி சொன்னாள்.

"இப்பல்லாம் குழந்தைகளுக்கு ரொம்ப ரோஷமும் கோபமும் இருக்கு மீனு!"

"இருக்க வேண்டாமா மன்னி?"

"எனக்குப் பயமாயிருக்கு, கவலையாயிருக்கு."

"அவன் தன்னாலே சரியாப் போயிடுவான் மன்னி. கோபப் பட்டான்னா, அவனுக்கு யோசிக்கத் தெரியறதுன்னு அர்த்தம்."

லலிதா மெல்லச் சிரித்தாள்.

"கோபப் படறவாள்ளாம் யோசிக்கத் தெரிஞ்சவாளா மீனு?"

மீனு ஒன்றும் பேசாமல் திண்ணையில் அமர்ந்து கொண்டாள்.

கோபம்கூடச் சரியான காரணத்துக்குத்தான் வரவேண்டும் என்று தோன்றிற்று. இல்லாவிட்டால் இந்த மாமா மாதிரி, மஞ்சு மாதிரி புத்தி திசை தப்பிப் போகும்... அவன் இன்று அந்தப் புத்தகத்தை மஞ்சுவிடம் கொடுத்திருப்பானோ?

மீனுவைக் கண்டதும் எங்கேயோ விளையாடிக் கொண்டிருந்த ராஜு ஓடிவந்தான்.

"மீனு அக்கா, மீனு அக்கா, கோயிலுக்குப் போகலாம் வாயேன்."

"வேண்டாம்டா இன்னிக்கு."

"வாக்கா ப்ளீஸ். இன்னிக்கு என்னவோ ஸ்பெஷல் பூஜையாம்."

"என்ன மன்னி?"

"எனக்குத் தெரியாது போயிட்டு வாயேன். ஆனா சீக்கிரம் வந்துடுங்கோ, மாமா வரதுக்குள்ளே."

"சரி."

லக்ஷ்மியை எங்கேயோ காணோம். மீனுவும் ராஜுவும் கிளம்பினார்கள். வழி நெடுக ராஜு ஏதேதோ பேசிக்கொண்டு வந்தான். பட்டாம்பூச்சிகளைத் துரத்திக்கொண்டு ஓடினான். நாரைகளைக் கண்டு சிரித்தான். மீனுவுக்கு இன்றைக்கு எதுவுமே ரசிக்கவில்லை. இன்னும் புரியாத சோகத்தில் மனசு தனியாக நின்றது. எதிலும் ஒட்டாமல் துக்கித்தது.

பின்னால் யாரோ நடந்து வருகிற சத்தம் கேட்டது. அவள் வழி விடுவதற்காக நகர்ந்தாள்.

"நடக்கிறபோது அந்தண்டை இந்தண்டை பார்க்கிற வழக்கமே கிடையாதோ?"

ஹரிஹரனின் குரலைக் கேட்டதும், மனசு வெகு வேகமாக அடித்துக்கொண்டது. அவள் புறப்படுவதைப் பார்த்துவிட்டுத்தான் அவன் கிளம்பியிருக்க வேண்டும் என்கிற உணர்வு கன்னங்களில் சிவப்பை ஏற்றியது. அவள் புன்னகையுடன் அவனைப் பார்த்தாள்.

"பார்ப்பேனே? ஆனா மனுஷாளைப் பாக்கற வழக்கமில்லே. செடிகளை, பட்சிகளை, மரங்களைப் பார்ப்பேன்."

"எத்தனை அதிருஷ்டம் செஞ்சிருக்கு அதெல்லாம்."

அவள் திடீரென்று சிரித்தாள்.

"அந்தப் பெண் சொன்னது சரிதான்."

"எந்தப் பெண்?"

"கணேசனின் பெண்!"

"என்ன சொன்னா?"

"உங்களைப் பாத்தா டீச்சர் மாதிரியில்லேயாம். சினிமா ஸ்டார் மாதிரி இருக்காம். உங்க பேச்சும் சினிமா ஸ்டைலாத்தான் இருக்கு."

அவன் சிரித்தான்.

"இந்தப் பசுமையையும் அதுக்கு நடுவிலே ஓர் அழகான பெண்ணையும் பார்த்தா கவிதை வரது மனசிலே மீனு!"

அவளுக்குள் சட்டென்று ஒரு பிரவாகம் கிளம்பிற்று. அவள் ராஜூ எங்கேயிருக்கிறான் என்று தேடுகிற பாவனை செய்தாள்.

"பாட்டனி லெக்சரர் இல்லையோ நீங்க?"

"இங்கிலீஷ் லெக்சரா இருந்திருக்கக் கூடாதோன்னு இப்ப இருக்கு."

"ஏன்?"

"அப்ப உனக்குப் பாடம் சொல்ல வந்திருப்பேன்."

அவள் திடுக்கிட்டுப் பார்வையைத் திருப்பிக் கொண்டாள். இவன் எல்லை மீறுகிறான் என்று மனசு எச்சரித்தது.

அவள் தன்னைச் சமாளித்துக்கொண்டாள்.

"வேடிக்கைதான். நல்லவேளை நா பாட்டனி எடுத்துக்கல்லேன்னு சந்தோஷப்படறேன். எடுத்திண்டிருந்தேன்னா நா எத்தனை மண்டூன்னு உங்களுக்குத் தெரிஞ்சிருக்கும்..!"

"மீனு அக்கா! பாரு நாரைகள்!"

"இதோ வரேன்!"

கிடைத்தது சாக்கு என்று மீனு ஓடினாள்.

அவளையும், ராஜுவையும் கண்டதும் நாரைகள் கூட்டமாக உயரப் பறந்து போயின. ராஜு பரவசத்துடன் அதைப் பார்த்துக்கொண்டு நின்றான்.

“வா ராஜு.. சீக்கிரமா கோயிலுக்குப் போகலாம். அங்கே கிளியிருக்கும்."

“சரி, ஓடலாமா?”

“ஓ!"

அவள் சின்னப் பெண்ணைப்போல் அவனுடன் ஓடினாள். திடீரென்று இரண்டு நாட்களாக மனசில் மண்டியிருந்த சோகம் விலகிப்போன மாதிரி இருந்தது. ஹரிஹரனின் பேச்சில் தெரிந்த ஆர்வம்தான் இதற்குக் காரணம் என்கிற உணர்வு வெட்கத்தை ஏற்படுத்திற்று.

திரும்பத் திரும்ப அவனது பார்வையையும் பேச்சையும் வெட்கமில்லாமல் மனசு நினைவு கூர்ந்தது.

இன்று ராஜு நினைத்த மாதிரி கோவிலில் எந்த விசேஷ பூஜையுமில்லை. குருக்களைக்கூடக் காணோம். பனையாத்தா அம்போ என்று தனியாக நின்றிருந்தாள். மனத்தில் ஏற்பட்ட உல்லாசத்தில் மீனு, ராஜுவைத் துரத்திக்கொண்டு பிராகாரத்தைச் சுற்றி ஓடினாள்.

ஓடி முனையைத் திரும்புகையில் எதிரில் வந்த ஹரிஹரன் மீது முட்டிக்கொண்டாள் பழையபடி.

“ஓ வேணும்னே எதிர்த்தாப்போல வரேளா?”

“வேணும்னே நீ எங்கிட்டேயிருந்து விலகப் பார்க்கிறியா?"

அவன் கண்களிலும் அதரங்களிலும் இருந்த குறும்பு வெகு அருகில் தெரிந்தது. அவனுடைய கைகள் அவளுடைய இடுப்பில் அழுத்தமாக உட்கார்ந்திருந்தன.

# 22

அந்த ஸ்பரிசத்தின் பிரக்ஞை உள்ளே குபீரென்று ஒரு ஜ்வாலையை எழுப்பிற்று. அவன் பிடியிலிருந்து தன்னை விடுவித்துக்கொள்ள வேண்டும் என்று அறிவு எச்சரித்ததை லட்சியம் செய்யாமல், மனசும் உடலும் செயலிழந்து நின்றன.

"ஏன் மீனு? எதைக் கண்டு பயம்?"

குரல் மிக மென்மையாக - மிருதுவாகப் போதையை ஏற்படுத்திற்று. அவனுடைய உஷ்ணம் அவளுள் பரவுகிற மாதிரி பிரமையேற்பட்டது. அவள் சட்டென்று சுய நினைவுக்கு வந்தாள். அவன் கைகளைப் பிரயத்தனத்துடன் விடுவித்தாள்.

'என்னைக் கண்டுதான் எனக்குப் பயம்' என்று தனக்குள் சொல்லிக்கொண்டபடி, அவனைப் பார்த்து லேசாகப் புன்னகைத்தாள்.

"பாட்டனியையும், பயாலஜியையும் கண்டு பயம்."

அவன் சிரித்தான்.

"அதுக்குத்தானே ஹிஸ்டரி ஸ்டூடண்டா இருக்கே? உனக்கெதுக்கு பயாலஜியைப் பத்தின ஞாபகம்?"

"பயாலஜியை மறந்தேன்னா இந்த ஊரிலே ஒரு சரித்திரம் ஏற்பட்டுப்போகும், ஊர் ஜனங்கள் பேச!"

“மை காட்!” என்றான் அவன் வியப்புடன்.

“இத்தனை கெட்டிக்காரத்தனமா உனக்குப் பேச வருமா? மீனு, உனக்கு என்ன வயசு? முப்பத்தெட்டு இருக்குமா?”

“ஓ.. அதிலே இருபத்தி ஒண்ணை கழிச்சுட்டா இருக்கும்!”

அவன் சிரித்துக்கொண்டே அவளை நெருங்கினான்.

அவள் லேசாகத் திடுக்கிட்டாள். அவனுக்கு, சுற்றுப்புற நினைவே இல்லை என்று தோன்றிற்று. தன் வசமிழந்திருக்கிறான் என்று தோன்றிற்று. ஒரு விநாடி, அவள் திக்குமுக்காடிப் போனாள்.

“கெட்டிக்காராள்ளாம் வம்புப் பேச்சுக்குப் பயப்படக் கூடாது மீனு!”

“நா பயப்படலேன்னா, நாளைக்கே எங்க மாமா என்னை ரயிலேத்தி மெட்ராசுக்கு அனுப்பிச்சுடுவா!”

“ஐய்யய்யோ! அப்படீன்னா பயப்படறதுதான் நல்லது. ஒண்ணு பண்ணேன். ஹிஸ்டரியைப் பாடமா எடுத்துண்டு என்ன லாபம்னு கேக்கறேன்? பாட்டனிக்கு மாத்திண்டுடேன்!”

அவள் தன்னையறியாமல் பெரிதாகச் சிரித்தாள்.

“ஸாரி! எனக்கு இன்ட்ரெஸ்ட் இல்லெ!”

“வாட் எ பிட்டி” என்றான் அவன் சோகமாக. “போயிட்டுப் போறது. லைப்ரரிக்காவது தினமும் வந்து நிறையப் புத்தகங்கள் எடுத்துப் படி.”

அவள் மறுபடி சிரித்தாள்.

“ஆகட்டும்!”

இத்தனை வெளிப்படையாக இவன் பேசுவதற்கு நாம் ஏன் இடம் கொடுக்கிறோம் என்று அவளுக்குத் திகைப்பு ஏற்பட்டது.

“ராஜு எங்கே காணும்? நான் பார்த்துட்டு வரேன்” என்று சட்டென்று வெளியில் வந்தாள்.

கோயிலுக்கு வெட்ட வெளியில் ராஜு வாயில் கையைக் குவித்து சத்தம் எழுப்பிக் கொண்டிருந்தான்.

“கூஉ! கூஉ!”

அவளைக் கண்டதும் புன்னகைத்தான். அவன் முகத்தில் இருந்த பிரசன்னமும் கண்களில் தெரிந்த பிரகாசமும் அவளுக்குள் மறுபடி திகைப்பை ஏற்படுத்தியது.

வீட்டை விட்டு வெட்டவெளிக்கு வந்ததுமே இவன் வதனம் எப்படி இப்படி மாறிப்போகிறது? எது நிஜம்? இந்த ராஜுவா, வீட்டில் மாமாவைக் கண்டதும் பேந்தப் பேந்த விழிக்கும் அந்த ராஜுவா?

“மீனு அக்கா.. நா கூப்பிட்டா அது பதில் சொல்றது பாரு!"

“கூஉ. கூஉ!”

பக்கத்திலிருந்த சோலையிலிருந்து பதில் வந்தது.

“கூ! கூ!"

“பாத்தியா அக்கா!"

“ஆமாம். ஆனா, இதோட பேசிண்டிருந்தியானா நாழியாயிடும். அப்புறம் மாமா கோச்சுப்பா!”

சட்டென்று அவன் பார்வை மாறிற்று, ஒரு திரை விழுந்தாற்போல்.

‘ஓ.. நாம் ஏன் இவனுக்கு வீட்டைப் பற்றி ஞாபகப்படுத்தினோம்?’ என்று அவள் நினைத்துக்கொண்டாள்.

“சரி போகலாம்” என்றான் அவன் சுரத்தில்லாமல்.

“கோயிலுக்குள்ளே போகவேயில்லியா?"

“நீ போயிட்டு சீக்கிரம் வந்துடு. இன்னிக்கு ஒண்ணும் விசேஷ பூஜையில்லே. குருக்கள் மாமாகூட காணோம். சீக்கிரம் வா.”

அவன் வேகமாக உள்ளே ஓடினான். ஹரிஹரன் புன்னகைத்துக்கொண்டே வெளியில் வந்தான்.

எங்கேயோ பார்த்தபடி சொன்னான்: “நா உன்னோட இப்பப் பேசிண்டு நிக்கமாட்டேன். பயப்படாதே. லைப்ரரியை ஞாபகம்

வெச்சுக்கோ!"

திரும்பிப் பார்க்காமல் அவன் விருவிருவென்று போவதைப் பார்த்து அவளுக்குள் சிரிப்பு வந்தது.

'என்ன தைரியம் இவனுக்கு! இது நம்மை எங்கே கொண்டுவிடப் போகிறதோ?'

மார்பு, காரணம் புரியாமல் வேகமாக அடித்துக் கொண்டது.

"போகலாம்க்கா!"

நெற்றி முழுவதும் விபூதியும் குங்குமமுமாக ராஜு நின்றான்.

"ஓடலாமா?"

"ஓ!"

வேகமாக அவனுடன் ஓடுகையில், முன்னை மாதிரி குழந்தைத்தனமாக சிரிக்க முடியவில்லை. மனசில் புதிதாக ஒரு கள்ளத்தனம் புகுந்த மாதிரி இருந்தது; சஞ்சலம் ஏற்பட்ட மாதிரி இருந்தது. அவர்கள் ஓடும்போது ஹரிஹரனை தாண்டிக்கொண்டு ஓடினார்கள். ஊரின் எல்லை தெரிந்ததும் சற்று நின்று ஆசுவாசப்படுத்திக் கொண்டார்கள்.

சங்கரலிங்கையரின் வீட்டுத் திண்ணையில் சீட்டுக் கச்சேரி நடந்துகொண்டிருந்தது. அங்கே பாலு வாத்தியாரும் உட்கார்ந்திருந்ததை மீனு கவனித்தாள். ராஜுவின் கையைப் பிடித்துக்கொண்டு அவள் வேகமாக நடந்தாள்.

"அதோ போறாரே சின்ன மிராசு!"

"நல்லவேளை.. அப்பனைக் கொள்ளல்லே!"

"பத்து வருஷம் கழிச்சுப் பாரு. அப்பனைத் தோற்கடிச்சுடுவான்."

"ஊஹும் அதெல்லாம் மாட்டான். அதுக்குத் தனி சாமர்த்தியம் வேணும்!"

மீனு மெள்ள ராஜுவைப் பார்த்தாள். அவன் எந்தவித சுரணையுமில்லாமல் ஆகாசத்தைப் பார்த்தபடி

நடந்துகொண்டிருந்தான்.

உண்மையிலேயே இவன், வயது வந்த பிறகு எப்படியிருக்கப் போகிறான்? மாமா சேர்த்துச் சேர்த்து ஜோடிக்கும் ஆஸ்தியை இவன் பார்த்துக்கொள்வானா? குயிலோடு சல்லாபித்துக் கொண்டு, நாரைக்கும் வண்ணாத்திப் பூச்சிக்கும் பின்னால் ஓடிக்கொண்டு ஆகாச வீடுகளைப்பற்றிக் கனவு காணும் இவன் என்ன செய்யப்போகிறான்?

"அப்பாவுக்குத் தெரியாம கொல்லைப்பக்கமா போயி, கிருஷ்ணனுக்குச் சேப்பங்கிழங்கு கறி கொண்டுபோய் கொடுத்துடறேன். சரியாம்மா?"

இவன் அப்படித்தான் செய்யப்போகிறான். பட்சிகளுக்கு தானியங்களைச் சிதறிப்போடுகிற மாதிரி எல்லாருக்கும் ஆஸ்தியை வினியோகித்துவிடப் போகிறான்.

"நல்லவேளை.. மீனு அக்கா, அப்பா இன்னும் ஆத்துக்கு வரல்லே."

"உனக்கு எப்படித் தெரியும்?"

"அம்மா திண்ணையிலே உட்கார்ந்திருக்கா."

இவன் சாமர்த்தியமில்லாத பிள்ளை என்பதைத் தவிர மாமாவுக்கு இவனைப்பற்றி ஏதேனும் தெரியுமா என்று அவள் யோசிக்கையில் மனசில் ஒரு சோகம் அழுத்திற்று.

மன்னியின் முகத்தில் வழக்கமான மந்தஹாஸம் தெரிந்தது. அவர்களைப் பார்த்ததும் அதிகரித்தது.

சட்டென்று மனசிலிருந்த சோகமெல்லாம் இறக்கை கட்டிக்கொண்டு பறந்து போனாற் போலிருந்தது மீனுவுக்கு. ஹரிஹரனின் ஞாபகம், சம்பந்தமில்லாமல் வந்து கன்னங்களில் சூடேற்றிற்று.

"என்ன.. இன்னிக்கு முகத்திலே என்னவோ புதுசாத் தெரியறதே?"

அவளுக்குத் தூக்கிவாரிப் போட்டது.

"என்ன தெரியறது?"

"என்னவோ சொல்லத் தெரியல்லே நேக்கு, புதுசா ஒரு சந்தோஷம்!"

மீனுவுக்கு ஆச்சரியமாக இருந்தது. அத்தனை துல்லியமாக இருக்கிறதா நம் முகம்? அவள் தன்னைச் சமாளித்துக்கொண்டு சிரித்தாள்.

"நானும் ராஜுவும் வயல்லே ஓடி வந்தோம். சின்னக் குழந்தையாகவே ஆயிட்ட மாதிரி சந்தோஷம் ஏற்பட்டது."

அவளை நம்பாதவள் மாதிரி, லலிதா சில வினாடிகள் அவளைப் பார்த்துக்கொண்டு பேசாமல் இருந்தாள்.

"வா மீனு, உள்ளே போகலாம். ராஜு, கைகால் அலம்பிக்கொண்டு ஸ்வாமிக்கு நமஸ்காரம் பண்ணி, படிக்க உட்காரு."

மீனு எழுந்தாள். அவளுக்கு முன் ராஜு விரைந்து கொல்லைக் கிணற்றடியில் கால் கழுவி பூஜை அறைக்குச் சென்று நிற்பது தெரிந்தது. அவனை அந்தக் கண் மூடிய நிலையில் பார்க்கையில் மறுபடி ஒரு பச்சாதாபம் ஏற்பட்டது. அவள் அவசரமாகக் கால் கழுவிக்கொள்ளச் சென்றாள். லலிதா கொல்லைக் குறட்டில் உட்கார்ந்திருந்தாள்.

"என்ன மன்னி?"

"ஒரு சமாசாரம், இங்கே வா."

"என்ன?"

"சங்கரலிங்கையர் ஆத்து நிலங்களை மாமா அவாளுக்குத் திருப்பிக் கொடுத்துட்டார்."

மீனுவுக்குத் தூக்கிவாரிப் போட்டது.

"எப்படி?"

"பஞ்சாயத்தைக் கூட்டுவோம்ன்னு எல்லோரும் சொல்லியிருப்பா போலிருக்கு. எப்படியோ வாங்கிண்ட விலைக்கே கொடுத்துட்டாளாம்."

சங்கரலிங்கையர் வீட்டுத் திண்ணையில் அதனால்தான் இன்று இத்தனை உற்சாகம்! அவர்கள் பேசியது நினைவுக்கு வந்ததும், அவர்களுக்கு மாமாவின் மேல் ஏற்பட்ட கோபம் இன்னும் குறையவில்லை என்று தோன்றிற்று அல்லது நிலத்தை மீட்டுவிட்ட திமிரில் பேசினார்களா?

லலிதாவின் முகத்தில் ஒரு நிம்மதி தெரிந்தது.

“இப்பத்தான் மனசுக்குச் சமாதானமாச்சு மீனு. நீ சொன்ன சேதி கேட்டதிலிருந்து ரொம்பத் தவிச்சுக்கிட்டிருந்தேன்."

மீனுவுக்கு இன்னும் வியப்பு தீரவில்லை.

“நீ போயிடு! ஒரேடியாப் போயிடு. அந்த நாணா ஆம்படையா செஞ்ச மாதிரி!"

“குருவி சேக்கற மாதிரி சேர்த்துண்டு வரேன்."

மாமாவுக்கு மனசு எப்படி மாறிற்று? பஞ்சாயத்துக் காரர்களுக்காகப் பயந்திருப்பாரா? மன்னியின் உபதேசம் மனசை இளக்கியிருக்குமா?

“ஆச்சரியமாயிருக்கு மன்னி" என்றாள் மெள்ள. “இந்த ஊர் பஞ்சாயத்துக்காரர்களைக் கண்டு மாமா பயப்படுவார்னு தோணல்லே. நீங்கதான் அவர் மனசை மாத்தியிருக்கணும்."

லலிதா சட்டென்று அவளை நிமிர்ந்து பார்த்தாள், இவளுக்கு எவ்வளவு தூரம் தெரியும் என்று ஆராய்கிற மாதிரி. பிறகு, மெல்லச் சிரித்தாள்.

“அவர் மனசை நா மாத்தறதுங்கறது இந்த ஜென்மத்திலே ஆற காரியம் இல்லே மீனு. பகவானாத்தான் மாத்தியிருக்கணும். பிரார்த்தனை செய்யறதுக்குத்தான் என்னாலே முடியும். வேறே எதுவும் செய்ய எனக்கு உரிமையில்லே."

மறுபடியும் மீனுவுக்கு உடல் சிலிர்த்தது. மாமாவின் வார்த்தைகளைக் கேட்டபோதும் இந்த மன்னிக்குக் கோபம் வந்திருக்காதா? ‘சீ, என்ன மனுஷன் நீ’ என்கிற வெறுப்பு தோன்றியிருக்காதா? மாமாவைக்கண்டு மன்னியும்

பயப்படுகிறாளோ ராஜு மாதிரி? ஆனால், இந்த மன்னியின் முகத்தில் பயம் தெரியவில்லை. ஒரு கையாலாகாத்தனத்தின் பிரதிபலிப்பில்லையா?

'ஓ.. இந்த மன்னியை நம்மால் ஏன் புரிந்துகொள்ள முடியவில்லை?'

"மாமா அந்த நிலங்களைத் திரும்பக் கொடுத்தது ரொம்ப நல்லதுதான். ஆனா அந்த நாணா மறுபடி எல்லாத்தையும் சரியா கவனிச்சுக்கணுமே! இன்னிக்கு அவாத்துத் திண்ணையிலே ஒரு பெரிய சீட்டாட்டக் கச்சேரி!"

லலிதாவின் பார்வையில் மறுபடி ஒரு விசனம் தெரிந்தது.

"அவாளுக்கெல்லாம் ஆண்டவன்தான் புத்தியைக் கொடுக்கணும் மீனு. நீயும் நானும் வருத்தப்பட்டு ஒண்ணும் பிரயோஜனமில்லே. நம்ம வீட்டுக்குப் பழி ஏற்படுமோன்னு பயந்தேன். நல்லவேளை தப்பிச்சோம்..."

மீனு தன் படிப்பை கவனிக்கச் சென்றாள்.

மன்னியின் ஆண்டவனும், பரம சாத்வீகமாகக் கோபமே வராத ஆண்டவனாக இருக்க வேண்டும் என்று தோன்றிற்று. இந்த ஊர் ஆண் பிள்ளைகளுக்கு சாத்வீகம் பிரயோனமில்லை. சரியான கசையடி தேவை. இல்லாவிட்டால் ஒரு மாற்றமும் ஏற்படாது இந்த ஊரில்.

சரியான கசையடி - நத்திங் லெஸ் தென் தட்..!

மறுநாளைக்கு, காலேஜுக்குள் நுழைந்ததும் குபீரென்று ஹரிஹரனின் நினைவு ஏற்பட்டது. அடிவயிற்றிலிருந்து ஒரு பிரவாகம் கிளம்பி திக்குமுக்காட வைத்தது. இப்பவும் அவனுடைய கதகதப்பான ஸ்பரிசம் இடுப்பின் மேல் அமர்ந்த மாதிரி பிரமை ஏற்பட்டது.

அவள் சட்டென்று தன்னைச் சமாளித்துக் கொண்டாள். நமக்கு என்ன நேர்ந்துவிட்டது. தூ!

எந்தப் பாடத்திலும் கவனம் செல்லவில்லை. திரும்பத் திரும்ப

அந்தப் பார்வையும், சிரிப்பும், அந்தப் பிடியும்...

ஓ!

'லைப்ரரியை மறக்காதே.'

அவள் மணியோசைக்காகக் காத்திருந்துவிட்டுப் புன்னகைத்துக்கொண்டு எழுந்தாள்.

'எனக்கு முக்கியமான புஸ்தகம் வேணும். அதுக்குத்தான் லைப்ரரிக்குப் போறேன்' என்று தனக்குள் சொல்லிக்கொண்டாள்.

லைப்ரரியில் யாருமே இல்லை. லைப்ரேரியன் ஸ்தானத்தில் ஹரிஹரன் உட்கார்ந்திருந்தான். அவளைப் பார்த்ததும் பளிச்சென்று சிரித்தான்.

"லைப்ரேரியன் வெளியிலே போயிருக்கார், என்கிட்டே லைப்ரரியை ஒப்படைச்சுட்டு. உனக்கு என்ன புஸ்தகம் வேணும்?"

அந்தச் சிரிப்பையும் குறும்பையும் பார்த்த வினாடியில், இன்னமும் தன் மனசை ஏமாற்றுவது சாத்தியமில்லை என்று அவள் உணர்ந்துகொண்டாள்.

# 23

அந்தக் கண்களில் தெரிந்த குறும்பைப் பார்க்கையில், இவன் வேண்டுமென்றே அந்த லைப்ரேரியனை வெளியே அனுப்பியிருப்பான் என்று மீனுவுக்குத் தோன்றிற்று.

அவள் லேசாகப் புன்னகைத்தாள்.

“நான் தேடி எடுத்துக்கறேன் தேங்க்ஸ்."

அவன் கூடவே எழுந்தான்.

“இத்தனை பெரிய புஸ்தகக் கும்பல்லே தனியா தேடறதாவது? நானும் கூடத் தேடறேன்!”

அவள் தன் சிரிப்பைக் கட்டுப்படுத்திக் கொண்டு புத்தக அலமாரிக்கு நகர்ந்தாள். அவன் கூடவே நடந்தான்.

“நீங்க சிரமப்படுத்திக்க வேண்டாம். ப்ளீஸ்.”

“நான் கூட இருந்தா உனக்கு சிரமமாயிருக்கா, மீனு?” இதற்கு என்ன பதில் சொல்வது என்று அவள் திகைத்தாள். இவனது அத்துமீறலைத் தடுக்க ஏன் முடியவில்லை?

“ப்ளீஸ். வழி விடுங்கோ. யாராவது பார்த்துடப் போறா.”

"யாராவது பார்த்துடறதுக்கு முன்னாடி ஒரு விஷயம் சொல்லி விடட்டுமா?"

"வேண்டாம். வேண்டாம். எந்த விஷயமும் எனக்குத் தெரிய வேண்டாம்."

என்ன விஷயமாக இருக்கும் என்று மனசு குடைகையில் அவள் அலமாரிக்கு விரைந்தாள்.

"இந்தக் காலேஜிலே உன்னையும் என்னையும் தவிர எவனும் லைப்ரரிக்கு வரமாட்டான்."

அவள் அவன் பேச்சை சட்டை செய்யாமல் புத்தகங்களை ஆராய்கிற மாதிரி பாவனை செய்தாள். கன்னங்கள் சூடேறிப் போனதையும், மார்பு படபடப்பதையும் நினைத்து வெட்கமேற்பட்டது. மேலிருந்து ஒரு புத்தகத்தை எடுக்கக் கை நீட்டுகையில், அவனுடைய கை அவளுடைய கையின் மேல் அமர்ந்தது. "என்ன விஷயம்னு சொல்லட்டுமா? நீ இன்னிக்கு ரொம்ப அழகாயிருக்கே."

அவளுடைய முகம் சிவந்தது. சரேலென்று அவள் தன் கையை விலக்கிக்கொண்டாள்.

"ஒரு லெக்சரர் ஒரு ஸ்டூடன்ட்கிட்டே இந்த மாதிரிப் பேசறது கண்ணியமான காரியம் இல்லே மிஸ்டர் ஹரிஹரன்!"

அவன் முகம் சட்டென்று தொங்கிப்போயிற்று.

"ஓ.. நீ என்னைத் தப்பா எடுத்துக்கக் கூடாது மீனு! நான் போக்கிரித்தனமா எதுவும் உங்கிட்டப் பேச வரல்லே. என் மனசுல உண்மையா உன்னைப் பத்தித் தோணற, நெருக்கத்தைச் சொல்லப் பார்க்கறேன். ரொம்ப நாளாவே, தோணிப்போன நெருக்கம் அது. நீ என் ஸ்டூடன்ட்னு யார் சொன்னது? ஸ்டூடன்டா இருந்தாதான் என்ன.. பிரியம் வைக்கக்கூடாதுன்னு ரூல் இருக்கா?"

பிரியம். நெருக்கம்.

இவன் நிஜத்தைத்தான் சொல்கிறானா? அவள் முகம் சிவந்து போயிற்று. மனசு வெகு வேகமாக அடித்துக் கொண்டது.

"தயவுசெய்து என்னைக் குழப்பாதீங்கோ. எனக்கு இதிலெல்லாம் நம்பிக்கையில்லே."

அவள் கையை அவன் மறுபடி பற்றினான். "உன்னை நான் நம்ப வைக்கிறேன், மீனு!"

இனம் புரியாத கலக்கம் நெஞ்சில் ஏறியது. கண்களில் நீர் தளும்பிவிடும் போலிருந்தது.

இவன் கன்னத்தில் ஒரு அறை விடாமல் நாம் ஏன் நிற்கிறோம்? நமக்கு ஏன் கோபம் வரமாட்டேன் என்கிறது?

"நான் வெறும் விளையாட்டுப் பேச்சு பேசல்லே மீனு. என்னை நீ நம்பணும். எந்தப் பெண்ணும் என் மனசை இப்படி நிறைச்சதில்லை."

அவளுக்கு திடீரென்று சிரிக்க வேண்டும் போலிருந்தது. எத்தனை பெரிய ஒரு அசம்பாவிதத்தில் தான் மாட்டிக்கொண்டிருக்கிறோம் என்று தோன்றிற்று.

ஏதோ அரவம் கேட்டு இருவரும் திரும்பிப் பார்த்தார்கள்.

பாலு வாத்தியார் அவர்களையே பார்த்தபடி நின்றிருந்தார்.

அவளுக்குத் தூக்கிவாரிப் போட்டது. அவர் எங்கே இங்கே வந்தார்?

ஹரிஹரன் சட்டென்று விலகி நின்றான். வெகு சரளமாகச் சிரித்தான்.

"ஹல்லோ! நமஸ்காரம் ஸார்! எங்கே இந்தப் பக்கம்?"

பாலு வாத்தியார் நேராக யாரையும் பார்க்காமல் பதில் சொன்னார்:

"லைப்ரரியன் இல்லையா?"

"இல்லை, வெளியிலே போயிருக்கார். உங்களுக்கு என்ன வேணும்னு சொல்லுங்கோ."

"லைப்ரரியன் ஒரு புஸ்தகம் தரேன்னார். நான் நாளைக்கு வரேன்."

ஹரிஹரன் ஏதோ சொல்ல வாயைத் திறந்தான்.

அவர் திரும்பியே பார்க்காமல் விறுவிறுவென்று வெளியில் நடந்து போனார்.

மீனுவின் கண்களில் பீதி தெரிந்தது.

ஹரிஹரன் அவளைப் பார்த்து மென்மையாகச் சிரித்தான்.

"என்ன மீனு அப்படிப் பார்க்கறே?"

மீனு பதிலே சொல்லாமல் கண்களில் இருந்த பீதி குறையாமல் லைப்ரரியை விட்டு வெளியேறினாள்.

மறுபடி வகுப்பில் போய் உட்கார்ந்தபோது கைகளில் நடுக்கம் ஏற்பட்டது.

இந்த பாலு வாத்தியார் அக்ரஹாரம் பூராவும் டங்கோரா போடப் போகிறார். கண்ணும் காதும் மூக்கும் வைத்து கதை கட்டப் போகிறார். அவரைப்பற்றி அவளுக்கு அதிகம் தெரியாது என்றாலும், வேறு எந்த விதமாகவும் அவர் நடந்து கொள்வார் என்று தோன்றவில்லை. தினமும் சீட்டாட்டக் கச்சேரிக்குப் போகும் போது வாயை மூடிக்கொண்டு உட்கார்ந்திருக்கப் போகிறாரா? அதுவும் அவர் வசிக்கும் அக்ரஹாரத்தைச் சேர்ந்த இரண்டு பேரைப் பற்றின விஷயம் என்றால் சும்மா இருப்பாரா? மற்றவர்களைப் பற்றிப் பேசும்போது சொந்தப் பிரச்னைகள் ஞாபகம் இருக்குமா? உன்னுடைய பவிஷு எங்களுக்குத் தெரியாதா என்று யாரும் கேட்கப் போவதில்லை இவரை! ஊர் ஜனங்களுக்கு அன்றைய விஷயம்தான் முக்கியம். அது யார் மூலமாக வந்தாலும் அவர்களுக்கு அக்கறையில்லை.

இனிமேல், ஹரிஹரன் இருக்கும் பக்கமே திரும்பக் கூடாது என்று அவள் தீர்மானித்துக்கொண்டாள். அது சாத்தியமா என்று கூடவே திகைப்பு ஏற்பட்டது. இந்த மனசுக்கு என்னவோ கிறுக்குப் பிடித்திருக்கிறதே! அதை நாம் அடக்க வேண்டும் என்று முற்படுகையிலேயே, அவன் பார்க்கமாட்டானா, பேசமாட்டானா என்று ஏங்குகிறதே!

'யூ ஆர் எ ஃபூல்' என்று அவள் தனக்குள் சொல்லிக் கொண்டாள்.

‘எ டெரிபில் ஃபூல். உனக்கும் மற்ற பெண்களுக்கும் ஏதும் வித்தியாசமில்லை. அவர்கள் எல்லாம் வாயை மூடிக்கொண்டு சிலந்திக் கூடுகளில் மாட்டிக் கொள்கிறார்கள். நீ பெரிய லட்சியங்களைப் பற்றிப் பிதற்றிக்கொண்டே சிலந்திக் கூட்டுக்குள் நுழையப் போகிறாய். உன்னுடைய நிலைதான் அதிகம் பரிதாபமானது.’

அவள் சட்டென்று தன்னை உலுக்கிக்கொண்டாள், யாருக்கோ பதில் சொல்லுகிற மாதிரி.

‘நான் அப்படியிருக்க மாட்டேன். அத்தனை அசடாகப் போக மாட்டேன். என்னுடைய லட்சியங்கள் வேறு. கனவுகள் வேறு...’

மாலையில் பஸ் ஸ்டாண்டுக்கு விரைகையில் மனசில் இனம் புரியாத சோர்வு ஏற்பட்டிருந்தது. இன்றைக்கு யாருடனும் எந்தப் பேச்சும் வைத்துக்கொள்ள வேண்டாம் என்று தோன்றிற்று. அவள் விறுவிறுவென்று சுற்றுமுற்றும் பார்க்காமல் நடந்தாள்.

“மீனு! மீனு!”

‘ஓ.. ருக்மிணியின் குரல்.’

அவள் ஆயாசத்துடன் திரும்பினாள். ருக்மிணியின் முகத்தில் ஒரு மலர்ச்சி தெரிந்தது. கையில் இன்றைக்கும் ஒரு பொட்டலம் நேற்றைவிடப் பெரிதாய். சட்டென்று ஒரு துயரம் மனசை அழுத்திற்று. இவளிடம் என்ன சொல்லப்போகிறோம்?

“பக்கோடா குடுத்தியா மீனு? சாப்பிட்டானா குழந்தை?”

அவள் சில வினாடிகள் பேசாமல் இருந்தாள். ருக்மிணியின் கண்களில் தெரிந்த ஆர்வம் மனத்தை என்னவோ செய்தது.

“மாமி உங்க வீடு பக்கத்திலேதானிருக்கா? எனக்கு ரொம்ப தாகமா இருக்கு.”

“வா. நீ வந்தியானா எனக்கு ரொம்ப சந்தோஷமாயிருக்கும். நானா கூப்பிட முடியாம, என்னவோ ஒண்ணு என் வாயைக் கட்டிப் போடறது...”

மீனு ஒன்றும் பேசாமல் நடந்தாள்.

வீடு பஸ் ஸ்டாண்டுக்குப் பக்கத்தில்தான் இருந்தது. பளிச்சென்று வசதியாகத் தெரிந்தது. அக்கம்பக்கத்துப் பெண்கள் ஒரு சுவாரஸ்யத்துடன் அவளைப் பார்த்தார்கள். ருக்மிணி யாரையும் ஏறிட்டுக்கூடப் பார்க்காமல் மீனுவை உள்ளே அழைத்துப் போனாள்.

உள்ளே சிவப்பு சிமெண்டுத்தரை தண்ணென்றிருந்தது. கூடத்தின் நடு மையத்தில் ஊஞ்சல் இருந்தது.

"உக்காரு. தீர்த்தம் கொண்டுவரேன்."

மீனுவுக்குக் கூச்சமாக இருந்தது. இந்த மாதிரி ஒரு வீட்டுக்கு ருக்மிணி எப்படி வந்து சேர்ந்தாள் என்று திகைப்பு ஏற்பட்டது. வீட்டைப் பார்த்தால் வசதியாகத்தான் இருப்பாள் என்று தோன்றிற்று. பின் ஏன், அந்த உடலும் முகமும் வாடியிருக்கிறது? வார்த்தைக்கு வார்த்தை கண்களில் நீர் தளும்புகிறது?

அன்றைக்கு லலிதா மன்னியிடம் இந்த ருக்மிணி சொன்னது ஞாபகத்திற்கு வந்தது.

'ஒரு வேடிக்கை தெரியுமோ லலிதா? இந்த வயித்துக்கு ஆகாரம் கிடைக்கிறவரைக்கும் வயிறு ஒண்ணுதான் பிரதானமாகத் தோணறது. அது கிடைச்சப்புறம் இந்த உடம்பு எத்தனை அல்பம்னு வெறுத்துப்போறது. உனக்குப் புரியுமோ என்னவோ!'

மீனுவுக்குப் புரிகிற மாதிரி இருந்தது.

"இந்தா தண்ணி. கொஞ்சம் காப்பி குடிக்கிறியா?"

"வேண்டாம் மாமி. எனக்கு அப்புறம் நாழியாயிடும்." அவள் நீர் குடிக்கிறவரை காத்திருந்துவிட்டு ருக்மிணி கேட்டாள்.

"என்ன ஆச்சு நேத்து?"

மீனு பார்வையைத் தாழ்த்திக்கொண்டாள்.

"கிருஷ்ணன் ரொம்ப ரோசக்காரன் மாமி."

ருக்மிணியின் முகம் வெளுத்துப்போயிற்று.

"என்ன சொன்னான்?"

"ஒண்ணும் சொல்லல்லே. நீங்க கொடுத்தனுப்பிச்சதை சாப்பிடல்லே...!"

சட்டென்று ருக்மிணியின் கண்களில் நீர் நிறைந்தது. கடகடவென்று கன்னங்களில் வழிந்தது. ஓ, எங்கே இருந்து வருகிறது இத்தனை நீர்?

"ஒண்ணும் சொல்லல்லியா?"

"ஊஹூம்.. நான் அசட்டுத்தனம் பண்ணினேன். நீங்க அனுப்பிச்சதுன்னு சொல்லியிருக்கக் கூடாது."

அவன் அதை வீசித் தெருவில் எறிந்தான் என்றால், இவள் நிச்சயம் உடைந்துபோவாள் என்று தோன்றிற்று.

"அதை அப்படியே திண்ணையிலே வெச்சிட்டு உள்ளே போய்க் கதவை சாத்திண்டுட்டான்."

ருக்மிணி ஒன்றுமே சொல்லாமல் வெறித்த பார்வையோடு நின்றாள், எதையோ மிகப் பிரயத்தனப்பட்டுத் தாங்கிக்கொள்கிறவள் மாதிரி.

மீனு சங்கடத்துடன் எழுந்தாள்.

"ஸாரி மாமி. நான் அவன்கிட்டே சொல்லாம கொடுத்திருக்கணும்."

ருக்மிணி கண்களைத் துடைத்துக்கொண்டு அவளைப் பார்த்துப் புன்னகைத்தாள்.

"நீ சொன்னதிலே தப்பொண்ணுமில்லே. நாம் எத்தனை நாளைக்கு ஒருத்தருக்கொருத்தர் ஏமாத்திக்க முடியும்?"

"நான் போயிட்டு வரேன் மாமி."

அவள் தயங்கிக்கொண்டு மேலே தொடர்ந்தாள்.

"மாமி.. நான் சொன்னா தப்பா நினைக்க மாட்டேளே? எப்ப அந்த வீட்டிலே இருக்க முடியாதுன்னு கிளம்பி வந்தேளோ, அதுக்கப்புறம் அதப்பத்தி மறந்துட வேண்டியதுதானே? எதுக்கு உங்களையே நீங்க கஷ்டப்படுத்திக்கிறேள்?"

ருக்மிணி அவளை வியப்புடன் பார்த்து சோகமாகப் புன்னகைத்தாள்.

“நீ சொல்றது வாஸ்தவம்தான். ஆத்திலே ஒரு கால், சேத்திலே ஒரு கால்னு இருக்கிறது அசட்டுத்தனம்தான். ஆனா, ஒரேயடியா முறிச்சிக்கிறது கஷ்டமா இருக்கு மீனு. வாயை மூடிண்டு இருக்கறவாளுக்கு ஜாஸ்தி கஷ்டமில்லே. எதிர்த்து நிற்கிறவாளுக்குத்தான் எப்பவும் கஷ்டம். அக்ரஹாரத்திலே இருக்கிறவரைக்கும் வயத்துக்குத்தான் உசிர் இருந்தது. இப்போ வயத்தோட ஓலம் அடங்கினதும், மனதுக்கு மட்டும்தான் உசிர் இருக்கு.”

“நான் போயிட்டு வரேன் மாமி. ரொம்ப நாழியாயிடுத்து.”

“சரி, போயிட்டு வா. இனிமே என் அஞ்ஞானத்தையெல்லாம் ஒடுக்கப் பார்க்கறேன். மீனு.. எனக்கு நீ ஒரு உபகாரம் பண்ணனும். எப்பவாவது கிருஷ்ணனுக்கு மெல்லப் புரிய வைக்கணும். உங்கம்மா, நீ நினைக்கற மாதிரி மோசமானவள் இல்லைடான்னு தெரியவைக்கணும்..!”

மீனு படியிறங்கி வெளியில் வருகையில், ருக்மிணி உள்ளே விசித்து அழுவது கேட்டது.

மீனுவுக்கே கண்களில் நீர் நிறையும்போல் இருந்தது. வீட்டைவிட்டுக் கிளம்பிப்போன எந்த ஆண் இந்த மாதிரி தன் குழந்தைகளை நினைத்துக் கண்ணீர் விடுகிறான்? பச்சாதாபப்படுகிறான்?

வழி நெடுக ருக்மிணியின் சோகமும் கண்ணீரும் மனத்தை அலைக்கழித்தது. ‘எதிர்த்து நிற்கிறவாளுக்குத்தான் கஷ்டம்’ - எத்தனை சத்தியமான வார்த்தை! நியாயமான காரணத்துக்கு எதிர்த்தாலும் - எதிர்த்து நிற்பதே குற்றம் என்றல்லவா எல்லோருக்கும் படுகிறது?

திடீரென்று பாலு வாத்தியாரின் நினைவு வந்தது. இவள் கிளம்பி வந்தது, அவரை எந்தவகையில் பாதித்திருக்கும்? கோபமேற்படுத்தியிருக்கும்? அவருடைய ‘ஈகோ’வுக்கு ஏற்பட்ட அடியின் விளைவு. எல்லாருடைய அனுதாபமும் பாலு

வாத்தியாருக்குத்தான் என்று உணர்கையில், இந்த ஆண்கள் எத்தனை பாதுகாப்பான நிலையிலிருக்கிறார்கள் என்று மீனுவுக்கு ஆத்திரம் வந்தது.

வீடு வந்துவிட்டது. வழக்கத்தைவிட இன்றைக்குச் சோர்வு அதிகமாக இருந்தது.

அவள் திண்ணையைத் தாண்டி உள்ளே போகையில், மாமா பெருத்த குரலில் உள்ளே கத்துவது கேட்டது.

“அவளை வெச்சிண்டு சீராட்டினது போதும்! இன்னிக்கே மூட்டையைக் கட்டிண்டு கிளம்பச் சொல்லு. காலேஜுக்குப் படிக்கப் போறாளா, காதல் பண்ணப் போறாளா?"

# 24

'மாமாவின் குரலிலிருந்த ஆக்ரோஷத்தைக் கண்டு மீனு திகைத்தாள். வேகமாக மார்பு அடித்துக் கொண்டது, குற்றம் செய்த மாதிரி. ஓ, இதை எப்படிச் சமாளிக்கப் போகிறோம்?'

"அவளுக்கு வக்காலத்து வாங்கிண்டு வந்தியே? அவ ரொம்ப சமத்துன்னியே? சமத்தெல்லாம் அசடாக எத்தனை நாழியாச்சு?"

மன்னியின் பதில் மெல்லிசாகக் கேட்டது.

"யாரோ ஒருத்தர் எதையோ அரைகுறையாப் பார்த்துட்டு வம்பளக்கறதை நீங்க நிஜம்னு நினைக்கப்படாது."

"அது புரளியானாலும் எனக்குத் தாங்காதுடீ! வம்பு கிளம்ப எதுக்கு இடம் கொடுக்கணும்?"

"மீனு அசட்டுத்தனமா நடந்துக்கற பெண் இல்லையே!"

"நீ வாயை மூடிண்டு கிட. அதிகப்பிரசங்கித்தனமா எனக்கு உபதேசம் பண்ண வராதே. அப்பவே சொன்னேன். வயசு வந்த பெண்ணை இங்கே வச்சுக்கறது வம்பை விலைக்கு வாங்கற வேலைன்னு. என்னுடைய பேச்சுக்கு இந்த வீட்டிலே மதிப்பு இருக்கா? ஏதாவது அதிகம் பேசினே தொலைச்சிப்பிடுவேன்."

மீனுவிற்குத் தூக்கிவாரிப் போட்டது. கூடவே சுரீரென்று கோபம் வந்தது. எத்தனை அபாண்டமாகப் பேசுகிறார் இந்த மாமா? சமயத்துக்குத் தகுந்தமாதிரி நாக்கை வளைத்துக்கொள்கிறார்?

அவள் தன்னை நிதானித்துக்கொண்டு உள்ளே நுழைந்தாள்.

அவள் நுழைவதைப் பார்த்தவுடன் மாமாவின் முகத்தில் ரௌத்திரம் ஏறுவதை, மன்னியின் முகத்தில் பீதி பளிச்சிடுவதைக் கவனிக்காத மாதிரி தன் அறைக்குள் நுழைந்தாள். ஜன்னல் வழியே பலத்த யோசனையுடன் நகத்தைக் கடித்தபடி பார்த்துக்கொண்டிருந்த ராஜு, அரவம் கேட்டுத் தூக்கி வாரிப்போட்டுத் திரும்பிப் பார்த்தான்.

மீனு எதுவும் பேசாமல் தன் புத்தகங்களை மேஜை மேல் வைத்தாள்.

“மீனு!”

வீடு அதிர்ந்தது. ராஜுவின் உடம்பு லேசாக நடுங்கிக் கண்களில் நீர் தளும்புவதை அவள் கவனித்தாள். லேசாக அவன் முதுகில் தட்டிவிட்டு அவள் வெளியே வந்தாள்.

“என்ன மாமா?”

“இனிமே, நீ காலேஜுக்குப் போக வேண்டியதில்லை.”

“ஏன்?”

“ஏன்னா, நீ காலேஜுக்குப் படிக்கப் போகல்லே!”

“அப்படீன்னு யார் சொன்னது?”

“ஊரே சொல்றது!”

“அந்த ஊருக்கு இந்த அரைப் பரீட்சையிலே எனக்கு வந்த மார்க்கைக் காண்பிங்கோ!”

“வாயை மூடுடீ கழுதை! இன்னிக்கு லைப்ரரியிலே என்ன பண்ணிண்டிருந்தே?”

“புத்தகம் தேடிண்டிருந்தேன்.”

"யாரோட?"

"எனக்கு உங்க கேள்வி புரியல்லே மாமா!"

சபேசனின் முகத்தில் ஆங்காரம் குபீரென்று அதிகரித்தது.

"என்ன சொன்னே? எங்கிட்டே சாமர்த்தியமா நடந்துக்கப் பார்க்காதே. யாரோடடீ அங்கே சல்லாபிச்சுண்டிருந்தே?"

அவள் சரேலென்று விலகிக் கொண்டாள். சபேசன் ஆங்காரத்துடன் கையை ஓங்கிக்கொண்டு நெருங்கியிருந்தார். அவளுக்குத் திடீரென்று மிக மிக ஆத்திரம் வந்தது. வாயை மூடிக்கொண்டிருந்தால், மன்னியையும் ராஜுவையும் தேய்க்கிற மாதிரி தேய்த்துவிடுவார் என்று தோன்றிற்று.

"மாமா! சித்தக் குரலைத் தாழ்த்திக்குங்கோ. என்ன நடந்ததா நினைச்சுண்டு இப்படி ஆத்திரப்படறேள்? நா சொல்றதை நிதானமா கேளுங்கோ."

"நா கேக்கத் தயாரில்லே!"

"நீங்க கேக்கல்லேன்னா நியாயம் எப்படி வழங்க முடியும்? ஓரேடியாய் எடுத்த எடுப்பிலே காலேஜை விட்டுடு. ஊருக்குப் போயிடுங்கறேள். கேஸை இரண்டு பக்கமும் விசாரிக்காமே எப்படித் தீர்ப்பு சொல்லுவேள்?"

"படிக்க வெச்சதுக்கு வக்கணையா பேசத்தான் தெரியும் - ஊர் வாய் இப்பக் கிழியறதே. அதுக்கு என்ன சொல்றே?"

"ஊருக்குப் பொறுப்பில்லே, புத்தியில்லே. என்ன வேணா பேசும்! நீங்க படிச்சவர், விவேகமானவர். நீங்க எப்படி விசாரிக்காமே இப்படிப் பேசறேள்னு எனக்குத் தெரியல்லே மாமா!"

சட்டென்று மாமாவின் முகத்தில் மிக லேசான மாறுதல், ஓர் இளக்கம் தோன்றுவதை அவள் உணர்ந்தாள். 'ஓ.. இவருடைய ஈகோவுக்குத் தீனி போட்டுக் கொண்டிருக்க வேண்டும்! ஒரு சின்னப் பாராட்டு இவரது கோபத்தின் திசையை மாற்றிவிடும்.'

"எனக்கு எந்த விவரமும் தெரிய வேண்டாம். பாலு சொன்ன கண்றாவி போதும்."

அவளுக்கு மிதமிஞ்சிய ஆத்திரம் வந்தது.

"பாலு ஸாரின் பார்வை சின்னது; மனசு சின்னது."

"ஏன்.. எவனோ ஒருத்தன் உன் இடுப்பைப் புடுச்சிண்டு நிக்கறதை அவன் பரந்த மனசோடு பார்ப்பான்னு எதிர்பார்க்கறீயா?"

மீனு திடுக்கிட்டாள். பாலு ஸார் இன்னும் என்னவெல்லாம் சொல்லியிருப்பார்? அதிலிருந்து நாம் எப்படி மீளப்போகிறோம்? ஒரேயடியாய் சாதிப்பதைத் தவிர வேறு வழியில்லை என்று அவள் தீர்மானித்துக் கொண்டாள்.

"சுத்தப் பொய். கூப்பிடுங்கோ அவரை.. நா கேக்கறேன். கண்ணாடியைக் கழட்டி வீட்டிலே வெச்சுட்டு வந்தாரான்னு கேக்கறேன். பெண்டாட்டி அப்படி செஞ்சதும், ஊரிலே இருக்கிற பெண்களையெல்லாம் சந்தேகிக்கிறாரான்னு கேக்கறேன். அவர் பார்த்தது உண்மைங்கறதுக்கு என்ன ப்ரூஃப் இருக்கு?" சட்டென்று அவள் திடுக்கிட்டாள். நாமா இப்படிப் பேசுகிறோம் என்று ஆச்சரியமேற்பட்டது; லஜ்ஜையேற்பட்டது.

"ஸாரி மாமா. இன்னொருத்தர் விவகாரத்தைப் பத்திப் பேச எனக்கு அதிகாரமில்லே. ஆனா, அந்த மாமா சொன்னது பச்சைப் புளுகு. இன்னிக்கு லைப்ரரியன் வரல்லே. அவருக்கு பதிலா ஹரிஹரன் ஸார் லைப்ரரியைப் பார்த்துண்டார். நா ஒரு புக்கைத் தேடப் போனேன். அது எனக்குக் கிடைக்கல்லே. தான் தேடித் தறேன்னு வந்தார். அப்பத்தான் பாலு ஸார் உள்ளே நுழைஞ்சார்."

"உன் இடுப்பைப் பிடிச்சுண்டு ஹரிஹரன் புஸ்தகத்தைத் தேடினானா?"

அவள் தன்னையறியாமல் குபீரென்று சிரித்தாள்.

"பாலு ஸாருக்கு நல்ல கற்பனை. யாரும் இடுப்பையும் பிடிக்கல்லே, காலையும் பிடிக்கல்லே. யாராவது இப்படிச் செஞ்சா, நானே அவன் காலை ஒடிப்பேன்."

"நீ என்ன செய்வியோ எனக்குத் தெரியாது. சேதி அக்ரஹாரம் முழுக்கப் பரவியாச்சு. நீ இனிமே காலேஜுக்குப் போக முடியாது."

அவள் திகைத்துப் போய் அவரைப் பார்த்தாள். இது என்ன மூர்க்கமான தீர்வு. அவள் அவரை தீர்க்கமாகப் பார்த்தாள்.

“நா எதுக்காகப் பயப்படணும்? எதுக்குக் காலேஜுக்குப் போறதை நிறுத்தணும்? நா ஏதோ தப்புப் பண்ணிட்டேன்னு ஒப்புத்துக்கற மாதிரி எதுக்கு நடந்துக்கணும்? எனக்கு யாரைக் கண்டும் பயமில்லே- ஏன்னா, நா எந்தத் தப்பும் பண்ணல்லே! யாரெல்லாம் இங்கே நாக்கைச் சுழட்டிண்டு வம்பு பேசறாளோ, அவாகிட்டே போய் தீர்மானமா கேளுங்கோ. எந்த ஞாபகங்கள் அவாளே இப்படிப் பேச வைக்கறதுன்னு கேளுங்கோ. எந்தக் குத்த உணர்வு இப்படிப் பேசச் சொல்றதுன்னு கேளுங்கோ. நா இந்த பி.ஏ. யை முடிக்கற வரைக்கும் இந்த ஊரைவிட்டு நகரப்போறதில்லே. யார் என்ன சொன்னாலும் பயப்படப்போறதில்லே. காலேஜ்லேர்ந்து புகார் வந்தா என்னைக் கேள்வி கேளுங்கோ. யாரோ ஒருத்தர், அரைகுறையா எதையோ காமாலைக் கண்ணோடு பார்த்து உளறினா, நீங்க தீர விசாரிக்காமே எங்கிட்டக் கத்தாதீங்கோ.”

அவள் மேற்கொண்டு பேச இஷ்டப்படாதவள் போல், விறுவிறுவென்று அங்கிருந்து கிளம்பித் தன் அறைக்குச் சென்றாள்.

இன்னமும் ராஜு சூன்யத்தைப் பார்த்தபடி நின்றிருந்தான். அவளுக்குத் திடீரென்று ஓர் ஆயாசம் ஏற்பட்டது. எத்தனை இக்கட்டான நிலைமையில் மாட்டிக் கொண்டிருக்கிறோம்! மாமா இப்பொழுது வாயை மூடிக்கொண்டிருந்தது ஆச்சரியமாக இருந்தது. எப்படி நம்மால் அப்படிச் சாதிக்க முடிந்தது? அவளுக்கு லேசாகச் சிரிப்புக்கூட வந்தது. இந்த மாமாவிடம் பயந்துகொண்டு உளறியிருந்தால், நிச்சயமாக மூட்டை கட்டிக்கொண்டு கிளம்பியிருக்க வேண்டும்.

அவள் நாற்காலியில் அமர்ந்துகொண்டு மேஜை மேல் முகத்தைக் கவிழ்த்துக்கொண்டாள். இன்றைக்குச் சமாளிக்க முடிந்தது. எத்தனை நாட்களுக்குச் சமாளிக்க முடியும்? இந்த ஹரிஹரன் மீண்டும் குறும்பு செய்ய மாட்டான் என்று என்ன நிச்சயம்?

'இடுப்பைப் புடிச்சிண்டு புஸ்தகத்தைத் தேடினானா?'

அவளுக்கு மறுபடியும் சிரிப்பு வந்தது.

அது நினைவுக்கு வந்த மாத்திரத்தில் இடுப்பில் சூடேறிற்று. மனசில் குப்பென்று ஒரு ஜ்வாலை கிளம்பிற்று.

"மீனு அக்கா!"

அவள் சட்டென்று சுய நினைவுக்கு வந்தாள்.

"என்ன ராஜு?"

"நீ ஊருக்குப் போயிடப் போறியா?"

"இல்லே!"

"அப்பா உன்னைக் கோச்சுண்டாளே!"

"இனிமே கோச்சுக்கமாட்டா!"

ராஜு ஒரு புரியாத குழப்பத்துடன் சற்று நேரம் அவளைப் பார்த்துக்கொண்டு நின்றான். பிறகு அவளிடம் நெருங்கி வந்து, "நா விளையாடப் போறேன்" என்றான்.

"போயேன்!" என்றாள் அவள் சின்ன வியப்புடன்! பிறகு சட்டென்று சிரித்தாள்.

"போ, நா இங்கேதான் இருப்பேன். எங்கேயும் போயிடமாட்டேன்."

மாமாவிடமிருந்து பிறகு ஏதும் சத்தம் வரவில்லை. அவள் மறுபடியும் மேஜைமேல் தலையைக் கவிழ்த்துக் கொண்டாள். அந்தப் பாலு வாத்தியாரை நான்கு மொத்து மொத்திவிட்டு வந்தால் என்ன என்று தோன்றிற்று. கூடவே, அந்த ஹரிஹரனையும் மொத்த வேண்டும். யோவ்..! நீ மரியாதையாய் ஒதுங்கி நிற்கவில்லையானால் பிரின்ஸ்பாலிடம் சொல்லிவிடுவேன் என்று பயமுறுத்த வேண்டும். நமக்கு அதற்கு தைரியம் இருக்குமா?

லலிதாவின் மிருதுவான கை அவள் தோளின்மேல் அமர்வதை உணர்ந்தாள். அவள் சட்டென்று நிமிர்ந்து லலிதாவைப்

பார்த்துச் சிரித்தாள்

“என்ன மன்னி?"

“நான்னா உன்னைக் கேக்கணும்?"

“என்ன கேக்கணும்? பாலு வாத்தியார் சொன்னதைக் கேட்டாச்சு.. நா சொன்னதைக் கேட்டாச்சு. இன்னும் என்ன கேக்கணும்?"

லலிதா லேசாகப் புன்னகைத்தாள்.

“நா உன்னை எதுவும் கேக்கப்போறதில்லே. நீ கெட்டிக்காரி. எதையும் சமாளிச்சுக்கத் தெரியும் உனக்கு!"

இந்த மன்னி எத்தனை நாசூக்கானவள் என்று அவளுக்கு வியப்பேற்பட்டது.

“அப்ப நா சொல்றதை நம்பல்லியா மன்னி நீங்க!”

"ஓ.. நம்பறேனே! ஆனா, அந்த ஹரிஹரனைத்தான் எத்தனை நம்பறதுன்னு தெரியல்லே!"

அவள் வியப்புடன் லலிதாவைப் பார்த்தாள்.

“மன்னி, நா ஜாக்கிரதையா இருப்பேன்.”

“அதுதான் வேணும் எனக்கு.”

இந்த மன்னிக்காகவே ஜாக்கிரதையாக இருக்க வேண்டும் என்று அவள் தீர்மானித்துக் கொண்டாள்.

மன்னிக்கு இன்னும் அதிகமான பிரச்னையை உருவாக்கக் கூடாது.

வெளியில் போய்விட்டு வந்த மாமா வாய் பேசாமல் சாப்பிட்டுவிட்டுப் படுக்கப்போனதுதான் அவளுக்கு அதிசயமாக இருந்தது. அந்த மாதிரி அவருக்குத் தைரியமாக யாருமே பதில் சொல்லியிருக்க மாட்டார்கள் என்று தோன்றுகையில், இது அவருக்கு ஒரு தெரப்பி என்று அவள் தனக்குள் சொல்லிக்கொண்டாள். ஷாக் தெரப்பி...

மறு நாளைக்குக் காலேஜுக்குக் கிளம்பினபோது, நேற்று நடந்தது எதுவுமே ஞாபகம் இருக்கவில்லை.

காரைத் துடைத்துக்கொண்டிருந்த ஹரிஹரன் அவள் எதிரில் வாசலுக்கு வந்து வண்டியேறுவதை கவனித்துப் பிறகு மும்முரமாக வண்டியைத் துடைக்க முற்படுவதை அவள் கவனித்தாள். அப்பொழுது அவளுக்குத் திடீரென்று அவனுடைய தங்கை மஞ்சுவின் நினைவு வந்தது. அவளைப் பற்றி அவன் பிறகு பேசவேயில்லை என்று ஞாபகத்திற்கு வந்தது. ஹெலன் கெல்லரின் புத்தகத்தை அவள் படித்து முடித்தாளா என்று அவன் ஏதும் சொல்லவில்லை. சுய பச்சாதாபத்திலிருந்து விடுபட்டிருப்பாளா இப்போ?

“நா ’எந்த அழகான பெண்ணோடும் பேசறது என் தங்கைக்குப் பிடிக்காது."

பின் எதற்கு அவன் பேச வருகிறான்? தங்கை பக்கத்தில் இல்லாத சமயத்தில்தான் பேசுவானோ? குறும்பு செய்கிற அளவுக்கு, அக்கிரஹாரத்துக்குப் பரவுகிற அளவுக்கு அப்போது மட்டும் தைரியம் வந்து விடுமா? மஞ்சுவை அழைத்துக்கொண்டு கோவிலுக்கு வந்த அன்றைக்கு அவளைப் பார்த்தும் பார்க்காத மாதிரி அவன் நடந்துகொண்டது அவளுக்கு ஞாபகத்திற்கு வந்தது.

நேற்று என்னவோ டயலாக் பேசினானே. என்ன அது?

“ரொம்ப நாளாத் தோணிப்போன நெருக்கம் அது... ரொம்ப நாளாத் தோணிப்போன பிரியம்!"

“உன்னை நான் நம்ப வைக்கிறேன் மீனு!”

சீ. இவனை நம்பக்கூடாது. எந்த ஆணையும் நம்பக் கூடாது. முக்கியமாக வரிசைப்பல் தெரியச் சிரிப்பவர்களை. அவள் விறுவிறுவென்று அக்கம் பக்கம் திரும்பாமல் நேராகக் கட்டிடத்திற்குள் நுழைந்தாள்.

மாடிப்படி ஏறுகையில் கூடவே, "மீனா!" என்று சலினக் குரல் கேட்டது. அவள் திடுக்கிட்டுத் திரும்பிப் பார்த்தாள்.

"ஓ!" என்றாள் அலுப்புடன்.

"என்ன மீனு, என்னைப் பார்த்தா அலுப்பா இருக்கா?" என்றான் ஹரிஹரன்.

இவன் எத்தனை பெரிய முட்டாள் என்று அவளுள் ஆயாசமேற்பட்டது.

"தயவு செய்து என் வழிக்கு வராதீங்கோ. நேத்து என் மாமாவை சமாளிக்கறதுக்குள்ளே போறும் போறும்னு ஆயிடுத்து."

"சமாளிச்சியோன்னோ?"

"இனிமே சமாளிக்க முடியாது. அல்டி மேட்டம் கொடுத்தாச்சு!"

"அந்தப் பாலு வாத்தியாரை நன்னாக் கட்டி உதைக்கணும்!"

"நீங்க பாலு வாத்தியாரோட நிலைமைலே இருந்தேள்னா வாயை மூடிண்டு இருந்திருப்பேளா?"

"கண்டிப்பா நான் நாகரிகமானவன்."

அவளுக்குச் சிரிப்பு வந்தது.

"உங்க நாகரிகம் விபரீதமானது. அதுக்கு பாலு வாத்தியார் தேவலே."

"அவரைப் பத்தி ரொம்பப் பேசாதே. எனக்குப் பொறாமை ஏற்படறது. ஒரு முக்கியமான விஷயம் சொல்ல வந்தேன். மஞ்சு உன்னைப் பார்க்கணுங்கறா!"

அவள் சட்டென்று அவனைத் திரும்பிப் பார்த்தாள்.

"என்னது?"

"ஆமாம். மஞ்சுவுக்கு உன்னைப் பார்க்கணுமாம். ஹெலன் கெல்லர் புஸ்தகத்தைப் படிச்சதிலேர்ந்து, கொஞ்சம் மாறியிருக்கா."

சட்டென்று கொஞ்சம் சந்தோஷம் அவளுள் பரவிற்று. கூடவே நம்மை வளைக்க இவன் கையாளப் பார்க்கும் புதிய டெக்னிக்கோ என்று தோன்றிற்று. அவள் மறுபடியும்

உஷாரானாள்.

“ரொம்ப சந்தோஷம். அந்த மாதிரி நிறையப் புத்தகங்கள் வரவழைச்சுப் படிக்கச் சொல்லுங்கோ. இது ‘ஊனமுள்ளோர் வருஷம். அவங்க மாதிரி நிலைமையிலே இருக்கிறவா சிலபேர் எத்தனை உற்சாகமா, எத்தனை உபயோகமா தங்க நேரத்தைக் கழிக்கிறான்னு இப்ப எந்தப் பத்திரிகையைத் திறந்தாலும் போட்டிருக்கு. அதையெல்லாம் படிச்சுக் காண்பிங்கோ." அவள் அவனைத் திரும்பிப் பார்க்காமல் கிடுகிடுவென்று படியேறினாள். அவன் பட்டென்று அவள் கையைப் பிடித்துக் கொண்டான்.

“மீனு! நா சொல்றதைக் கொஞ்சம் கேளு!”

# 25

மீனு சரேலென்று கையை விடுவித்துக் கொண்டாள். மனசுக்குள் பொங்கிய கோபத்தை மிகவும் சிரமப்பட்டு அடக்கிக்கொண்டாள்.

"மிஸ்டர் ஹரிஹரன்! தயவுசெய்து என் வழிக்கு வராதீங்கோ. இந்த மாதிரியெல்லாம் நீங்க தொந்திரவு செய்யறதா இருந்தா, நா நிச்சயம் இன்னிக்கு ராத்திரியே கிளம்பி மெட்ராசுக்குப் போயிடுவேன்."

"மீனு! நீ என்னைத் தப்பா புரிஞ்சிக்கப்படாது!"

"நா தப்பா புரிஞ்சுக்காம இருக்கிறது மாத்திரம் போதாது. ஊர் தப்பா நினைச்சுக்கப் படாது, அப்பத்தான் என்னாலே இங்கே படிக்க முடியும்."

அவன் கண்களில் மறுபடி ஏதோ குறும்பு தெரிந்தது. அவள் இடைமறித்தாள்.

"நீங்க என்னை ஒரு பெண்ணாகத்தான் பார்க்கறேள். என் மனசுக்குள்ளே சில எண்ணங்கள் இருக்கும். லட்சியங்கள் இருக்கும் என்கறது உங்களுக்குப் புரியல்லே."

காரணம் புரியாமல், அவள் கண்ணில் நீர் கோத்து நின்றது.

ஒருவிநாடி அவன் திகைத்தவன்போல் அவளைப் பார்த்துவிட்டுத் தலையைக் குனிந்துகொண்டான்.

“ஸாரி மீனு” என்றான்.

“இனிமே, நா உன்னைத் தொந்திரவு செய்யமாட்டேன்”

அவளைத் திரும்பியே பார்க்காமல் அவன் வெகு வேகமாக நடந்து செல்வதை அவள் ஆச்சரியத்துடன் பார்க்கையில் சட்டென்று ஒரு வேதனை மனசில் ஏற்பட்டது.

“எப்படிப் பண்ணியிருக்கே மீனு?” கல்லூரி பில்டிங்கிலிருந்து வெளியே வந்துகொண்டிருந்த மீனு, சட்டென்று திரும்பிப் பார்த்தாள்.

அவள் வகுப்புத் தோழி வனஜா நின்றிருந்தாள்.

“உம்.. பரவாயில்லே. சுமாராப் பண்ணியிருக்கேன்!”

“சுமாரா என்ன, நன்னாவே பண்ணியிருப்பே. கிளாஸ்லே நீதானே ஃபஸ்ட் எப்பவும்?"

மீனு கூச்சத்துடன் சிரித்தாள்.

“நீ எப்படிப் பண்ணியிருக்கே வனஜா!"

வனஜா உதட்டைப் பிதுக்கினாள்.

“மோசம். படிக்காமே எப்படி நன்னா பண்ண முடியும்?"

“ஏன் படிக்கல்லே?”

“எனக்குப் படிப்பிலே இன்ட்ரெஸ்ட் இல்லே. என்னுதெல்லாம் கல்யாணப் படிப்பு. ஒரு பி.ஏ.யாவது படிச்சிருந்தா கல்யாண மார்க்கெட்டிலே மதிப்பை ஏத்தற படிப்பு."

அவள் தூக்கிவாரிப் போட்டுத் திரும்பிப் பார்த்தாள். இது மகா பொறுப்பற்றத்தனமான கிராமியப் பேச்சு என்று தோன்றிற்று. பெரியவர்கள் பேச்சை இவள் யோசனையில்லாமல் திருப்பிப் பேசுகிறாள் என்று தோன்றிற்று. சுரீரென்று ஒரு கோபம் எழுந்தது.

“எனக்கு ரொம்ப வேடிக்கையா இருக்கு வனஜா நீ பேசறது. நீ ஒரு மனுஷி. ஓர் இண்டுவிஜுவல். மார்க்கெட்டிலே இருக்கிற பண்டம் இல்லே. பி. ஏ.யைக் கழுத்திலே மாட்டிண்டு கல்யாணப் பிள்ளைக்கெதிரே நிற்கப்போறியா?”

“போ மீனு!”

வனஜாவின் சிரிப்பில் ஓர் அலட்சியம் தெரிந்தது.

“இதைப் பத்தியெல்லாம் நா தீவிரமா யோசிக்கறதேயில்லை. பெண் பி. ஏ. படிச்சிருக்கான்னா ஒரு மதிப்பா இருக்கும்!”

இதை ஒன்றைத்தான் திருப்பித் திருப்பி இவளால் சொல்ல முடியும். இதற்குமேல் இவளுக்குச் சிந்தனை போகாது. இவளுடைய சிந்தனைகள் எல்லாம் பாமரத்தனமான சிந்தனைகள். காலேஜில் படிப்பவர்களிடம் இத்தகைய அறிவுத் தேக்கம் இருப்பது எத்தகைய பரிதாபம்?

“இன்னொருத்தருக்காகப் படிக்கிறேன் என்கறது ரொம்ப அபத்தம் வனஜா. நமக்குப் படிப்பு ரொம்ப அவசியம். சொந்தமா யோசனை பண்ண வேண்டியது அவசியம்.”

“போ மீனு. போரடிக்காதே. நா எந்த உத்தியோகத்துக்கும் போகப்போறதில்லே. கல்யாணம் பண்ணிக்கப் போறேன். குழந்தைகளைப் பெத்துக்கப்போறேன்.”

மீனு சிரித்தாள்.

“பெத்துக்கோ. ஆனா, யோசிக்காமே பெத்துக்காதே.”

வனஜா, இன்னொரு சுவாரஸ்யமான சிநேகிதியைத் தேடிக்கொண்டு போய்விட்டாள். வீட்டிற்குத் திரும்புகையில், மீனுவுக்கு அடிவயிற்றிலிருந்து கோபம் கனன்று கொண்டிருந்தது. ஏன் இவர்கள் எல்லாம் இப்படியிருக்கிறார்கள்! இவர்கள் இளைஞர்கள்! யோசனை செய்யவே சோம்பல்படும் இளைஞர்கள். இவர்கள் உருவாக்கப் போகும் சமுதாயம் எப்படி இருக்கப்போகிறது! இரண்டாம் பட்சப் பிரஜைகளாக இன்னும் எத்தனை காலத்திற்குப் பெண்கள் இருக்கப்போகிறார்கள்? அவளுக்கு ஆத்திரம் வந்தது. இந்த வனஜாவைவிட அந்த

ருக்மிணி தேவலை என்று தோன்றிற்று. எழுத்தறிவில்லாத ருக்மிணி, 'இந்த சரீரத்துக்கும் மனசுக்கும் சம்பந்தமில்லை' என்று சொல்லிக்கொண்டு, சரீரத்தோடு தளைகளிலிருந்து பிய்த்துக்கொண்டு கிளம்பிப்போன ருக்மிணி...

இந்த இரண்டு வருஷங்களில் ருக்மிணி ரொம்ப நெருங்கிவிட்டாள். அன்றைக்குக் கிருஷ்ணனின் ரோஷத்தைப் பற்றித் தெரிவித்த பிறகு அவள் அந்தப் பேச்சைப் பேசுவதையே நிறுத்திக்கொண்டாள். அவளுடன் பழகப் பழக, அவள் எத்தனை தீர்மானமாகச் சிந்திக்கிறாள் என்று மீனுவுக்கு வியப்பேற்பட்டது. பாலு வாத்தியாரிடம் தான் பட்ட கஷ்டங்களைத் தெரிவித்தபோது, அவள் கிளம்பிப்போனது ரொம்ப நியாயமான காரியம் என்று தோன்றிற்று. இந்தப் புதிய நபர் அவளை மிக நன்றாக வைத்துக் கொண்டிருக்கிறாராம். மனுஷியாக நடத்துகிறாராம். ஆண் பிள்ளைகள் இரண்டாம் கல்யாணம் செய்துகொள்ளலாம். பெண் செய்துகொள்ளக் கூடாதா? லலிதா மன்னி இந்த மாதிரிப் பேச்சைக் கேட்டால் அதிர்ந்துபோவாள். 'எந்த சுகத்தைத் தேடி நம்ம இயல்பை மாத்திக்கணும் மீனு?' என்பாள்.

'ஓ.. லலிதா மன்னியின் எண்ண அலைகள் வேறு; தத்துவம் வேறு. நமக்கும் மன்னியின் எண்ணங்களுக்கும் பல காத தூரங்கள்.'

ஆனால், இந்த மூன்று வருஷப் பழக்கத்தில் மன்னியிடம் மதிப்பு அவளுக்கு ஏறியிருக்கிறது. ஒவ்வொரு நாளும் மன்னியின் குணத்தைப் பற்றி புதிய இனிய ஆச்சரியம் ஏற்படுகிறது. மன்னி வாயை மூடிக்கொண்டு உட்கார்ந்திருக்கிறாள் என்றால் அது பலவீனத்தினால் இல்லை; பயத்தினால் இல்லை. எதுவும் அவளுக்குத் தப்பாகப் படுவதில்லை. அவளுள் இருக்கும் ஏதோ ஒரு காருண்யம் எல்லாவற்றையும் மன்னிக்கிறது.

'உலகத்திலே நடக்கற தப்பெல்லாம் அஞ்ஞானத்தினாலே நடக்கறது. இந்த அஞ்ஞானத்திற்காகத்தான் எனக்குத் துக்கம் ஏற்படறது.'

மன்னியின் இந்த வாக்கியங்கள் வெறும் டயலாக் இல்லை என்று அவள் எப்பொழுதோ உணர்ந்து கொண்டாள்.

“மன்னி! உங்களைப் பார்த்தா எனக்கு என்ன ஞாபகம் வரது தெரியுமா?"

“என்ன?"

“எங்கம்மா சுவாமி படத்துக்கு முன்னாடி நின்னுண்டு, ‘அம்பிகே! பரதேவதை, லோக நாயகி’ன்னு அரை மணி நேரத்துக்கு ரீல் விட்டிண்டிருப்பா. அம்பிகைன்னா, கருணையோட சுவரூபம்பா. உங்களைப் பாத்தப்பறம்தான் அதுக்கு அர்த்தம் புரிஞ்சுது. அந்தப் படத்திலே இருக்கற நாலு கை சுவாமியெல்லாம் நான் நம்பல்லே. உங்களை நம்பறேன்."

மன்னியின் முகத்தில் ஓர் அசாதாரண ஒளி தெரிந்தது. அதரங்களில் புன்னகை மலர்ந்தது.

“நாம்பள்ளாம் அம்பிகையோட அம்சங்கள்தான் மீனு. காருண்யம் காட்டறது நம்பளோட இயல்பு. அந்த இயல்பை மறந்துபோயிடறதுதான் பரிதாபமான விஷயம்."

‘ஓ! மன்னி ஓர் அபூர்வமான பிரக்ருதி. அந்த மாதிரி எல்லாரிடமும் பிரியம் ஒரே மாதிரி காட்ட யாருக்கும் முடியாது. பகைவனுக்கும் அருள்கிற காருண்யம்.’

இதையெல்லாம் புரிந்துகொள்ளாத மாமாவுக்குத்தான் இழப்பு. மாமா அப்படியேதான் இருந்தார். அற்ப விஷயங்களுக்கெல்லாம் கத்திக்கொண்டு, கணவன் மனைவியின் தோழமை எத்தனை முக்கியம் என்பதை நினைத்துக்கூடப் பார்க்காத மூர்க்கத்தனத்தோடு, பன்னிரண்டு வயசுப் பிள்ளைக்கு மனசு என்று ஒன்றிருக்கும் என்கிற யோசனையே இல்லாமல் அதட்டிக் கொண்டு - அடித்துக்கொண்டு அவளிடம் மட்டும்தான் அவர் தன் குணத்தைக் காண்பிக்கவில்லை. அன்றைக்கு, ‘எனக்கு யாரைக் கண்டும் பயமில்லை’ என்று திட்டவட்டமாகச் சொன்னாளே.. அதற்குப்பிறகு அவர் வாயைத் திறக்கவில்லை. எப்படியோ மூன்று வருஷங்கள் கழிந்துவிட்டன!

மூன்று வருஷங்கள்-விரல்களிடையே நழுவிப் போகும் ஆற்று மணல் மாதிரி எத்தனை விரைவில் ஓடிவிட்டன?

பஸ் ஸ்டாப்பில் அவளுக்காகக் காத்திருந்த வில் வண்டியில் அவள் ஏறிக்கொண்டாள். வண்டியைத் தாண்டிக்கொண்டு ஹரிஹரனின் கார் போவது தெரிந்தது. சட்டென்று ஒரு சின்ன சங்கடம் அடிவயிற்றில் எழுந்தது.

அன்றைக்கு முகத்தைத் தொங்கப் போட்டுக்கொண்டு, 'ஸாரி, உன் வழிக்கு வரல்ல' என்று சொன்ன பிறகு, அவன் உண்மையிலேயே அவள் வழிக்கு வரவில்லை. அவன் இத்தனை பெரிய ரோஷக்காரனாக இருந்தது அவளுக்கு ஆச்சரியமாக இருந்தது. கொஞ்ச நாட்களுக்கு ஓர் அசட்டுத்தனமான ஏமாற்றம்கூட இருந்தது. பிறகு அவள், விரைவில் தன்னைச் சுமாதானப் படுத்திக்கொண்டாள். ஒரு சாதாரண பரிச்சயத்தின் அளவுக்கு சகஜமாகிப் போனாள். எந்த ஓர் உணர்வின் தீவிரமும் பலமும் நாம் அதற்குக் கொடுக்கும் ஆதரவைப் பொருத்திருக்கிறது என்று அவள் நினைத்துக் கொண்டாள். பிரேமை - நேசம் என்பதெல்லாம் நாம் கொடுக்கும் ஆதரவைப் பொறுத்து வளர்வது. ஓர் ஆரம்ப இனக் கவர்ச்சி அல்லது பௌதீக உணர்வுக்கு ஊக்கம் கொடுத்து மனசை ஓடுகிற ஓட்டத்துக்கு விட்டுவிட்டால், அதற்குப் பெயர் காதல்-பிரேமை!

அவளுக்குச் சிரிப்பு வந்தது. எத்தனை விதமான பிரேமைகளில் நாமே மாட்டிக்கொள்கிறோம்? நல்லவேளை.. நாம் சமயத்துக்கு விழித்துக்கொண்டோம். ஊர் வாயிலிருந்தும் மாமாவின் ரௌத்திரத்திலிருந்தும் நம் மனசாட்சியின் உறுத்தலிலிருந்தும் தப்பித்தோம்.

வண்டி அக்ரஹாரத்தை அடைந்துவிட்டது. ஹரிஹரனின் வண்டி ஏற்கெனவே வந்துவிட்டிருந்ததை அவள் கவனித்தாள்.

ராஜு திண்ணையில் உட்கார்ந்திருந்தான். அவளைப் பார்த்து லேசாகப் புன்னகைத்தான். அவனைப் பார்க்கும்போதெல்லாம் கொஞ்ச நாட்களாகத் தோன்றும் யோசனையும் கலக்கமும் மறுபடியும் தோன்றிற்று.

“ஹல்லோ ராஜு!”

“ஹல்லோ!"

“பரீட்சை எப்படிப் பண்ணே மீனு அக்கா?’

“நன்னாப் பண்ணேன். உனக்கு எப்போ பரீட்சை ராஜு?”

“அடுத்த வாரம்."

“படிக்க ஆரம்பிச்சுடு ராஜு!”

“ஆகட்டும்!”

அவன் அசையாமல் உட்கார்ந்திருந்தான். அவள் யோசனையுடன் உள்ளே சென்றாள்.

# 26

இந்த இரண்டு வருஷங்களில் ராஜுதான் மாறியிருந்தான் என்று தோன்றிற்று. முன்பிருந்த வெகுளித்தனம் அதிகமில்லை. இப்போது கண்களில் அதிக ஆழம் தெரிந்தது. திடீரென்று நத்தைபோல் தனக்குள் சுருண்டு போன மாதிரி அவளுள் பிரமையேற்பட்டது. இந்த இரண்டு வருஷ இடைவெளியில், அவனுடைய சிரிப்பும் பட்சிகளைப் பார்த்து ஓடும் ஓட்டமும் வெகுவாகக் குறைந்திருந்தது. உடம்பு நெகுநெகுவென்று வளர்ந்திருந்தது. உதட்டுக்குமேல் லேசாகக் கருமை தெரிய ஆரம்பித்திருந்தது. அவளைத் தவிர பாக்கி எவரிடமும் அவன் நெருக்கமாகப் பேசுவதில்லை. அவளிடம்கூட முன்பு மாதிரி கலகலப்பாக இல்லை என்று தோன்றிற்று. அவள் யோசனையுடன் கொல்லைக் கிணற்றடிக்குச் சென்றாள். பூவரச மரம் பூத்துக் குலுங்கியிருந்தது.

கிணற்றுப் பக்கம் இருந்த தொட்டித் தண்ணீரை மொண்டு அவள் முகத்தில் இறைத்துக்கொண்டாள்.

“பரீட்சை எப்படிப் பண்ணியிருக்கே மீனு?”

“நன்னா பண்ணியிருக்கேன் மன்னி.”

“இன்னும் எத்தனை நாள் பரீட்சை?”

“இன்னும் பதினைஞ்சு நாளாகும் முடிய.”

லலிதா சற்று நேரம் பேசாமல் இருந்தாள். பிறகு மெல்லக் கேட்டாள்:

“அப்புறம் என்ன செய்யப்போறே மீனு?”

மீனு சிரித்தாள்.

“என்ன செய்வேன்னு நினைக்கிறேள்? மூட்டையைக் கட்டிண்டு மெட்ராஸுக்குப் போயிடுவேன்."

லலிதாவின் முகத்தில் ஒரு சோகம் தெரிந்தது.

“எனக்கு ரொம்பக் கஷ்டமாயிருக்கும் மீனு!”

மீனு லேசாகச் சிரித்தாள்.

“மாமா மூட்டை கட்டச் சொல்லி ரெண்டு வருஷம் கழிச்சு, நா மூட்டை கட்டறேன் மன்னி?”

“இந்த மாதிரியெல்லாம் ஞாபகங்கள் இருக்கக் கூடாது மீனு!"

“நா கல்லுளிமங்கை மன்னி. எந்த ஞாபகங்களும் என்னை ஒண்ணும் பண்ணாது."

லலிதா எதுவும் சொல்லாமல் உள்ளே சென்று காபி கலந்துகொண்டு வந்தாள்.

“எனக்கும் ராஜுவுக்கும் ரொம்பக் கஷ்டமாயிருக்கும் மீனு."

இதற்கு என்ன பதில் சொல்வது என்று மீனு திகைத்தாள்.

“மீனு அக்கா. நீ இங்கேயிருந்து போயிடாதே!”

அவளுக்குச் சட்டென்று கண்களில் நீர் தளும்பிற்று. ஒரு கையில் மன்னி கொடுத்த காபியை ஏந்தியபடி, இன்னொரு கையால் ராஜுவை அணைத்தபடி அவள் வெளியில் வந்தாள்.

“நா கிளம்பறதுக்கு இன்னும் நிறைய நாள் இருக்கு ராஜு."

“இல்லே. பி.ஏ. ஃபைனல் பரீட்சை எழுதற நீ, இது முடிஞ்சதும் மெட்ராஸுக்குப் போயிடுவே."

“நா மேலே படிக்கணும் ராஜு. மெட்ராசுக்குப் போய்

எம்.ஏ.யிலே சேரணும். நா உனக்காக இங்கே இருந்த மாதிரி, எனக்காக நீ மெட்ராஸிலே வந்து இருந்துடேன்!"

"ஊஹூம்!"

"ஏன்?"

"என்னாலே இந்த ஊரை விட்டு எந்த ஊருக்கும் வர முடியாது மீனு அக்கா!"

"ஏன்?"

"எந்தப் புதுசான இடத்தைக் கண்டாலும் எனக்குப் பயம்."

"நாதான் கூட இருப்பேனே!"

"ஊஹூம்."

சட்டென்று அவளுள் மிதமிஞ்சிய பரிதாபம் எழுந்தது. இவன் சொல்வது மகா வாஸ்தவமான வார்த்தை என்று புரிந்தது. இவனை இந்தச் சூழலிலிருந்து கிளப்பினால் பீதியினாலேயே மேலும் உடைந்து போவான்.

"மீனு அக்கா!"

வாசலிலிருந்து புதிதாகக் குரல் கேட்டது. அவள் ஆச்சரியத்துடன் வெளியில் வந்தாள்.

கிருஷ்ணன் நின்றிருந்தான். ராஜூ அளவு வளராவிட்டாலும், முகத்தில் வயதுக்கு மீறின ஞானம் தெரிந்தது. முதிர்ச்சி பளிச்சிட்டது. அவள் எதிர்பாராத சந்தோஷத்துடன், "வா கிருஷ்ணா! எப்படியிருக்கே?" என்றாள்.

"நன்னாயிருக்கேனே!"

முகத்தில் மலர்ச்சி இல்லை. அதரங்களில் வெற்றுப் புன்னகை இருந்தது. கண்களில் ஒரு புதிய ஒளி தெரிந்தது. ராஜூ மாறின மாதிரி இவனும் இந்த இரண்டு வருஷத்தில் ரொம்ப மாறிவிட்டான் என்று தோன்றிற்று.

"உக்காரு கிருஷ்ணா, என்ன சாப்பிடறே?"

"ஒண்ணும் வேண்டாம்க்கா."

"ராஜு! அம்மாகிட்ட கேட்டு டிபனும் காபியும் கொண்டா!"

திடீரென்று கிருஷ்ணன் திண்ணையில் அமர்ந்து, முழங்கால்களைக் கட்டியபடி அழ ஆரம்பித்தான்.

அவள் பதறிப்போனாள்.

"என்ன கிருஷ்ணா?"

அவன் தன்னைச் சமாளித்துக்கொண்டு கண்களைத் துடைத்துக்கொண்டான்.

"ஒண்ணுமில்லேக்கா.. நமக்கு அழுகை வர்றப்போ அழுதுடறது நல்லது."

"காரணமில்லாமே அழுகை வருமா?"

கண்ணீர்க் கறைபட்ட அதரங்களில் மறுபடி ஒரு ஞானப் புன்னகை!

"வாஸ்தவத்திலே, அழுகைக்கு உண்மையான காரணமெல்லாம் ரொம்பப் பழசு - இல்லையாக்கா?"

அவளுக்குத் தூக்கிவாரிப் போட்டது. பதினைந்து வயசுப் பையனுக்கு இப்படியெல்லாம் பேச வருமா? அவன் அனுபவித்த சோகம் அவனைப் பேச வைக்கிறதா? அவள் பேச்சை மாற்ற நினைத்தாள்.

"நீ ராஜுவோட இரண்டு கிளாஸ் பெரியவனில்லே?"

"ஆமாம்."

"பத்தாவதா?"

"ஆமாம்."

"பரீட்சை ஆயிடுத்து போலிருக்கே. நன்னாப் பண்ணியோ?"

"தெரியல்லே."

அவன் பேசிய விதம் அவளை என்னவோ செய்தது. அவன் மெல்லிய குரலில் லேசான புன்னகையுடன் சொன்னான்:

"எனக்கு எதிலேயும் நம்பிக்கையில்லே மீனு அக்கா. தெய்வத்திலே, மனுஷாள்ளே, அவர் நடத்தற பரீட்சையிலே, சொல்ற வார்த்தையிலே!"

அந்தக் குரலிலிருந்த கசப்பைக் கண்டு அவள் அதிர்ந்தாள். அவள் தன்னையறியாமல் அவன் தோளில் கையை வைத்தாள்.

"நாம் புதுசா ஓர் உலகத்தை உண்டாக்கலாம் கிருஷ்ணா. நமக்குப் புடிச்ச மாதிரியான உலகத்தை!"

"அது இந்தப் பூமியிலே இருக்க முடியாது. ஆகாசத்திலேதான் உண்டு. அதாவது கற்பனையிலே."

அவள் திகைத்துப்போய் அவனைப் பார்த்தாள்.

அவன் சட்டென்று அவளுடைய கையை ஒரு விநாடி பிடித்துக்கொண்டான்.

"நா போயிட்டு வரேன் மீனு அக்கா. ரொம்ப தேங்க்ஸ்."

அவன் திரும்பியே பார்க்காமல் நடந்துபோன பிறகுதான் டிபன் சாப்பிடாமல் அவன் போய்விட்டான் என்று அவள் உணர்ந்தாள்.

மறுநாளைக்குப் பரீட்சை இல்லை. அவள் அடுத்த பரீட்சைக்காகப் படித்துக்கொண்டிருந்தாள். லக்ஷ்மி பரபரப்புடன் ஓடிவந்தாள்.

"மீனு! அந்தப் பிள்ளையைக் காணோமாம்!"

"எந்தப் பிள்ளை?"

"கிருஷ்ணன்!"

"என்னது? சரியாச் சொல்லு. எப்பலேர்ந்து!"

"நேத்து சாயந்தரத்திலேர்ந்து." அதாவது, அவளுடன் பேசிவிட்டுப் போன பிறகு...

"கோச்சுக்கிட்டுப் போயிட்டானாம்."

"என்ன கோவம்?"

"உனக்குத் தெரியாதா, மீனு! பாலு வாத்தியார் ஒரு பொம்பளையை வீட்டுக்கு இட்டுக்கினு வந்திருக்கார்!"

அவள் திடுக்கிட்டாள். நாம் ஊருக்குக் கிளம்புவதற்குள், இன்னும் என்னென்ன அதிர்ச்சிகள் காத்திருக்கின்றனவோ?

"கோவிலுக்குப் போயிட்டு வரலாம். வர்றியா மீனு அக்கா?" புத்தகத்தில் ஆழ்ந்திருந்த பார்வையை மீனு நிமிர்த்தினாள்.

ராஜுவின் கண்களில் ஏதோ ஓர் இனம் புரியாத ஆதங்கம் தெரிந்தது.

"எனக்குப் படிக்கறதுக்கு இன்னும் நிறைய இருக்கு ராஜு. டைம் இருக்காது போலிருக்கே!"

அவன் முகத்தில் ஏமாற்றம் தெரிந்தது.

"நாளைக்குப் பரீட்சை இருக்கா மீனு அக்கா?"

"இல்லே, நாளன்னிக்கு இருக்கு."

"அப்ப நாளைக்குப் படிச்சுக்கோயேன்?" அவனுடைய பிடிவாதம் அவளுக்கு வேடிக்கையாக இருந்தது.

"என்ன சமாசாரம் ராஜு? சுவாமியை இன்னிக்கே பார்க்க வேண்டிய அவசரம் என்ன?"

அவன் கூச்சத்துடன் சிரித்தான்.

"நாளைக்கு எனக்குப் பரீட்சை ஆரம்பிக்கிறது!"

"அதனாலே?"

"சுவாமியோட உதவி எனக்கு வேணும்க்கா!"

அவள் சிரித்தாள்.

"நாம்ப நன்னா படிச்சா நன்னா பண்றோம்! இதிலே சுவாமி என்ன பண்ணப்போறார்?"

அவன் தலையைக் குனிந்துகொண்டான். அவன் முகத்தில் தெரிந்த கையாலாகாத்தனத்தைப் பார்த்து அவளுக்கு வருத்தமாக இருந்தது.

“இதோ பார் ராஜு!” என்றாள் மென்மையாக. “காரணம், காரியம்னு இரண்டு விஷயம் இருக்கு. நாம செய்யற வேலைக்குத் தகுந்த மாதிரிதான் அதோட முடிவு இருக்கும்.”

“அதெல்லாம் உனக்குச் சரி மீனு அக்கா. உனக்குப் படிப்பு வரது. நன்னா மார்க் வாங்கறே!”

“நீயும் மனசை வெச்சுப் படி ராஜு, மார்க் வாங்கலாம்.”

அவனுக்குச் சட்டென்று கண்களில் நீர் நிரம்பிற்று.

“எனக்கு முடியல்லே மீனு அக்கா. வாத்தியார் தினமும் எல்லாப் பசங்க எதிரிலேயும் குட்டுகிறார். அந்தப் பனையாத்தா காலிலே போய் மண்டையை உடைச்சுக்கோ. அவதான் உனக்கு மார்க் போடணுங்கறார்.”

அந்த வாத்தியார்மீது அவளுக்குக் கோபம் ஏற்பட்டது. எப்படி இப்படியெல்லாம் இந்த உபாத்தியாயர்கள் இருக்கிறார்கள்?

அவள் எழுந்தாள்.

“சரி, வா போகலாம். பனையாத்தாவைப் பார்த்தாத்தான் உனக்குத் திருப்தியா இருக்கும்னா போகலாம் வா. எனக்கும் கொஞ்சம் வாக் போயிட்டு வந்த மாதிரி இருக்கும்.”

அவன் முகத்தில் சட்டென்று ஒரு பிரகாசம் தெரிவதைப்பார்த்து அவளுக்கு விசனமேற்பட்டது. எத்தனை பலஹீனமானவன் இவன்? சுற்றியிருக்கும் ஏமாற்றல்களையும், புனைசுருட்டுக்களையும், கோபங்களையும் இவன் எப்படி சமாளிக்கப் போகிறான்? சுபாவத்தில் சிறிது மந்த புத்தியானாலும், இவனது இன்றைய பலவீனங்களுக்கும் பயங்களுக்கும் அவனைச் சுற்றியிருக்கும் ஜனங்கள்தான் காரணம். இவனுடைய உபாத்தியாயர்களும் இவனுடைய அப்பாவும்தான் காரணம். முக்கியமாக அப்பா..!

லக்ஷ்மியும் கூட வந்தாள்.

“கொஞ்சம் காலாற நடந்துட்டு வான்னு நானே சொல்லணும்னு நினைச்சேன். எந்நேரமும் படிச்சிட்டிருந்தா எப்படி?”

"எத்தனை படிச்சாலும் போறல்லே லக்ஷ்மி!"

"எதுக்கு அவ்வளவு நீ படிக்கணும்னு கேக்கறேன்? எப்படியும் கடைசியிலே ஒருத்தனைக் கட்டிக்கப் போறே! கரண்டியைத்தான் புடிக்கப்போறே!"

மீனு சிரித்தாள். இந்த லக்ஷ்மியுடன் விவாதித்து ஏதும் ஆகப்போவதில்லை என்று தோன்றிற்று. அவள் வேறு ஓர் உலகத்தின் பிரதிநிதி.

"நீ பரீட்சையை முடிச்சிட்டு ஊருக்குப் போனதுமே உங்கம்மா கல்யாணத்தை நடத்தி வெச்சுடுவாங்க பாரு."

"அதெல்லாம் நா ஒப்புத்துப்பேன்னு நீ நினைக்கறியா?"

"மாட்டியா?"

"ஊஹூம்.. நா மேலே படிக்கப்போறேன்!"

"படிச்சு?"

"உத்தியோகம் பார்ப்பேன். இந்த உலகத்திலே கஷ்டப்படறவா நிறைய இருக்கா லக்ஷ்மி. என்னால முடிஞ்ச உபகாரம் பண்ணுவேன்."

லக்ஷ்மி வாய்விட்டுச் சிரித்தாள்.

"எந்தக் கஷ்டத்தைன்னு போக்குவே? அதெல்லாம் சும்மா பேச்சு புள்ளே. இந்த உலகத்திலே மனுஷங்க இருக்கற வரைக்கும் கஷ்டங்கள் இருக்கும்."

திடீரென்று மீனுவுக்கு மேற்கொண்டு பேசுவதற்கே ஆயாசமாக இருந்தது. பேசிப்பேசி என்ன கண்டோம் என்று அலுப்பு ஏற்பட்டது.

லக்ஷ்மி மறுபடி சிரித்தாள்.

"சரி.. சமூக சேவை செய்யப்போறே. கண்ணாலம் செஞ்சுக்க மாட்டியா?"

"தெரியாது. மனசுக்குப் பிடிச்சா யாரையாவது செய்துக்குவேன். சரி, நீயேன் தனியா இருக்கே?"

“என் கதை எதுக்கு? வேணாம், வுடு!”

“நன்னாயிருக்கே. ஊர்க்கதையெல்லாம் பேசறே! உன் கதை சொல்லமாட்டியா?"

லக்ஷ்மியின் முகத்தில் வாட்டம் தெரிந்தது.

“ஆ! என் கதை என்ன? இரண்டு வரி. கண்ணாலம் ஆச்சு. அது வேற ஒரு பொம்பளையோட சினேகிதம்னு தெரிஞ்சுது. அட போய்யான்னு வந்துட்டேன்.”

மீனுவுக்குத் திகைப்பாக இருந்தது. இந்த மூன்று வருடங்களில் இவளைப்பற்றி எப்படித் தெரிந்து கொள்ளாமல் போனோம்?

“நீ வேறே கல்யாணம் செய்துக்கல்லியா? இல்லே உங்க ஜனங்க விடல்லியா?"

“அதெல்லாம் ஒண்ணுமில்லே. எங்க ஜனங்க ஒண்ணும் சொல்ல மாட்டாங்க. எனக்குத்தான் இஷ்டமில்லே!"

“ஏன், கண்ணகி மாதிரி உக்காந்திருக்கியா! அவன் திரும்பி வருவான்னு?"

“ஆ! அவன் மறுபடி திரும்பி வந்தான்னா விரட்டுவேன். நா, சொன்னா உனக்குச் சிரிப்பு வரும்."

லக்ஷ்மி நிறுத்தினாள்.

“வேண்டாம் மீனு. நா சொன்னா உனக்குப் புரியாது."

“சும்மா சொல்லு!”

பழைய நிகழ்ச்சிகளின் நினைவில் லக்ஷ்மியின் முகத்தில் சூடேறுவது தெரிந்தது. வார்த்தைகளில் ஒரு தடுமாற்றம் தெரிந்தது.

“என் மாமனைத்தான் எனக்குக் கட்டி வச்சாங்க. சின்ன வயசிலேர்ந்து அவன்தான் புருஷன்னு மனசிலே ஊறிப்போச்சு எனக்கு. ரொம்பப் பைத்தியமா இருந்தேன் அவன்மேலே. அவனையே விட்டுட்டு வந்துட்டேன். வேறே ஒருத்தன்மேலே எனக்குப் புத்தி போகும்னு நீ நினைக்கிறியா?"

மீனு பேசாமல் நடந்தாள். இந்த லக்ஷ்மி மனத்தால் நிறைய கஷ்டப்பட்டிருப்பாள் என்று தோன்றிற்று. இருந்தும் எப்படி எப்பவும் சிரித்துக்கொண்டிருக்கிறாள்?

“இந்த மாதிரி நீங்கள்ளாம் இருக்கிறதினாலேதான் ஆம்பளைங்க திமிர் அடங்கறதில்லே!”

“அது அடங்காது - நீ எப்படியிருந்தாலும் - பிரியம்னு ஒண்ணு இருக்குன்னு நீ நம்பறியா மீனு?”

“இல்லே!”

“அப்ப உடு! உன்னோடப் பேசிப் பிரயோஜனமில்லே.”

பாலு வாத்தியாரின் வீட்டைத் தாண்டிக்கொண்டு போகும்போது கிருஷ்ணனின் ஞாபகம் வந்து வயிற்றைச் சங்கடப்படுத்திற்று. எப்படி எப்பவும் இந்தத் திண்ணையை விட்டு நகராதவன் அப்படிக் கிளம்பிப் போனான்? எப்படி ஒரு வைராக்கியம் திடீரென்று வந்தது? ருக்மிணி கிளம்பிச் சென்றபிறகு அந்த வீட்டைக் காப்பது தனது பொறுப்பு என்று நினைத்த மாதிரி கட்டிக் காத்த கிருஷ்ணனின் முகமும் அந்த ஞானப் புன்னகையும் அவளுக்கு நினைவு வந்தது.

இப்பொழுது எந்த வேகத்தில் அவன் கிளம்பிப் போனான்? ஞானமா, கோபமா? அவன் எங்கே போனான் என்று இன்னும் தெரியவில்லை.

வீடு உள்பக்கம் தாழ்ப்பாள் போட்டிருந்தது. பாலு வாத்தியார் அந்தப் புதிய உறவுடன் உள்ளே இருப்பார் என்று நினைத்துக்கொண்டாள். அந்தப் பெண் வெளியிலேயே வருவதில்லை என்று லக்ஷ்மி சொன்னாள். இந்தக் கூச்சம் இன்னும் எத்தனை நாட்களுக்கு இருக்கும்? சில நாட்களில் இவளும் திண்ணையில் வந்து உட்காருவாள்; பாலு வாத்தியாரும் உட்கார்ந்தாலும் ஆச்சரியமில்லை!

‘தூ! எத்தனை வெட்கம்கெட்ட மனிதர்கள்! ருக்மிணியைப் பற்றியும் நம்மைப் பற்றியும் அவதூறு சொல்ல இவருக்கு என்ன அதிகாரம் இருக்கிறது?’

அக்ரஹாரத்தைத் தாண்டி வயல்வெளிக்குள் நடக்கும்போதும் ராஜு வாயை மூடிக்கொண்டு வருவது அவளுக்கு ஆச்சரியமாக இருந்தது. வெள்ளை வெளேரென்று நாரைகள் எழும்பி எழும்பி உட்கார்ந்தன. அவற்றை ஒரு வெறிச்சோடிய பார்வை பார்த்தபடி, ராஜு நடந்துகொண்டிருந்தான்.

"ராஜு! நாரைகள் பார்த்தியா?"

"உம்."

"ஓடலாமா ராஜு?"

"ஊஹூம். வேண்டாம்க்கா!"

"ஏன் ராஜு?"

"என்னவோ பிடிக்கல்லே!"

உற்சாகமே இல்லாத அந்த முகத்தைப் பார்க்க அவளுக்குப் பரிதாபமாக இருந்தது.

"பரீட்சையைப் பத்தி நினைச்சுப் பயப்படாதே ராஜு!"

ராஜு பதிலே பேசவில்லை. ஆகாசத்தைப் பார்த்தபடி நடந்தான். வாஸ்தவத்தில் அவனுக்குப் பரீட்சையை விட மாமாவை நினைத்துத்தான் பயம் என்று அவள் நினைத்துக்கொண்டாள். இவனை எந்த வார்த்தையும் இனிமேல் சமாதானப்படுத்த முடியாது என்கிற நிராசையும் திகைப்பும் அவளுள் ஏற்பட்டது.

அவன் கோயில் சன்னிதானத்தில் வெகுநேரம் கண்ணை மூடியபடி நின்றான்.

"பரீட்சையா! நன்னா வேண்டிக்கோடா!" என்றார் குருக்கள்.

ராஜு முன்பு மாதிரி அசட்டுச் சிரிப்பு சிரிக்கவில்லை. குருக்கள் இருப்பதையே கவனிக்காதவன் மாதிரி பிரதட்சிணம் சுற்ற ஆரம்பித்தான்.

"பையன் வளர்ந்துட்டான்!"

இவர் பேச்சைக் கேட்டுக்கொண்டிருந்தால் நமக்கு நேரம் போய்விடும் என்று, மீனு அவசரமாக வெளியில் வந்தாள்.

வந்து வியப்புடன் நின்றாள்.

மஞ்சுவைச் சக்கர நாற்காலியில் வைத்துத் தள்ளியபடி ஹரிஹரன் வந்துகொண்டிருந்தான். அவனை எதிர்பாராமல் சந்தித்த அந்த வினாடியில் கட்டுப்படுத்த முடியாமல் ஒரு பிரவாகம் மனத்துள் கிளம்பிற்று. அவளுக்குத் திகைப்பும் வெட்கமும் ஏற்பட்டது. ஹரிஹரனின் முகம் பிரகாசமாகிப் போவதை அவள் கவனித்தாள். பிறகு, லேசாகப் புன்னகையுடன் இருவருக்கும் பொதுவாக—

“ஹல்லோ!” என்றாள்.

“ஹல்லோ!”

மஞ்சு அவளைப் பார்த்துப் புன்னகைத்தது ஆச்சரியமாக இருந்தது.

“இந்த ஊர்லேதான் இருக்கியா நீ?” என்றான் ஹரிஹரன்.

“அது மாத்திரமில்லே. நீங்க டீச் பண்ற காலேஜிலேதான் படிக்கறேன்.”

“போறும் நீங்க ஜோக் அடிச்சது" என்றாள் மஞ்சு. பிறகு மீனுவைத் தீர்க்கமாகப் பார்த்து, “நீ ஏன் எங்க வீட்டுக்கு வர்றதேயில்லை மீனு?" என்றாள்.

மீனு ஆச்சரியத்துடன் கண்களை விரித்துப் பார்த்தாள்.

‘கெட் அவுட்!’ என்று சொன்னதையே மறந்து விட்டாளா?

“நா அன்னிக்குக் கத்தினதாலேயா?"

“எனக்கு அந்த மாதிரி சொரணையெல்லாம் கிடையாது மஞ்சு!”

“பின்னே ஏன் வரல்லே?"

மீனு ஒருவினாடி ஹரிஹரனைப் பார்த்துவிட்டு மஞ்சுவின் பக்கம் திரும்பினாள்.

“மெட்ராஸாயிருந்தா தினமும் வந்திருப்பேன் மஞ்சு! இந்த ஊரிலே யோசிக்க வேண்டியிருக்கு. அதுவுமில்லாம, என் வரவுனாலே உனக்கு அதிகமா மனக் கஷ்டம் ஏற்படலாம்னு

தோணித்துன்னா நா எப்படி வருவேன்?"

மஞ்சு சட்டென்று அவளுடைய கையைப் பிடித்துக் கொண்டாள்.

“எனக்குக் கஷ்டம் இல்லே. நீ கண்டிப்பா வரணும்."

“பரீட்சை முடியட்டும், வரேன்.”

“ஓ, காட். அதுக்கு இன்னும் பதினைஞ்சு நாள் இருக்கே?" என்றான் ஹரிஹரன். அவன் குரலிலிருந்த ஆர்வம் சட்டென்று மகிழ்ச்சி ரேகைகளைப் பரப்பிற்று.

என்ன ஆகிவிட்டது நமக்கு?

“நாளன்னைப் பரீட்சைக்கப்புறம் நாலு நாள் லீவு இருக்கே! ஒரு நாளைக்கு இடையிலே வரலாமே?"

அவளுக்குச் சிரிப்பு வந்தது. அவளுடைய டைம் டேபிளெல்லாம் இவனுக்கு அத்துப்படியா?

“ஊரைப் பத்தி இன்னும் பயமா?"

அவள் சிரித்தாள்.

“ஊஹூம்! நாளன்னைக்குப் பரீட்சை முடிஞ்சப்புறம் சாயங்காலம் வரேன். இந்த ஊரைப்பத்தி இன்னும் பயப்பட வேண்டிய அவசியம் இல்லே. பரீட்சை முடிஞ்சதும் நா மெட்ராஸுக்குப் போயிடப் போறேன்."

அன்று முழுவதும் படிப்பில் மறுபடி மனசு போகவில்லை. மஞ்சுவின் தோழமைச் சிரிப்பும், ஆர்வத்துடன் பார்க்கும் ஹரிஹரனின் கண்களும் புத்தகத்தின் பக்கங்களுக்கு இடை இடையே நின்று நகர மறுத்தன. அவனைக் கண்ட கணமே பேதலித்துப் போகுமானால், இது ஓர் அடி முட்டாள் மனசு என்று அவள் நினைத்துக் கொண்டாள்.

# 27

மறுநாளைக்கு மறுநாள் பரீட்சை முடிந்து டிபன் காபி சாப்பிட்டு விட்டு அவள் நினைவாக ஹரிஹரன் வீட்டுக் கதவைத் தட்டியதும் அவன் கதவைத் திறந்து உற்சாகமில்லாத சிரிப்பு சிரித்து, “ஐ ஆம் ஆனர்ட்” என்றான். “நீ மஞ்சுவோட பேசிண்டிரு. நா கொஞ்சம் வெளியே போகணும்" என்று கூறிவிட்டு அவன் கிளம்பிப் போகும்போது, ஏன் இந்த அசட்டு மனசுக்கு ஏமாற்றம் ஏற்படுகிறது என்று அவள் திகைத்தபடி மஞ்சுவின் அறைக்குச் சென்றாள்.

மஞ்சு, மேஜைமேல் முகத்தைக் கவிழ்த்தபடி விசித்து விசித்து அழுதுகொண்டிருந்தாள்.

உடைந்துபோகிற மாதிரி அழுகிற அந்த உருவத்தைப் பார்த்து ஒரு வினாடி என்ன சொல்வது என்று புரியாமல் மீனு நின்றாள். மறுபடியும் ஓர் இக்கட்டில் மாட்டிக்கொண்டு விட்டோமோ என்று யோசனை ஏற்பட்டது.

சென்ற முறை, இரண்டு வருஷங்களுக்கு முன்பு அவளிடம் தென்பட்ட ஆக்ரோஷத்துக்கும் இப்பொழுது அழுகிற அழுகைக்கும் எத்தனை வித்தியாசம்? நிஜமாகவே இவள்

மாறிப்போயிருப்பாளா? ‘கெட் அவுட்’ என்று சொன்னவள் ‘ஏன் எங்கள் வீட்டுக்கு வருவதேயில்லை’ என்கிற அளவுக்கு? ஹரிஹரன் அவளிடம் மந்தஹாசமாகப் பேசும்போதும், அவர்களைப் பார்த்து புன்னகைக்கும் அளவுக்கு? இரண்டு நாட்களில் இவளுக்கு என்ன வந்துவிட்டது?

அவள் மெல்ல ‘மஞ்சு’ என்றாள். மஞ்சு சட்டென்று கண்களைத் துடைத்துக்கொண்டு நிமிர்ந்து பார்த்தாள்.

“வா! நீ வர மறந்துபோயிடுவியோன்னு பயமாயிருந்தது."

மீனு லேசாகப் புன்னகைத்தாள்.

“அதுக்குப் பயப்படுவானேன்?”

“எனக்குப் பயம்தான். எனக்கு உன்னை மாதிரி மத்தவாளோட பழக வாய்ப்பு இல்லை பாரு."

“யாரையும் பார்க்க மாட்டேன்னு புழுங்கிண்டிருந்த மஞ்சுவா நீ?"

மஞ்சு எதுவும் பேசாமல் நாற்காலியில் சாய்ந்து உட்கார்ந்து கண்ணை மூடிக்கொண்டாள். மூடிய கண்களிலிருந்து கண்ணீர்த் துளிகள் வழிவதைப் பார்த்து மீனு பதற்றத்துடன் இருந்தாள்.

“ஓ, ஸாரி மஞ்சு!”

மஞ்சு தன்னைச் சமாளித்துக்கொண்டு விட்டத்தைப் பார்த்தபடி இருந்தாள்.

“நீ சொன்னதிலே ஒண்ணும் தப்பில்லே. நா ரொம்ப முட்டாள் தனமாத்தான் இருந்தேன். எல்லாரும் நடந்துண்டு ஓடிண்டு குதிச்சுண்டு இருக்கறச்சே நாம்ப மட்டும் இப்படி ஒண்ணும் செய்ய முடியாம ஒவ்வொண்ணுக்கும் இன்னொருத்தரை எதிர்பார்த்துண்டு ஏன் இருக்கணும்? இந்தக் கடவுள் என்கிறவர் எத்தனைப் பட்சமாக இருக்கார் பார்த்தியான்னு ரொம்ப ஆத்திரம் வரும். ரொம்பக் கோபம் வரும். முக்கியமா எங்கம்மா மேலே! எனக்கு உடம்பு சரியா இல்லாதபோது என்னைச் சரியா கவனிக்காததாலேதான் எனக்குப் பாரிசவாயு வந்துடுத்துன்னு ரொம்பக் கோபப்படுவேன்.”

சட்டென்று மஞ்சு மீனுவைப் பார்த்து புன்னகைத்தாள்.

“இப்பத்தான் புரிஞ்சுண்டேன். இதுக்கெல்லாம் யாரையும் காரணம் சொல்றது மடத்தனம்னு. நமக்கு என்ன கிடைக்கணும்னு இருக்கோ அதுதான் கிடைக்கும். அதையெல்லாம் மீறிண்டு எழுந்து நிக்கறதுதான் விவேகம்னு புரிஞ்சுண்டேன்.”

மீனு பேசாமல் அவளைப் புன்னகையுடன் பார்த்தபடி உட்கார்ந்திருந்தாள்.

“என்னுடைய மாற்றத்துக்கு நீதான் காரணம் மீனு!"

“எப்படி? நா உன்னை ஒரே ஒரு தரம்தான் பார்த்துப் பேசியிருக்கேன்!”

“அன்னிக்கு நீ சொன்னியே.. ‘மூளை வளராமே, கண் தெரியாம இருக்கறதுதான் பயங்கரம். கால் வளரலேங்கறது பயங்கரமில்லேன்னு!’ நீ போனப்புறம் ரொம்ப நேரத்துக்கு எனக்குக் கோபம் வந்தது. எல்லார் மேலேயும் என் கோபத்தைக் காண்பிச்சேன். முக்கியமா அண்ணா மேலே ரொம்பக் கோபம் வந்தது. வேணும்னே என்னை அவமானப்படுத்தணும்னு உன்னைக் கூப்பிட்டான்னு ஆத்திரப்பட்டேன். ஆனா, அத்தனை ஆத்திரத்துக்கும் நடுவிலே நீ சொன்ன வார்த்தைகள் ஞாபகம் வந்துண்டேயிருந்தது. யோசிக்க வெச்சுது. அப்புறம் அந்தப் புஸ்தகம்!"

அவள் பேசட்டும் என்று நடுவில் குறுக்கிடாமல் மீனு உட்கார்ந்திருந்தாள்.

“அண்ணா எத்தனையோ தடவை அந்த மாதிரி புஸ்தகங்களைப் படிக்கச்சொல்லிக் கொண்டு வந்திருக்கான். நா அதெல்லாம் திறந்துகூட பார்க்காம தூக்கி எறிஞ்சிருக்கேன். இந்தப் புஸ்தகத்தை—ஹெலன்கெல்லரோட சுய சரிதத்தை எனக்குத் தெரியாமே டேபிள் மேலே வெச்சிருந்தான். என்னோட நல்லகாலம் நா அதை சாந்தமா இருக்கற சமயத்திலே பிரிச்சுப் பார்த்தேன். படிக்கப் படிக்க, ஆச்சரியம் தாங்க முடியல்லே. எப்படி ஒரு அசாதாரணமான மனுஷி அவ! நீ படிச்சிருக்கியோ மீனு அந்தப் புஸ்தகத்தை?”

“படிச்சிருக்கேன்.”

படித்ததினால்தான், நான்தான் அந்தப் புஸ்தகத்தைக் கொடுத்தனுப்பினேன் என்று அவள் தனக்குள் சொல்லிக் கொண்டாள்.

“பேச்சும் பார்வையும் போய் எத்தனை பயங்கரம்! அதையெல்லாம் மீறிண்டு அவ சமாளிச்சு விதியை ஜெயிக்கணும்னு போராடினது ஓர் அற்புதம் மீனு. அதைப் படிச்சு முடிச்சதும் எனக்கு மெய்சிலிர்த்துப் போச்சு. எத்தனை அநியாயமா என்னோட வாழ்க்கையைப் பாழாக்கிண்டேன்னு புரிஞ்சுது. எனக்கு எத்தனை சௌகர்யம் இருந்தும் உபயோகிச்சுக்கத் தெரியாம என்னைச் சுத்தி இருக்கிறவாளையும் கஷ்டப்படுத்தினேன்னு நினைச்சு துக்கப்பட்டேன்.”

மஞ்சு தனக்குத்தானே பேசிக்கொள்கிறவள் மாதிரி விட்டத்தைப் பார்த்துப் பேசிக்கொண்டிருந்தாள்.

“அப்புறம் ஒரு வாரம்.. யார்கிட்டேயும் நா ஒண்ணும் பேசவே இல்லே. ரொம்பத் தீவிரமான யோசனையிலே இருந்தேன். என்னாலே செய்ய முடிஞ்ச காரியத்தையெல்லாம் நானே செய்யணும்னு தீர்மானிச்சேன். எங்க அம்மா எனக்கு செஞ்சுண்டிருந்த உதவியையெல்லாம் மெள்ள மெள்ளக் குறைச்சேன். ஒரு கையாலாகாதவள்னு எங்கம்மாவே எனக்கு ஓர் எண்ணத்தைக் கொடுத்துட்டாளோன்னு எனக்குத் தோணறது. என்னை அம்மா எதுவுமே செய்யவிட மாட்டா. அதுவே என் மனசைப் பலவீனப்படுத்தியிருக்கணும். நா உபயோகமில்லாதவள்னு தோண வெச்சிருக்கணும்.”

மறுபடியும் அவள் மீனுவின் பக்கம் திரும்பி பளிச்சென்று சிரித்தாள். எத்தனை அழகாகச் சிரிக்கிறாள்!

“ஆனா, நா இப்போ யாரையும் தப்பு சொல்லப் போறதில்லே. ஒவ்வொருத்தரோட சுபாவத்துக்கும் பின்னாடி பிரத்தியேகமான காரணம் இருக்கும். வெளிச்சத்துக்கு வரத் தெரியாமே இருட்டிலேயே தடுமாறற காரணம் மீனு. நல்லவேளை.. நா வெளிச்சத்துக்கு வந்துட்டேன்! ஒரு சின்னப் புஸ்தகத்தாலே

மீனு! உன்னாலே நம்ப முடியுதா?"

மீனு, புன்னகையுடன் அவள் கையைப் பற்றினாள்.

"எனக்கு ரொம்ப சந்தோஷமாயிருக்கு மஞ்சு!'

"இதுக்கெல்லாம் நான் உன்னைத்தான் தாங்க் பண்ணணும் மீனு!"

"நான் என்ன பண்ணினேன்?"

"நீதான் அந்தப் புஸ்தகத்தைக் கொடுத்தனுப்பிச்சேன்னு எனக்குத் தெரியும்."

மீனு ஒன்றும் சொல்லாமல் புன்னகைத்தாள். இவள் இன்று உடைந்துபோகிற மாதிரி அழுவதற்கு என்ன காரணம் என்று ஒரு கேள்வி உள்ளே குடைந்தது.

"அண்ணாவோட உதவி இல்லேன்னா என்னோட முயற்சியிலே நா ஜெயிச்சிருக்க முடியாது. இந்த ரெண்டு வருஷமா அவன் வேறே யோசனையில்லாமே எனக்கு உதவியிருக்கிறதை நா ஆயிசுக்கு மறக்க முடியாது!"

'பின்னே.. இன்னிக்கு ஏன் அழுதுண்டிருந்தே?' கேள்வி நாக்கு நுனியில் நின்றது.

"எனக்கு டைப்பிங்கும், ஷார்ட் ஹாண்டும் கத்துக் கொடுத்தான். நிறைய புஸ்தகங்கள் படிக்க வெச்சான். இந்த ரெண்டு வருஷத்திலே ரொம்ப தூரம் பிரயாணம் செஞ்சுட்டு வந்த மாதிரி என் மனசு ரொம்ப விசாலமாயிருக்கு. டாக்டர் என் காலுக்கு ஏதேதோ எக்ஸர்ஸைஸ் சொல்லியிருந்தார். நா எதையுமே செஞ்சுண்டிருக்கல்லே. மறுபடியும் எல்லாத்தையும் ஆரம்பிச்சேன். அதுக்காக சில ஸ்பெஷல் மெஷினையெல்லாம் அண்ணா மெட்ராஸிலிருந்து வரவழைத்தான். நா இப்போ சுவத்தைப் பிடிச்சிண்டு சில நிமிஷத்துக்கு நடக்க முடியும் மீனு!"

"ஓ.. ஐ ஆம் ஸோ ஹாப்பி!"

"நா இப்போ இப்படியிருக்கிறதுக்கு நீயும் அண்ணாவும்தான்

காரணம்ங்கறதை நா மறக்க முடியாது மீனு!"

மீனுவுக்குக் கூச்சம் ஏற்பட்டது. எத்தனை தடவை அதையே சொல்வாய்?

“யாராலே நீ இப்படி மாறினேங்கிறது முக்கியமில்லே மஞ்சு. நீ மாறிட்டேங்கறதுதான் முக்கியம்."

மஞ்சு அது காதிலேயே விழாத மாதிரி உட்கார்ந்திருந்தாள்.

“நா யாருக்கும் பாரமா இருக்கக் கூடாதுன்னு எனக்குத் தோணிப்போச்சு மீனு!”

மீனு குழப்பத்துடன் அவளைப் பார்த்தாள். பிறகு புன்னகைத்தாள்.

“உன்னை ஒரு பாரம்னு உன்னைச் சேர்ந்தவா யாரும் நினைக்கமாட்டா மஞ்சு!"

“அவா நினைக்காட்டாலும் நா ஒரு பாரம்தான். சுமைதான்.”

மறுபடியும் கண்களிலிருந்து நீர் பெருகிற்று.

மீனு திகைத்தாள். இவளுடைய பேச்சுக்கும், இவளுடைய கண்ணீருக்கும் சம்பந்தமேயில்லை என்று தோன்றிற்று.

“என்ன மஞ்சு.. ரொம்ப மாறிட்டேன்னு நினைச்சேன். தன்னம்பிக்கை வந்துடுத்துன்னு நினைச்சேன். எதுக்கு இப்படிக் கண்ணீர் விடறே? உன் காரியத்தையெல்லாம் நீயே கவனிக்க ஆரம்பிச்சப்புறம் பாரம்னு எப்படி நினைக்கறே?"

“நா இந்த வீட்டிலே இருக்கறதே பாரம்!"

“ஸ்டுப்பிட்!"

“இல்லே. நா ரொம்ப யோசனை பண்ணித்தான் சொல்றேன்.”

“சரி.. நீ பாரம்னே வெச்சுப்போம். அந்தப் பிரச்னையை எப்படித் தீர்க்கப் போறே?"

“இந்த வீட்டை விட்டுப் போயிடணும்!”

“கடவுளே! போயி..?"

“என்னை மாதிரி இருக்கிறவாளுக்குன்னு இருக்கிற ஹோம் எதிலேயாவது போய்ச் சேர்ந்துக்கறேன். அங்கே சொல்லித்தர்ற தொழிலைக் கத்துண்டு சம்பாதிக்கிறேன். என்னை மாதிரியே இருக்கிறவாளைப் பார்க்கும்போது எனக்கு மனசு இன்னும் விசாலம் ஆகாதா? தன்னம்பிக்கை வளராதா மீனு?"

இதற்கு என்ன பதில் சொல்வது என்று புரியாமல் மீனு திகைத்தாள். இது ஒரு நல்ல யோசனைதான் என்று தோன்றிற்று.

“எனக்குச் சொல்லத் தெரியல்லே மஞ்சு. உங்க வீட்டு ஜனங்க எடுக்கவேண்டிய முடிவு இது. வீட்டிலேயே இருந்துகூட நீ ஏதாவது செய்யலாம்இ சம்பாதிக்கலாம். உனக்கு தன்னம்பிக்கையை வீட்டிலேயேகூட வளர்த்துக்கலாம்."

“இது மேலெழுந்த வாரியான பேச்சு. இங்கேயிருந்து நா கிளம்பிப்போனா எனக்கும் நல்லது. வீட்டிலே இருக்கிறவாளுக்கும் நல்லது!”

“எப்படி? உன் அம்மா, அப்பா, அண்ணா எல்லாரும் உன்மேலே உசிரையே வச்சிருக்கா மஞ்சு.”

“அந்தப் பிரமையேதான் அவாளுக்கு விலங்கு!”

“எனக்குப் புரியல்லே!"

"நா இந்த வீட்டிலே இருக்கற வரைக்கும் எங்கண்ணாவுக்குக் கல்யாணம் ஆகாது! எங்கண்ணாவும் கல்யாணம் பண்ணிக்க மாட்டான்!”

காரணமே இல்லாமல் மீனுவின் மார்பு அசட்டுப் பிசட்டென்று வேகமாக அடித்துக்கொண்டது.

“அது அவரோட இஷ்டம் மஞ்சு.”

மஞ்சுவின் முகத்தில் கோபம் ஏறிற்று. கன்னங்கள் சிவந்து போயின.

“இஷ்டமில்லை! நிர்ப்பந்தம்னு நினைச்சுக்கறான்!"

“அநாவசியமா எதையெதையோ கற்பனை பண்ணிண்டு மனசை கஷ்டப்படுத்திக்காதே மஞ்சு.”

"அது கற்பனையில்லாததாலேதான் மனசுக்குக் கஷ்டமாயிருக்கு. அவனுக்குக் கல்யாணம் பண்ணிக்கணும்னுதான் ஆசை. என்னாலேதான் மாட்டேங்கறான்."

இதற்கு ஏதும் பதில் சொல்வது அசட்டுத்தனம் என்று மீனு தலைகுனிந்தபடி உட்கார்ந்திருந்தாள்.

"மீனு.. எனக்காக இத்தனை செஞ்ச எங்கண்ணா, எல்லாரையும் போல ஒரு நார்மல் வாழ்க்கை வாழணும்னு நா ஆசைப்படறேன். கல்யாணம் பண்ணிக்கணும்னு ஆசைப்படறேன்."

"உன்னோட ஆசையிலே ஒண்ணும் தப்பில்லே மஞ்சு!"

"அவன் என் ஆசையைப் புரிஞ்சுக்கல்லே. இன்னிக்குக் கார்த்தாலகூட என்னோட சண்டை போட்டான். நா ரொம்ப வற்புறுத்தினா, வீட்டைவிட்டுக் கிளம்பிடறேங்கறான். என்னாலே எல்லோருடைய வாழ்க்கையும் வீணாப்போறது பாத்தியான்னு எனக்கு ஏற்படற துக்கம் யாருக்கும் புரியாது."

மீனுவுக்கு ஆச்சரியமாக இருந்தது. ஹரிஹரன் இத்தனை ஆழமானவன் என்று நம்புவது கஷ்டமாக இருந்தது. விளையாட்டுத்தனமும் கண்ணிலும் பேச்சிலும் குறும்பு தெறிக்க அவள் பின்னால் ஓடி வந்தவனுக்குள் இத்தனை பெரிய லட்சியங்கள் இருக்குமா?

வந்து வெகு நேரமாகிவிட்டது என்கிற உணர்வுடன் அவள் எழுந்தாள்.

"எல்லாத்துக்கும் ஒரொரு நேரம் உண்டு மஞ்சு. அவரை அவசரப்படுத்தாம இருந்தா நல்லது."

"எனக்குத் தெரியல்லே. அவன் ரொம்ப ஆழம். நீதான் மனசை மாத்தணும்."

மீனு தூக்கிவாரிப் போட்டு நிமிர்ந்து பார்த்தாள்.

"ஓ, காட்! நா என்ன செய்ய முடியும் இதிலே?"

"மஞ்சு!"

ஹரிஹரனின் பெருத்த குரலைக் கேட்டு அவள் திடுக்கிட்டுத் திரும்பிப் பார்த்தாள்.

“மஞ்சு! இதிலெல்லாம் நீ மண்டையைக் குழப்பிக்காதேன்னு எத்தனை தடவை சொல்றது? மீனுகிட்டே சொல்லவேண்டிய அவசியம் என்ன? மீனு! நீ கிளம்பு. இன்னும் பரீட்சை முடியல்லே உனக்கு. இந்த வீட்டு சமாச்சாரத்தையெல்லாம் நினைச்சுண்டு நீ வேறே மனசை உழப்பிக்க வேண்டாம்.”

மீனு எழுந்தாள். அவனுடைய கண்டிப்பு ஆச்சரியமாக இருந்தது.

“நா போயிட்டு வரேன். மஞ்சு, நீ உற்சாகமாக இரு!”

வாசல்வரை ஹரிஹரன் வருவான் என்று அவள் எதிர்பார்த்தாள். அவன் வரவில்லை. இவனுக்கென்ன கோபம் நம்மேல் என்று அவளுக்குச் சுரீரென்று ஆத்திரம் வந்தது. ‘பெரிய ராங்கி பண்ணிக்கிறான்’ என்று அவள் தனக்குள் சொல்லிக்கொண்டாள்.

“அவன் ரொம்ப ஆழம். நீதான் அவன் மனசை மாத்தணும்.”

‘நா எதுக்கு மாத்தணும்?’ என்று அவள் கேட்டுக் கொண்டாள். ‘ஆழமாயிருந்தால் இருக்கட்டும். எனக்கு அதையெல்லாம் தோண்டிப் பார்க்கப் பொறுமை இல்லே.’

அவளுக்குச் சிரிப்பு வந்தது.

நமக்கென்ன வந்தது இவர்களைப் பற்றி இனிமேல்? இன்னும் இரண்டு வாரங்களில் மூட்டை கட்டிக்கொண்டு கிளம்பப்போறேன். எனக்கும் இவர்களுக்கும், தொடர்பு இனி இருக்கப்போவதில்லை.

இந்தக் கிராமத்தையும், இந்த அக்ரஹாரத்து ஜனங்களையும் இனிமேல் மறந்துவிட வேண்டியதுதான்! எத்தனை சுவாரஸ்யமான மனிதர்கள் இவர்கள்? ஒவ்வொரு கிராமத்திலும் இதே கதையாகத்தான் இருக்க வேண்டும். ஆசைகளும், சுயநலங்களும், ஏக்கங்களும் ஆவலாதிகளும் பாவப்பட்ட ஜன்மங்களாய், பாவப்பட்டோம் என்று அறியாத அறிவிலிகளாய்-ஒட்டுமொத்தமாய் எல்லோரையும் ஓர் உலுக்கு

உலுக்க முடிந்தால்? 'விழித்தெழுங்கள். சிந்திக்க சோம்பல் படாதீர்கள்' என்று சொல்ல முடிந்தால்?

மன்னியின் பாஷையில் எல்லாரும் அஞ்ஞானத்தில் இருக்கிறார்கள். என்றைக்கேனும் இவர்களுக்கு ஞானம் ஏற்படுமா?

வீட்டுத் திண்ணையில் படிகளில் ஏறும்போது உள்ளேயிருந்து மாமாவின் குரல் பெரிதாகக் கேட்டது.

"என்னுடைய பிராரப்த கர்மம்! இந்தமாதிரி பொறந்து பிராணனை வாங்கறதுக்கு பொறக்காமலேயே இருந்திருக்கலாம்டா! இந்தக் கணக்குகள்கூடப் போட வரல்லேன்னா நீ என் பிள்ளையா? சொரணை கெட்ட ஜென்மமே!"

"அடிக்காதீங்கோ அவனை."

"நீ போடி அந்தண்டை!"

அடிவயிற்றில் ஜில்லிட்டது. மீனு சரேலென்று உள்ளே ஓடினாள்.

# 28

சபேசன், ராஜுவை கண்மூக்கு பாராமல் மொத்திக் கொண்டிருந்தார். முன்பு மாதிரி ராஜு அழவில்லை. 'அடிக்காதீங்கோ' என்று புலம்பவில்லை. கண்களில் பயம் தெரியவில்லை. சிலுவையைத் தூக்கி நிற்கிறவன் போல் மௌனமாய் அடிகளைத் தாங்கிக்கொண்டு நின்றிருந்தது மீனுவின் மனத்தில் பீதியைக் கிளப்பிற்று. அவள் வெகு ஆத்திரத்துடன் முன்னால் பாய்ந்து, ராஜுவை மறைத்தபடி நின்றாள்.

"மாமா! அவனை இப்படி அடிக்காதீங்கோ!"

மாமா அவளைக் கோபத்துடன் பார்த்தார். ஆனால், கையைத் தாழ்த்திக் கொண்டார்.

"இன்னிக்குக் கணக்குப் பரீட்சையிலே என்ன பண்ணிட்டு வந்திருக்கான்னு பாத்தியா? அத்தனையும் தப்பு. இந்த மட சாம்பிராணியை என்ன செய்யச் சொல்றே?"

"கணக்குப் போட வந்தாதான் இந்த உலகத்திலே வாழ முடியும்னு நினைச்சேளா?"

"ஓ.. இருக்கலாமே! ஆடு மாடுகள் மாதிரி. சே! இதைவிட பிராணனை விட்டுடலாம்!"

"சிவ சிவ! என்ன வார்த்தை சொல்றேள்?"

"நீயே போய் ஆண்டவனைக் கேளு. இந்த மாதிரி அழகான பிள்ளையைப் பெத்திருக்கிற லட்சணத்துக்கு!"

சபேசன் ஒரு பெரிய ஹுங்காரத்துடன் துண்டை உதறிப் போட்டுக்கொண்டு வெளியேறினார்.

ராஜு வெறித்த பார்வையுடன் முழங்கால்களைக் கட்டியபடி தரையில் உட்கார்ந்திருந்தான். கன்னத்திலும் முதுகிலும் செவ்வரிகள் தெரிந்தன. இவன் அழுதாலும் பரவாயில்லை என்று மீனு நினைத்துக்கொண்டாள். இந்த இரண்டு வருஷங்களில் எப்படி மாறிவிட்டான்!

லலிதா கன்னங்களில் நீர் வழிய, ஜன்னல் வழியே வெட்ட வெளியைப் பார்த்தபடி நின்றிருந்தாள்.

மீனு, ராஜுவின் அருகில் உட்கார்ந்துகொண்டாள். அவனுடைய முதுகை மென்மையாகத் தொட்டாள். அப்பொழுதுதான் பிரக்ஞை ஏற்பட்டாற்போல் அவனுக்கு உடம்பு லேசாகச் சிலிர்த்தது.

"என்ன ராஜு ஆச்சு?"

அவன் எந்தவித பாவமும் முகத்தில் காட்டாமல் சொன்னான்:

"என்ன ஆகணுமோ ஆச்சு."

"இன்னிக்குக் கணக்குத் தப்பா ஆயிடுத்தா?"

அவன் அவளை திரும்பிப் பார்த்து சோகமாகச் சிரித்தான்.

"என்னிக்கு நா கரெக்டாப் போட்டிருக்கேன்?"

"கணக்குப் போட வரல்லேன்னா அது பெரிய குத்தம் இல்லே ராஜு!"

அவன் உணர்ச்சியே இல்லாமல் சொன்னான்:

"ரொம்பப் பெரிய குத்தம். அப்பா சொன்னதை நீ கேக்கல்லே?"

"மாமா ஏதோ கோபத்திலே சொன்னதை நீ பெரிசா எடுத்துக்கப்படாது!"

"நீயா இருந்தா எப்படி எடுத்துப்பே மீனு அக்கா?"

அவள் திகைத்தாள். இவன் ஏன் இப்படிப் பேசுகிறான், மிகப்பெரிய பாரத்தைச் சுமக்கிற மாதிரி? பார்த்தால் நொறுங்கிப்போனவன் மாதிரி? வாஸ்தவத்தில் தினமும் யாராவது இப்படி மனசையும் உடம்பையும் வதைத்துக்கொண்டிருந்தால், நமக்குப் பைத்தியமே பிடித்துப் போயிருக்கும் என்று தோன்றிற்று.

அவள் தலையைக் குனிந்துகொண்டாள்.

"எனக்குத் தெரியல்லே ராஜு. ஆனா, நீ இதுக்காக ரொம்ப வருத்தப்படக் கூடாதுன்னுதான் எனக்குத் தோணறது."

லலிதா கண்களைத் துடைத்துக்கொண்டு அவனருகில் வந்தாள்.

"ராஜு, இந்தப் பரீட்சை நன்னா பண்ணல்லேன்னா மோசமில்லே. நாமெல்லாம் நல்லவாளா இருக்கணுங்கறதுதான் முக்கியமே தவிர, கணக்கிலே சூரப்புலியா இருக்கணுங்கறது அவசியமில்லே. நீ நம்ப நிலத்தைப் பார்த்துண்டு எல்லார்கிட்டேயும் நியாயமா நடந்துண்டா எனக்குப் போறும். நீ ஐ.ஏ.எஸ். படிப்பு படிக்கணும்னு ஆசையில்லே எனக்கு!"

எந்த வார்த்தையும் காதில் விழாதவன்போல் ராஜு வெறிச்சோடிய பார்வையுடன் உட்கார்ந்திருந்தான். பிறகு, திடீரென்று சிரித்தான்.

"நா இனிமே மனுஷனாகவே பொறக்கமாட்டேன் மீனு அக்கா. நாரையாவோ ஒரு பட்டாம்பூச்சியாவோ பொறக்கப்போறேன். அப்பத்தான் யாராவது அடிக்க வந்தா, அவா கைக்கு அகப்படாம மேலே பறந்து போயிடலாம்."

லலிதாவின் கண்களில் நீர் வழிந்தது. முகத்தில் அதிர்ச்சி தெரிந்தது.

"நீ இப்படியெல்லாம் பேசக்கூடாது ராஜு. எனக்குக் கஷ்டமாயிருக்கு. அப்பாவுக்கு உன்மேலே ரொம்பப் பிரியம். அவருக்குக் காட்டத் தெரியல்லே!"

ராஜுவுக்கு அவள் பேச்சு காதிலேயே விழவில்லை.

"அப்படி நாரையா பொறக்க முடியல்லேன்னு வெச்சுக்கோ.. நா பொறக்கவே மாட்டேன். ஆகாசத்திலேயே இருப்பேன்."

"அசட்டுப் பிசட்டுன்னு பேசாதே ராஜு!"

"கோயிலுக்குப் போறதெல்லாம் தண்டம் மீனு அக்கா. சாமி அங்கெல்லாம் இல்லவே இல்லே. எங்கேயும் இல்லே. அதனாலேதான் நா வேண்டிண்டதெல்லாம் அவருக்குக் காதிலே விழல்லே."

"உனக்கு நம்பிக்கை வேணும் கண்ணா. இருக்கார். கண்டிப்பா கவனிச்சுப்பார்" என்றாள் லலிதா கண்ணில் நீருடன்.

"இல்லே.. சுத்தப் பொய்" என்றான் ராஜு தீர்மானமாக. "சாமி இங்கே இருந்தா இந்த மாதிரி இருக்காது. சரோசி மாமி செத்துப்போயிருக்க மாட்டா. கிருஷ்ணன், வீட்டை விட்டுப் போயிருக்க மாட்டான். இந்த மஞ்சு அக்கா கால் ஒடிஞ்சு உட்கார்ந்திருக்க மாட்டா. நா மண்டுவா இருந்திருக்க மாட்டேன்!"

"நீ மண்டு இல்லே. நீ பெரியவனாக ஆக இதெல்லாம் உனக்கு மெள்ள மெள்ளப் புரியும். இப்படியெல்லாம் வெறுத்துப்போய் பேசாதே ராஜு.. எனக்குத் துக்கமாயிருக்கு!"

"அம்மா, நீ இனிமே பூசை பண்ணாதே. என்னை ஸ்லோகங்கள் சொல்லச் சொல்லாதே. சாமிக்குக் காதே கேட்காது. அவர் இங்கே இல்லவே இல்லை. ஆகாசத்திலேதான் இருக்கார்."

மீனுவுக்கு அதிர்ச்சியாக இருந்தது. இவனுக்கு என்ன நேர்ந்துவிட்டது இன்று? சித்தம் கலங்கிவிட்டதா?

"ராஜு எழுந்திரு" என்றாள் அழுத்தமாக. "சாமி இருக்காரா இல்லையா? எங்கேயிருக்கார் என்ற பேச்செல்லாம் இப்போ வேண்டாம். நாளைக்குப் பரீட்சைக்காகப் படிக்கணும். எழுந்திரு."

"படிக்கறேன். படிக்கறேன்."

"எழுந்திரு ராஜு."

அவன் கனவில் நடக்கிறவன் போல் நடந்து உள் அறைக்குச் சென்றான்.

லலிதா மிக மெல்லிய குரலில் சொன்னாள்:

“ஆண்டவன்தான் அந்தப் பிள்ளையைக் காப்பாத்தணும் மீனு!"

“மன்னி, நானும் தெரியாமத்தான் கேக்கறேன். உங்க ஆண்டவன் நிஜமாகவே இருக்காரா?”

“மீனு, நீயும் என் வயித்தைக் கலக்காதே!"

“ஸாரி, மன்னி.”

மீனு மிகவும் பிரயாசைப்பட்டுத் தன் கவனத்தைப் படிப்பில் செலுத்தினாள். இடையே ராஜு படிக்கிறானா என்று கவனிக்கும் போதெல்லாம், அவன் பார்வை எங்கோ நிலைத்திருக்கும்.

“ராஜு படி" என்ற ஞாபகப்படுத்தலில், மீண்டும் புத்தகத்தின்மேல் பார்வை போகும். இவனுக்கு எத்தனை துல்லியமான மனசு என்று மாமாவுக்கு ஏன் புரிவதே இல்லை என்று அவளுக்கு ஆத்திரம் வந்தது. அவர் பிரயோகிக்கும் வார்த்தைகளின் சக்தி அவருக்கே தெரியாது. அவற்றின் அர்த்தமே தெரியாது. அப்படிப் பேசுவதே வழக்கமாகிப் போய்விட்டது. தூ! இவர்கள் எல்லாம் மனிதர்களே இல்லை. ராஜு எத்தனை தீர்மானமாகச் சொல்கிறான். அடுத்த ஜென்மத்தில் மனுஷனாய்ப் பிறக்கமாட்டேன் என்று? மிகமிக வெறுத்துப் போயிருக்க வேண்டும். மனசு, சுக்கல் சுக்கலாக உடைந்து போயிருக்க வேண்டும். இது வாழ லாயக்கற்ற உலகம் என்று. அவள் திடுக்கிட்டாள். நமக்கு ஏன் இப்படியெல்லாம் தோன்றுகிறது? அவள் இழுத்துப் பிடித்துக்கொண்டு படிப்பில் கவனத்தைச் செலுத்தினாள். அன்றைக்குப் பிறகு சபேசன் பேசவேயில்லை. மறுநாளைக்கு வழக்கம்போல் ராஜு பரீட்சைக்குக் கிளம்பினான். உள்ளே மெல்லிய குரலில் லலிதா,

“சுவாமிக்கு நமஸ்காரம் பண்ணு ராஜு" என்று சொல்வது கேட்டது.

“மாட்டேன்.”

“விபூதி?”

“வேண்டாம்!"

ஆச்சரியமாக இருந்தது அவனுடைய மாற்றம்! கண்ணை மூடிக்கொண்டு தோப்புக்கரணம் போட்ட ராஜூவா இது? சுவாமி நல்ல புத்தி கொடு என்று உருகிய ராஜூவா?

யாரோ நாற்காலிக்குப் பின்னால் நிற்பதை அவள் உணர்ந்து திரும்பினாள்.

ராஜூ அவளையே பார்த்தபடி நின்றிருந்தான்.

"என்ன ராஜூ?" என்றாள் அவள் இதமாக. "பரீட்சைக்குப் போறியா? நன்னா பண்ணு."

அவன் அவளுடைய தோளை ஒரு விநாடி பற்றினான்.

"ரொம்ப தாங்க்ஸ் மீனு அக்கா." அவன் கண்களில் நீர் திரையிடுவதைப் பார்த்து அவள் அவசரமாகச் சொன்னாள்:

"தைரியமாயிரு ராஜூ! இப்படிக் கலங்கக் கூடாது."

அவன் சட்டென்று கண்களைப் புறங்கையால் துடைத்துக்கொண்டு, அவளைப் பார்த்து மிக லேசாகப் புன்னகைத்தான்.

"சரி!"

அவன் போய் வெகு நேரத்துக்கு, அந்தக் கலங்கிய கண்களும் மிக லேசான புன்னகையும் நினைவில் நின்று அலைக்கழித்தது. பாரமாக வந்து நெஞ்சை அழுத்திற்று. லலிதா நேற்று இரவிலிருந்து சாப்பிடவில்லை என்று தோன்றிற்று. இந்த விஷயத்துக்கெல்லாம் அதிக நேரமும் கவனமும் கொடுக்க முடியாமல் மீனுவுக்குப் பரீட்சைக்காகப் படிக்க வேண்டியிருந்தது. அவசரமாக ஒரு புத்தகம் லைப்ரரியிலிருந்து எடுத்துவர வேண்டும் என்று ஞாபகம் வந்ததும், அவள் பகல் சாப்பாடானதும் காலேஜுக்குக் கிளம்பினாள். வீட்டிலிருந்தால் மனசு வீணாக அலையும் என்று தோன்றிற்று.

"நா லைப்ரரியிலே கொஞ்ச நேரம் படிச்சுட்டு சாயந்திரமா வருவேன் மன்னி."

"சரி."

இன்றைக்கு மன்னியின் முகத்தில் பிரஸன்னமே இல்லை என்று மனசில் பதிந்த விசனத்தை அவள் பலவந்தமாக ஒதுக்கினாள். லைப்ரரியில் போய் அமர்ந்து படிக்க ஆரம்பித்ததும் வீட்டைப் பற்றின எல்லா யோசனைகளும் கழன்றுகொண்டன. லைப்ரேரியன் மூடுகிற சமயத்தை ஞாபகப்படுத்தியதும்தான் அவள் சட்டென்று சுயநினைவு வந்து எழுந்தாள்.

பஸ் ஸ்டாப்பில் இன்றைக்கென்று ஏகக் கும்பல் இருந்தது. இப்பொழுது வரப்போகும் பஸ்ஸைத் தவறவிட்டால் இன்னும் அரைமணி நேரத்துக்கு பஸ் கிடையாது. இந்தப் பஸ்ஸில் இடம் கிடைக்காது என்கிற நிச்சயத்துடன் அவள் கும்பலிலிருந்து ஒதுங்கி நின்றாள்.

“மீனு!"

அவள் திரும்பிப் பார்த்தாள். ருக்மிணி நின்றிருந்தாள். இன்றைய மனச்சுமைக்கு இவள் இன்னும் சுமையேற்றப் போகிறாள் என்று ஓர் அயர்வு ஏற்பட்டது. கிருஷ்ணன் வீட்டைவிட்டுக் கிளம்பிப்போன பிறகு இவளைப் பார்க்கவில்லை என்று ஞாபகம் வந்தது.

“என்ன மாமி சௌக்கியமா?"

“சௌக்கியத்துக்கு என்ன குறைச்சல் சொல்லு! பரீட்சை நடந்திண்டிருக்கா?"

“ஆமாம்! இந்தப் பக்கம் ஒதுக்குப்புறமா நிக்கலாம் வாங்கோ."

ருக்மிணி அவளை நேரிடையாகப் பார்க்காமல் நின்றாள். எந்த நிமிஷமும் கண்ணீர்விடத் தயாராயிருக்கிற மாதிரி.

“கிருஷ்ணன் எங்கேயோ போயிட்டான்னு தெரியுமா மாமி?"

குபீரென்று கண்ணீர் வெளியில் வழிய ஆரம்பித்தது.

“கேள்விப்பட்டேன் மீனு. ஏதும் தகவல் தெரியல்லியா?”

“ஊஹூம்."

“போலீசுக்குத் தெரிவிச்சுருக்காளா?"

“தெரிவிச்சிருக்கறதாதான் சொல்லிக்கிறா!"

ருக்மிணி எங்கேயோ பார்த்தபடி சொன்னாள்: "இது ஒரு ரெண்டுங்கெட்டான் காலம் மீனு. இந்தக் காலத்திலே குழந்தைகளுக்குத்தான் ரொம்பக் கஷ்டம்!"

மீனுவுக்குச் சட்டென்று ராஜுவின் நினைவு வந்தது.

"சின்னவாளுக்கெல்லாம் நிறைய யோசனைத்திறன் இருக்கறதைப் பெரியவா மறந்துபோயிடறா மாமி!"

ருக்மிணி தலையைக் குனிந்துகொண்டாள்.

"என்னுடைய நிலைமையிலே நீ இருந்திருந்தேன்னா நீயும் அப்படித்தான் செய்திருப்பே மீனு!"

மீனு சிரித்தாள்.

"நா உங்களை ஒண்ணும் சொல்லல்லே, மாமி!"

"இப்ப அந்த மனுஷன் ஒருத்தியை அழைச்சுக் கொண்டுவந்து வீட்டிலே உக்காத்தி வெச்சிருக்கானே, அது மாத்திரம் நியாயமா? சோத்துக்கு வழியில்லே.. பொம்பளை வேற வேணுமா?"

ருக்மிணியின் முகத்தில் கோபம் தெரிந்தது. பாலு வாத்தியாரை இவள் மனமார வெறுக்கிறாள் என்று தோன்றிற்று. இவர்களது பந்தத்தினால் பிறந்த கிருஷ்ணனின் நிலைதான் மிகவும் பரிதாபகரமானது என்று அவள் நினைத்துக் கொண்டாள்.

"எங்கே போனானோ குழந்தை? எப்படியோ தலையெழுத்து நன்னாயிருந்தா பிழைச்சுப்பான். அந்த வீட்டிலேயே இருந்தா உருப்பட விடமாட்டான் அந்த மனுஷன்."

பஸ் வந்துவிட்டது. ஏறப் போகையில்தான் மீனு கவனித்தாள், ருக்மிணி கர்ப்பமாயிருக்கிறாள் என்பதை. அவளுக்குப் பெரியதாக சிரிக்கவேண்டும் போலிருந்தது. இவளிடமிருந்தாலும் கிருஷ்ணன் உருப்பட்டிருக்க மாட்டான் என்று தோன்றிற்று. கிருஷ்ணன் வீட்டை விட்டு வெளியேறியது ரொம்பவும் விவேகமான செய்கை... பொறுப்புமிக்க கிருஷ்ணன் - எல்லாவற்றையும் ஒரு நொடிப்போதில் உதறிவிட்டுக் கிளம்பிவிட்ட கிருஷ்ணன் - எல்லா அடிகளையும் தாங்கிக்கொண்டு ஞானப் புன்னகை பூக்கும் கிருஷ்ணன்...

அவன் பிழைத்துக்கொள்வான் எப்படியோ! சின்ன வயசில் அனுபவித்த ரணங்களெல்லாம் அவனது விவேகத்தை அதிகரிக்கட்டும்-மனத்தில் வெறுப்பை மண்டச் செய்யாதிருக்கட்டும்...

"இந்த உலகத்திலே நல்லவா யாருமே இல்லே மீனு அக்கா. நல்லவா எல்லாம் ஆகாசத்திலேதான் இருக்கணும். பூமியிலே இல்லே..."

இப்படி வெறுத்துப்போனவன் மறுபடி சிரிக்கக் கற்றுக்கொள்வானோ?

அவளுக்குக் கண்களில் நீர் நிறைந்தது. இந்தக் கிராமத்தில் இருப்பவர்களிடம் தனக்கு எத்தனை நெருக்கம் ஏற்பட்டுவிட்டது என்று ஆச்சரியமேற்பட்டது. இந்த மாதிரி ஒரு நெருக்கம் மெட்ராஸில் தனக்கு யாரிடமும் ஏற்பட்டதில்லை என்று தோன்றிற்று. நமக்கு மறுபடி மெட்ராஸில் மனசு லயிக்குமா? இந்தப் பச்சை வயல்களையும், நாரைகளையும் மறக்க முடியுமா?

நாரைகள்...

சட்டென்று ராஜூவின் நினைவு வந்தது. அடி வயிற்றைக் கலக்கிற்று.

ஏன் அப்படியெல்லாம் பேசினான் அவன்? ஆனால், அந்த வார்த்தைகள் அவன் மனத்தின் ஆதங்கத்தை எத்தனை தத்ரூபமாகக் காட்டிற்று! அவள் வண்டிக்குக் காத்திராமல் பஸ் ஸ்டாப்பிலிருந்து வேகமாக வீட்டை நோக்கி நடந்தாள்.

அக்ரஹாரத்தை அடைந்ததும் அவளுக்குப் பகீர் என்றது. சபேசனின் வீட்டு வாசலில் ஒரு கும்பல் நின்றிருந்தது. மௌனக் கும்பல் - அவள் யாரிடமும் எதுவும் பேசாமல், அவர்கள் ஒதுக்கிய வழியில் கிடுகிடுவென்று திண்ணையைக் கடந்து உள்ளே சென்றாள்.

நடுக்கூடத்தில் ராஜூவின் உடல் கிடத்தப்பட்டிருந்தது.

# 29

விழி பிதுங்க மீனு பார்த்தாள். இருதயம் சில விநாடிகள் ஸ்தம்பித்து நின்றது. ராஜு! உடம்பின் ஒவ்வோர் அணுவும் அலறிற்று. இதற்குத்தானா?

இதற்குத்தான் காலையில் அறையில் வந்து பேசாமல் நின்றாயா? கண்களில் கண்ணீர் ததும்ப நின்றாயா?

“ரொம்ப தாங்க்ஸ் மீனு அக்கா.”

“எதற்கு? எதற்கு நன்றியைத் தெரிவித்தாய்? இத்தனை நாள் உனக்குத் தோழமை கொடுத்ததற்கா? உன்னோடு சேர்ந்து நாரைகளைப் பிடிக்க ஓடியதற்கா?”

“ராஜு!”

அவள் தன்னைக் கட்டுப்படுத்திக்கொள்ள முடியாமல் சடலத்துக்கு அருகில் விரைந்து சென்றாள். அந்த அப்பாவி முகத்தை, இப்போது ஜீவனற்று நீலம் பாறி, உப்பிப்போன முகத்தைப் பிடித்து வெறி பிடித்தவள் மாதிரி உலுக்கினாள்.

“ராஜு என்னைப் பாரு! மீனு அக்கான்னு கூப்பிடு! ஏன் இப்படிப் பண்ணினே? ஏன், ஏன்?”

இதயம் விண்டுவிடும் போல் இருந்தது. துக்கம் கட்டுக்கடங்காமல், பிரக்ஞை என்கிற அணைகளை உடைத்துக்கொண்டு கண்ணீர் பிரவாகமாய்ப் பெருகிற்று.

நாரைகளையும் பட்டாம்பூச்சிகளையும் கண்டு பரவசப்பட்டுப் போகும் கண்கள். திடீரென்று ஒரு புதிய ராஜுவைக் காட்டும் கண்கள் ஜீவனிழந்து, மேலே ஆகாசத்தை வெறித்துப் பார்த்தன.

ஆகாசம்—

ராஜு ஆகாசத்துக்குத்தான் போய்விட்டான் நிரந்தரமாக வாசம் செய்ய - இங்கே பூமியில் இல்லாத சாமியைத் தேடிக்கொண்டு ஆகாசத்துக்குப் போயிருக்க வேண்டும்.

"ஆகாசத்துக்குப் போயிட்டா ரொம்ப நன்னாயிருக்கும் இல்லே மீனு அக்கா?"

"ஓ.. ராஜு!"

அவள் இரண்டு கைகளாலும் முகத்தை மூடிக்கொண்டு விசித்து விசித்து அழுதாள்.

இரண்டு மிருதுவான கைகள் அவளை அணைத்துக் கொண்டன. அவளுடன் சேர்ந்து அழுகையில் குலுங்கின.

மன்னி - எப்படித் தாங்குவாள் இந்த இழப்பை?

ஊர்க் குழந்தைகளையெல்லாம் தன் குழந்தையாகப் பாவிக்கும் மன்னி. சரோசி இறந்தபோது கூடப் பிறந்தவள் மாதிரி துடித்த மன்னி, பெற்ற குழந்தை சவமாகக் கிடப்பதை எப்படித் தாங்குவாள்?

"அழாதே மீனு! நீ அழுதியானா எனக்குத் தாங்காது."

மிருதுவாக வந்தன வார்த்தைகள். வருடிக் கொடுக்கிற மாதிரி. மன்னியால் எப்படி இப்படிப் பேச முடிகிறது?

லலிதாவின் கண்களிலிருந்து நீர் பெருகிக்கொண்டிருந்தது. முகத்தின் தேஜஸ் எல்லாம் போய் முதன்முதலாக ஒரு சராசரிப் பெண்ணாய் -

"என்ன ஆச்சு மன்னி? ராஜுவுக்கு என்ன ஆச்சு?"

“ஸ்கூலுக்குப் போறேன்னு சொல்லிட்டுக் குளத்திலே போய் விழுந்திருக்கான் மீனு!”

நேற்று மாலையே, ‘சொரணை கெட்ட நாயே’ என்கிற வார்த்தையைக் கேட்டவுடனேயே, இதுக்குப் பதிலா பிராணனை விடலாம் என்கிற வார்த்தைகளைக் கேட்ட உடனேயே, அவன் தீர்மானித்திருக்க வேண்டும்... எனக்கும் சொரணையிருக்கிறது என்று காண்பிக்கத் தீர்மானித்திருக்க வேண்டும்.

அவள் சுரீரென்ற கோபத்துடன் திரும்பினாள்.

சபேசன் சுவரோரமாகத் தலையை இரண்டு கைகளாலும் பிடித்துக்கொண்டு உட்கார்ந்திருந்தார். அவளுள் மிதமிஞ்சிய ஆத்திரம் பொங்கிற்று. விறுவிறுவென்று அவர் எதிரில் போய் நின்றாள்.

“மாமா!”

அவர் தலையை இன்னும் குனிந்துகொண்டார். முதுகு குலுங்குகிறதா?

“மாமா! இப்ப ஏன் முகத்தைத் தொங்கப் போட்டுக்கறேள்? திருப்திதானே உங்களுக்கு?”

அவர், ‘மடேர் மடேர்’ என்று நெற்றியில் அறைந்து கொண்டார்.

அவள் எதையும் லட்சியம் செய்யாத ஆங்காரத்துடன் தொடர்ந்தாள்:

“அவன் இப்படிக் கிடக்கிறது உங்களுக்குத் திருப்திதானே மாமா?"

“மீனு பேசாமே இரு!”

“என்னை விடுங்கோ மன்னி! இவர் செஞ்ச காரியம் இவருக்குப் புரிய வேண்டாமா? இவர் அவனை அடிச்ச அடிக்கும், திட்டின திட்டுக்குமே அவன் செத்துப் போயிருக்கணும். குழந்தையாவா அவனை பாவிச்சார்?"

“மீனு.. போதும். அவரை ஒண்ணும் சொல்லாதே! அவருக்கும் அவன் பிள்ளை!”

“என்னைப் பேசவிடுங்கோ. நா கேக்கல்லேன்னா யார் கேப்பா அவரை! ஒரு பெத்தவர் பேசற பேச்சையா மன்னி அவர் பேசினார்? ஆடு மாடு மாதிரி இருக்கறதைவிட பிராணனை விடலாம்னு சொல்லல்லே! எனக்குப் புள்ளையா ஏன் பொறந்தேன்னு கேக்கல்லே? அந்தக் குழந்தைக்கு உள்ளே மனசு இருக்குன்னு நினைச்சாரா, பாறை இருக்குன்னு நினைச்சாரா? அந்தக் குழந்தை மனசு எத்தனை துடிச்சுப் போயிருந்தா இந்த மாதிரி ஒரு காரியத்தைப் பண்ணியிருக்கும்?”

லலிதாவின் கண்களில் நீர் ஆறாய்ப் பெருகிற்று. மார்பு, விம்மி விம்மியெழுந்தது.

“மீனு, நீ வாயை மூடப்போறதில்லை?”

“மாட்டேன். மூடமாட்டேன். இது ஒரு கொலை. மாமா செஞ்ச கொலை!”

பளாரென்று ஓர் அறை கன்னத்தில் விழுந்தது. அவள் நிலைகுலைந்து சுயநினைவுக்கு வந்தாள்.

இதுவரை அவள் பார்த்திராத ஒரு கோபத்துடன் லலிதா நின்றிருந்தாள். அந்த அக்ரஹாரத்து ஜனங்கள் எல்லாரும் கூடத்தில் இருந்ததை அப்பொழுதுதான் மீனு உணர்ந்தாள்.

‘ஓ! என்ன வார்த்தைகளை எல்லார் எதிரிலும் சொல்லுகிறோம்? எந்தப் பைசாசம் நம்முள் புகுந்து கொண்டது!’ அவள் சட்டென்று தலையைக் குனிந்துகொண்டாள்.

“ஸாரி மன்னி!” என்று விட்டு, கிடுகிடுவென்று தன் அறைக்குச் சென்றாள்.

மறுபடியும் சபேசன், ‘மடேர் மடேர்’ என்று மண்டையில் அடித்துக்கொள்வது கேட்டது. மாமாவின் பாறை மனசில் கொஞ்சமேனும் இளக்கம் ஏற்படுமா, ஈரம் கசியுமா என்று நினைத்துப் பார்த்தாள். ‘ஓ.. இனிமேல் இளகி என்ன பிரயோஜனம்? ஈரம் கசிந்து என்ன பிரயோஜனம்? நாரை மேலே பறந்துபோய்விட்டது. ஆகாசத்துக்குப் பறந்துவிட்டது. திரும்பி வரமுடியாத தூரத்துக்குப் பறந்துவிட்டது. யாரும் அடிக்கக்

கையை ஓங்குவதற்குள் சாமர்த்தியமாகப் பறந்துவிட்டது!'

ஓ!

அவளுக்குத் தாங்கவில்லை. எங்கு திரும்பினாலும் ராஜு நிற்கிற மாதிரி இருந்தது. 'மீனு அக்கா' என்று கூப்பிடுகிற மாதிரி இருந்தது.

"இந்த நாரைகள் எத்தனை அழகு பார்த்தியா அக்கா? வெள்ளை வெளேர்னு?"

உன் மனசும் வெள்ளை ராஜு! உன் மனசோட அழகு யாருக்கு இருக்கும்? நாரைகளையும் பட்டாம்பூச்சிகளையும் கண்டு தெய்வ தரிசனம் ஆனாற்போல் பரவசப்பட்டுப் போக வேண்டுமானால் அது மிகப் பரிசுத்தமான மனசாக இருக்க வேண்டும். அந்த அழகிய மனசை எப்படி எல்லோருமாகக் கொன்றுவிட்டோம்! இந்த மாதிரி எத்தனை கொலைகள் தினசரி நடக்கிறது? இதைவிடக் குரூரம் என்ன இருக்க முடியும்? இது மேல்ஜாதிக் கீழ்ஜாதிச் சண்டை மாதிரி... இருப்பவனுக்கும் இல்லாதவனுக்கும் இடையே இருக்கும் குரோதம் மாதிரி... வல்லவனிடம் இளைச்சவன் ஆகிற பலி...

பலி...

இதற்கு விமோசனம் உண்டா? இந்த அக்ரமத்துக்கு பிராயச்சித்தம் உண்டா?

"இந்த வீடு உருப்படாது!" மாமாவுக்கு வார்த்தைகளின் சக்தி தெரியுமா? அத்தனை ஆங்காரத்தோடு முனைப்போடு சொல்லப்படும் வார்த்தைகளுக்கு அசுர பலம் ஏற்பட்டுவிடும் என்று தெரியுமா? அவளுக்கு, அவளுடைய பாட்டியின் நினைவு வந்தது.

வாயில் கெட்ட வார்த்தைகளும் சாப வார்த்தைகளும் வரவே கூடாது என்பாள். ஆகாசத்தில் துர்தேவதைகள் சஞ்சரித்துக் கொண்டிருக்கும். நாம் கெட்ட வார்த்தைகள் சொல்லும்போது அவை 'ததாஸ்து' என்று சொல்லிவிட்டால், அதே பலித்துப்போகும் என்பாள்.

மீனு முன்பு சிரித்திருக்கிறாள். ‘கெட்ட வார்த்தை சொல்லக் கூடாதுன்னு சொல்லு.. ஒத்துக்கறேன். இந்த தேவதைக் கதையெல்லாம் நம்மகிட்டே வேணாம்!’

இப்பொழுது பாட்டி சொன்ன மாதிரிதான் ஏதோ ஆகியிருக்க வேண்டும். மாமா சொன்ன வார்த்தைக்கெல்லாம் துர்தேவதைகள் ‘ததாஸ்து’ சொல்லியிருக்க வேண்டும்.

அந்தப் பாட்டியின் பிள்ளைதான் இந்த மாமா. அவருடைய வாயில் ஏன் அப்படிப்பட்ட வார்த்தைகள்? இவருக்கு அந்தக் கதையைச் சொல்லவில்லையா பாட்டி?

“மீனு அக்கா! நீ இங்கேயே இருந்துடேன்!”

அவள் திடுக்கிட்டுத் திரும்பிப் பார்த்தாள், யாருமில்லை.

எனக்கு இனிமேல் இந்த ஊரில் வேலையில்லை என்று சொல்லிக்கொண்டாள். ‘உனக்காகத்தான் நா இங்கே தங்கினேன் ராஜு. நீ இங்கே தனியாய் படற அவஸ்தையைப் பார்க்கச் சகிக்காமேதான் தங்கினேன். கடைசியிலே, என்னாலேயும் உன் முடிவை மாத்த முடியல்லே. இன்னிக்குக் காலையிலே உன்னோடு பேசியிருந்தா இந்த முடிவுக்கு வந்திருக்க மாட்டியோ? கலங்காதே. தைரியமாயிருன்னு’ நானே உனக்கு ஸிக்னல் கொடுத்துட்டேனா? அவள்மேல் அவனுக்கு எத்தனை பாசமும் ஒட்டுதலும் என்று நினைக்கையில் மறுபடியும் கண்களில் நீர் சுரந்தது.

“பரீட்சை முடிந்ததும் ஊருக்குப் போயிடுவியா மீனு அக்கா!"

அந்தக் கவலையே அவனை அரித்திருக்க வேண்டும். நாம் தனியாகப் போய்விடுவோம் என்கிற பயம் அலைக்கழித்திருக்க வேண்டும்.

நீ இப்படிச் செய்துவிடுவாய் என்று தெரிந்திருந்தால், நான் இங்கேயே தங்க முடிவு எடுத்திருப்பேன் ராஜு! குளத்தில் விழுவதற்கு முன் தடுத்திருப்பேன்...

கூடத்தில் கூட்டம் நிரம்பியிருந்தது. ஆளுக்கொருத்தர், காரியத்தைத் தலைமேல் போட்டுக்கொண்டார்கள்.

"தலையெழுத்து நன்னா இருக்கட்டும்" என்று எகத்தாளத்துடன் ஆசீர்வதித்த கோவில் குருக்கள், மூலையில் தலையைக் குனிந்தபடி நின்றிருந்தார். வெளியிலேயே வராத ஹரிஹரனின் அம்மாவும் அப்பாவும் வந்திருந்தார்கள். ஹரிஹரன் ஒரு பக்கம் - மிதமிஞ்சிய சோகம் முகத்தில் தெரிய - எல்லார் பார்வையிலும் பரிதாபம் தெரிந்தது. பச்சாதாபம் தெரிந்தது.

போலீஸ்வரை போகாமல் மணியக்காரர் வழக்கம்போல காரியத்தை முடித்தார்.

லலிதா எதுவுமே பேசாமல் மௌனமாகக் கண்ணீர் வடித்தபடி மூலையில் அமர்ந்திருந்தாள். சபேசனின் செய்கைதான் ஆச்சரியமாக இருந்தது.

துக்கம் விசாரிப்பதற்காக யார் வந்து எதிரில் நின்று இரண்டு வார்த்தை பேசும்போதும், மடேர் மடேர் என்று தலையில் அறைந்து கொண்டிருந்தார்.

இரவுக்குள் எல்லாக் காரியமும் முடிந்துவிட்டது. வீடெல்லாம் கழுவியாகிவிட்டது-ராஜுவுடைய நினைவுகளைக் கழுவப் பார்க்கிற மாதிரி. அவள், வீட்டில் யாருடனும் பேசவில்லை. மாமா கூடத்தில் ஆணி அறைந்த மாதிரி உட்கார்ந்திருந்தார். மன்னி வீட்டின் எந்த மூலையிலோ சுருண்டு படுத்திருந்தாள்.

ராஜுவின் சடலத்தைப் பார்க்கப் பார்க்க - மாமாவின் மேல் தனக்கு ஏற்பட்ட ஆத்திரமும், கோபமும் மன்னிக்கும் தோன்றியிருக்காதா என்று அவளுக்கு ஆச்சரியமாக இருந்தது. அவனுடைய சாவுக்கு மாமாதான் காரணம் என்று தோன்றியிருக்காதா?

இந்த மாதிரி ஒரு வினாடிகூடத் தோன்றவில்லை என்றால், அவள் மனிதப் பிறவியேயில்லை... இந்த மாதிரி ஓர் அதிர்ச்சிக்குப் பிறகுகூட தாமரை இலைத்தண்ணீர் மாதிரி மனசு இருக்க வேண்டுமானால், அவள் சாதாரண மனுஷி இல்லை...

மன்னி, ஓர் அசாதாரண மனுஷி என்பதில் சந்தேகமில்லை. இந்த மாதிரியெல்லாம் சோகப்பட்டுப் போகப் போகிறோம் என்கிற தீர்க்க தரிசனத்தாலேயே மனசைப் பண்படுத்திக்

கொண்டிருக்க வேண்டும். ஞானிகள் மாதிரி எந்த இடியையும் தாங்கிக்கொள்ளும் ஷாக் அப்ஸார்வர்.

வெகுநேரம் தூக்கம் வராமல் மீனு கடைசியில் தூங்கிப் போனாள்.

இன்னும் மூன்று பரீட்சைகள் இருந்தன. எப்படியோ மனசை இழுத்துப் பிடித்துப் படித்தாள். வீட்டில் இருக்கும் நடமாட்டம் எதையும் கவனிக்காமல் அவள் பரீட்சைக்குப் போய் வந்தாள்.

ராஜு போய்விட்ட தகவல் தெரிந்ததும் அம்மா அலறியடித்துக் கொண்டு மெட்ராஸிலிருந்து ஓடி வந்திருந்தாள். இந்த வீட்டுச் சூழல் புரியாத குழப்பத்தில் மன்னியிடம், 'ஓ'வென்று அழுது அடிக்கடி புலம்பி தன் துக்கத்தை வெளிப்படுத்திக் கொண்டாள்.

அம்மாவுக்கும் மன்னிக்கும் எத்தனை வித்தியாசம்!

பரீட்சைகள் முடிந்துவிட்டன. எப்படியோ எல்லாப் பரீட்சைகளும் நன்றாகவே செய்துவிட்ட திருப்தி அவளுள் ஏற்பட்டது. அத்தனை பெரிய அதிர்ச்சி ஏற்பட்டும் தன்னால் எப்படி பரீட்சைகளைத் தொடர்ந்து எழுத முடிந்தது என்று ஆச்சரியம் ஏற்பட்டது. மன்னி சொல்கிற மாதிரி, சமயம் வரும்போது மனசு அஞ்ஞானத்திலிருந்து கழண்டுகொள்ளுமோ?

இன்னும் பத்து நாட்கள் கிராமத்தில் இருந்துவிட்டு, மன்னியையும் மாமாவையும் சமாதானப் படுத்திவிட்டுப் போகவேண்டும் என்று அம்மா அபிப்பிராயப் பட்டாள்.

பரீட்சை முடிந்த அன்று மிகமிக அயர்வாக இருந்தது மீனுவுக்கு. காலார நடந்துவிட்டு வரலாம் போலிருந்தது. யாரும் துணைக்கு வேண்டாம் என்கிற எண்ணத்துடன் அவள் கிளம்பினாள்.

"நா.. சித்த நடந்துட்டு வரேன்" என்றாள் பொதுவாக.

"துணைக்கு லக்ஷ்மியைக் கூட்டிண்டு போடி!"

"வேண்டாம்மா!"

அவள் தெருவில் இறங்கும்போது அம்மா மன்னியிடம் சொல்வது கேட்டது.

"மீனு மாறவேயில்லை மன்னி. தன்னிஷ்டப்படிதான் நடந்துப்பா. ஒரு கேள்வி கேட்க முடியாது."

"அவளுடைய கட்சி நியாயம்னு அவளுக்குத் தெரியும் பாலா. அவ எதுக்கு மாறணும்?"

அவளுக்கு லேசாக மெய்சிலிர்த்தது. கண்களில் நீர் தளும்பிற்று.

இது மன்னியின் காருண்யம். தப்பு செய்கிறவர்களையெல்லாம் அரவணைத்துக்கொண்டு போகிற காருண்யம். இல்லாவிட்டால் அன்றைக்கு எல்லார் எதிரிலும் மாமாவைச் சாடின சாடலுக்குப் பிறகு, யாரும் இப்படிப் பேசமாட்டார்கள்.

அவள் மௌனமாக அக்ரஹாரத்தைக் கடந்தாள். ராஜூவும் கிருஷ்ணனும் இல்லாத துக்கத்தில் அக்ரஹாரம் ஒரு மௌன சோகத்தில் இருந்தது. கணேச படையாச்சியின் குழந்தைகள்கூட மௌனமாக மண்ணில் விளையாடிக் கொண்டிருந்தன. சங்கரலிங்கையர் வீட்டுத் திண்ணையில் சரோசியின் பிள்ளைகள் பேசாமல் வெட்ட வெளியைப் பார்த்துக்கொண்டு உட்கார்ந்திருந்தனர். எத்தனை கஷ்டமான உலகம் இந்தக் குழந்தைகளுக்கு!

'இது ஓர் இரண்டுங் கெட்டான் காலம்...'

ருக்மிணியின் வார்த்தைகள். இந்த இரண்டுங்கெட்டான் காலத்து வக்ரங்களில் மாட்டிக்கொண்டிருப்பவர்கள் இந்தக் குழந்தைகள்தான். இவர்கள் ஞானிகள் இல்லை. தாமரை இலைத் தண்ணீர் மாதிரி இருக்க இவர்களுக்குத் தெரியாது. ஷாக் அடித்தால் அதைத் தாங்காமல் வீட்டை விட்டு ஓடுபவர்கள் இவர்கள். அல்லது குளத்தை நோக்கிச் சென்று உயிரை முடித்துக் கொள்பவர்கள். அல்லது கண்களில் பத்து வயசிலேயே ஒளியெல்லாம் போய் ஆகாசத்தை வெறித்துப் பார்ப்பவர்கள்...

அவள் அக்ரகாரத்தைக் கடந்து வயல்வெளிக்கு வந்தாள். பச்சைப் பசேலென்ற வயல்வெளியின் நடுவிலிருந்து விருக்கென்று ஒரு நாரைக் கூட்டம் வெளேரென்று மேலே

எழும்பிற்று. சட்டென்று ராஜூவின் நினைவு வந்தது. கண்களில் நீர் நிறைந்த துக்கத்தில் மார்பு விம்மிற்று.

அவளால் மேற்கொண்டு நடக்க முடியவில்லை. கால்கள் துவண்டன. சற்று ஒதுக்குப்புறமாக இருந்த பாறைமேல் அவள் அமர்ந்துகொண்டாள். கண்ணீர் கன்னங்களில் வழிந்தோடிற்று.

*"மீனு!"*

அவள் திடுக்கிட்டுத் திரும்பிப் பார்த்தாள்.

ஹரிஹரன் நின்றிருந்தான்.

*"மீனு! உன்னைப் பார்க்கணும், உன்னோட பேசணும்னு ரொம்ப நாளா நினைச்சுண்டிருக்கேன்"* என்றான்.

மிக ஆப்தமானவனைக் கண்டாற்போல் உள்ளத்தில் அமுக்கி வைத்திருந்த துக்கமெல்லாம், தாபமெல்லாம் தளைகளை அறுத்துக்கொண்டு கிளம்பிற்று. அவள் தன்னைக் கட்டுப்படுத்திக்கொள்ள முடியாமல் விசித்து விசித்து அழுதாள்.

# 30

"மீனு! அழாதே" என்றான் ஹரிஹரன் மிருதுவாக. அவள் சற்று நேரம் அழுதுவிட்டுத்தான் ஓய்ந்தாள்.

"எனக்கே அதிர்ச்சியாக இருந்தது மீனு. அத்தனை பாசத்தோடு இருந்த உனக்கு எப்படி இருக்கும்னு எனக்கு நன்னாப் புரியறது."

அவள் கண்களைத் துடைத்தபடி வெட்ட வெளியைப் பார்த்தாள்.

"என்னாலே இன்னும் நம்ப முடியல்லே" என்றாள் மெள்ள. "இன்னும் அவன் என்னைக் கூப்பிடற மாதிரி இருக்கு. பூ மாதிரி இருந்தது அவன் மனசு!"

"மீனு! நீ அன்னிக்கு உங்க மாமாவைப் பார்த்துக் கத்தினபோது நா திகைச்சுப் போயிட்டேன். உங்க மாமா பெரிய கோபக்காரர்ன்னு அப்புறம்தான் தெரிஞ்சுண்டேன். நீ அதையெல்லாம் எப்படிச் சகிச்சுண்டிருந்தே?"

அவள் துக்கத்துடன் சிரித்தாள்.

"அந்தக் குழந்தை எப்படி சகிச்சான்னு கேளுங்கோ. அதான் கடைசியிலே போயிட்டான். வாய் இல்லாப் பூச்சி. நானாயிருந்தா

ஆரம்பத்திலேயிருந்தே எதிர்த்திருப்பேன். எனக்குன்னு சில உரிமைகள் உண்டுன்னு காண்பிச்சிருப்பேன்."

ஹரிஹரன் லேசாகச் சிரித்தான். "அதிலே உனக்கு நிகர் யாருமில்லேன்னு எனக்கு நன்னாத் தெரியும்!"

அவள் அது காதில் விழாத மாதிரி பேசினாள்.

"ராஜுவுக்கு புத்தி கொஞ்சம் மந்தம். சூட்டிகையா இருக்க மாட்டான். அதைத்தவிர அவனிடம் ஒரு குறையும் இல்லே. அவனையே அத்தனை சித்திரவதை பண்ணினார் மாமா. இன்னும் மூளை கொஞ்சம்கூட வளராம கை கால் ஊனமாய் பொறந்திருந்தா என்ன பண்ணியிருப்பாரோ? அந்தப் பிள்ளையைக் கண்டு பரிதாபம் வர்றதுக்குப் பதிலா ஆங்காரம்தான் அவருக்கு வரும். தான் எதிலேயோ தோத்துப் போயிட்டோம் என்கிற ஆங்காரம்."

"இதுவே ஓர் ஊனம் மீனு. மனசோட ஊனம். இது உடல் ஊனத்தைவிட பயங்கரம்!"

"ரொம்ப கரெக்டா சொன்னேள்" என்றாள் அவள். "இந்த ஊனத்திலேயே அவர் மனசே இயங்கலே. அதிலே கருணையே சுரக்கல்லே."

அவன் சற்றுநேரம் பேசாமல் ஏதோ யோசனையில் அவளைப் பார்த்தபடி நின்றான்.

"பரீட்சையெல்லாம் எப்படி பண்ணியிருக்கே மீனு!"

"நன்னா பண்ணியிருக்கேன். இத்தனைக்கு நடுவிலே எப்படி எழுதினேன்னு எனக்குப் புரியல்லே!"

"நீ ரேங்க் ஸ்டூடன்ட்னு பிரின்ஸிபால் சொல்றார் மீனு!"

"ரேங்கெல்லாம் வராது. பாஸாயிடுவேன்."

அவன் புன்னகையில் ஒரு நெருக்கம் தெரிந்தது. அந்தப் புன்னகையைப் பார்க்கையில் அடிவயிற்றிலிருந்து ஒரு பிரவாகம் கிளம்பிற்று. மார்பு வேகமாக அடித்துக்கொள்ள ஆரம்பித்தது. அவள் கலவரத்துடன் முகத்தைத் திருப்பிக் கொண்டாள்.

"பி.ஏ. முடிச்சதும் என்ன பண்ணப்போறே, மீனு?"

"மெட்ராஸுக்குப் போய் எம்.ஏ. சேரப்போறேன்."

"எம்.ஏ. முடிச்சுட்டு?"

அவள் சிரித்தாள்.

"தெரியாது. மனசிலே என்னென்னவோ ஆசைகள் இருக்கு. லட்சியங்கள் இருக்கு!"

அவன் கனிவுடன் சிரித்தான்.

"என்ன மாதிரி லட்சியங்கள்?"

அவள் கூச்சத்துடன் சொன்னாள்:

"பெண்கள் இந்தச் சமூகத்திலே படற கஷ்டங்களைப் பார்க்கறச்சே ரொம்ப ஆத்திரம் வரது. அவாளுக்காக ஏதாவது செஞ்சாகணும்னு வேகம் ஏற்படறது. கொஞ்ச நாளா இந்தக் கிராமத்திலே இருக்கிற குழந்தைகள் வெளிச்சமே தெரியாத இருட்டிலே - அவா இருக்கிறதைப் பார்த்து மனசு ரொம்பத் துக்கப்படறது. ஏதாவது செய்யணும் ஹரிஹரன்!"

"இங்க இருக்கற பெரியவான்னா இருட்டிலே இருக்கா?"

"பெரியவாள் இனிமே ஒண்ணும் செய்ய முடியாது. அவாவாளே வெளிச்சத்துக்கு வந்தாத்தான் உண்டு. என்னோட கவலையெல்லாம் சின்னவாளைப் பத்தி... அவா சிருஷ்டிக்கப்போற உலகத்தைப் பத்தி..."

அவள் நிறுத்தினாள். அவளை அவன் வெகு ஆர்வத்துடன் பார்த்துக்கொண்டிருந்தான். பார்வையில் குறும்புத்தனம் இல்லை. உல்லாசம் இல்லை. ஒரு பெருமிதம் தெரிந்தது. எதிர்பாராமல் ஏற்பட்ட இனிய ஆச்சரியம் மாதிரி!

"அதுக்காக என்ன செய்யப்போறே?"

"ஏதாவது கிராமத்திலே ஒரு பள்ளிக்கூடம் குழந்தைகளுக்காக நடத்தணும்னு தோணறது. ஒரு கிராமத்துலே ஒரு பத்துக் குழந்தைகளுக்கு ஆரோக்கியமான மனசை வளர்த்துக்க வழி

செஞ்சா, பத்து குடும்பம் நல்லபடியா இருக்கும்னு தோணறது."

"குட். நல்ல யோசனைதான். வாத்தியார்களும், பெரியவாளும் மோசமா நடக்கறதுதான் சின்னவாளுக்கு ஏற்படற அதிர்ச்சிகள்."

அவன் பிறகு சட்டென்று சிரித்தான்.

"உனக்கு மாத்திரம்தான் லட்சியங்கள் உண்டுன்னு நினைக்காதே. எனக்கும் உண்டு."

"என்ன?"

"ஊனமுள்ளோருக்காக ஒரு ஆஸ்பத்திரி கட்டப் போறேன். ஒரு ஹோம் மாதிரி!"

அவள் கையைத் தட்டினாள் உற்சாகத்துடன்.

"குட்! வெரி குட். மஞ்சுவுக்காகவா?"

"அவமாதிரி இருக்கற பலபேருக்கு."

"ஆஸ்பத்திரின்னா நிறையப் பணம் வேணுமே?"

"நிதி திரட்டப்போறேன். மந்திரிகளோட உதவியைக் கேக்கப்போறேன். என்னோட நிலங்களைக் கொஞ்சம் விக்கப்போறேன்."

"எங்கே கட்டப்போறேள்?"

"இங்கேயேதான். அப்பத்தான் மஞ்சுவும் பக்கத்திலே இருப்பா. அவளை எங்கேயோ ஒரு ஹோம்லே விடறதுக்கு எனக்கு இஷ்டமில்லை."

அன்று மஞ்சு அழுததும் அதன் காரணமும் அவளுக்கு நினைவுக்கு வந்தது. "நீங்க மத்த ஆண்கள் மாதிரி நார்மலா வாழணும்னு மஞ்சு ஆசைப்படறாளே?"

"அவ ஆசைப்பட்டா மாத்திரம் போறாது!"

"நீங்களும் ஆசைப்படுங்களேன்!"

"நா ஆசைப்பட்டா மாத்திரம் போறாது!"

அவள் சட்டென்று வாயை மூடிக்கொண்டாள். அவனை அதிக தூரம் பேசவைத்துவிட்டோம் என்று தோன்றிற்று. அவன், முன்பு காலேஜ் லைப்ரரியில் பேசியது நினைவுக்கு வந்தது.

“உன்னை நம்பவைப்பேன் மீனு!”

அவள் சுயநினைவு வந்தவளாய் எழுந்தாள்.

“நா கிளம்பறேன். நேரமாயிடுத்து."

அவன் மறித்த மாதிரி நின்றான்.

“இன்னும் வேற யார் ஆசைப்படணும்னு நீ கேக்கல்லியே?”

“எனக்குத் தெரிய வேண்டாம்."

“நா ஒரு விஷயம் சொல்றேன் மீனு. ஒரு லட்சியவாதியோட இன்னொரு லட்சியவாதி ஜோடி சேர்ந்தாதான் வண்டி சரியா ஓடும். போகவேண்டிய இடத்துக்குப் போக முடியும்."

“அந்த மாதிரி ஒரு ஜோடியைப் பார்த்துக்கங்களேன்?"

“புரிஞ்சுக்காதவ மாதிரி பேசாதே மீனு!”

மீனுவுக்கு லேசாக எரிச்சல் வந்தது.

“ரொம்ப வேடிக்கையா இருக்கு ஹரிஹரன். சில சமயம் பார்த்தும் பார்க்காத மாதிரி போயிடறேள். இன்னொரு சமயம் அந்த டயலாக் பேசறேள்!”

அவன் சிரித்தான்.

“இரண்டு வருஷமா சத்தியத்துக்குக் கட்டுப்பட்டவன் மாதிரி பல்லைக் கடிச்சுண்டு உன்பக்கமே பார்வையை ஓட்டாம இருந்திருக்கேன். மனசை இறுக்கிப் பிடிச்சுண்டு தபஸ் பண்ணியிருக்கேன் மீனு! அன்னிக்கு மஞ்சுவுக்கு எதிரே ஏன் அப்படி மொறச்சேன்னு கேப்பே. மஞ்சு இப்பத்தான் சரியாயிண்டு வரா. அவளாவே முழுக்க மாறணும்னு பார்க்கறேன். உன்னோட சிரித்துப் பேசப்போய் மறுபடியும் வேதாளம் முருங்கைமரம் ஏறிடுத்துன்னா என்ன பண்றதுன்னு பயம்."

"எனக்கு நேரமாயிடுத்து ஹரிஹரன்!"

"உன் பதிலைச் சொல்லலையே மீனு!"

"ஸாரி. எனக்கு இந்தப் பந்தத்திலே இன்டரஸ்ட் இல்லே!"

அவள் நடந்தாள். அவனும் கூட நடந்தான்.

"இரண்டு வருஷம் என்கிறது ஒரு பெரிய இடைவெளி மீனு. உன்மேலே எனக்கு ஏற்பட்டிருந்த சிரத்தை ஆழமானதுதான்னு நா என்னையே சோதிச்சுப் பார்க்க உதவின இடைவெளி அது. மஞ்சுகிட்டே மாறுதல் ஏற்பட ஏற்பட, உன்மேலே என்னோட அபிமானம் அதிகமாப் போச்சு. அவ மாறினது உன்னாலதான் மீனு!"

"எல்லா அபிமானமும் பந்தத்துலே முடிஞ்சா அது ஆபத்து ஹரிஹரன்!"

"நீ ஏன் பந்தம் பந்தம்னு சொல்லிக்கறே. ஏதோ அடிமைப்பட்டுப் போகப்போற மாதிரி! தோழமை என்கிற வார்த்தை உனக்குப் பிடிக்காதா?"

"ரொம்பப் பிடிக்கும். நானும் அதைத்தான் சொல்றேன். நாம ஃப்ரண்ட்ஸா இருப்போம்."

"மீனு! உன் தோழமை என்றும் ஆயுஸுக்கும் எனக்கு வேணும்."

"ஹரிஹரன், ப்ளீஸ் என்னை வற்புறுத்தாதீங்கோ. கல்யாணம்கறதிலே எல்லாம் எனக்கு நம்பிக்கையில்லே. என்னைச் சுத்தியும் நடக்கற குடும்பங்களையும் அதிலே இருக்கிற அசிங்கங்களையும் பார்க்கறச்சே, கல்யாணம் என்கிறது எவ்வளவு கேலிக்கூத்துன்னு தோணறது. கல்யாணம்னோண்ணேயே நா இன்னொருத்தருக்கு உரிமைப் பொருளா போயிடுவேன்னு தோணறது. என்னுடைய லட்சியங்களுக்கு அப்புறம் அர்த்தமில்லாம போயிடும்னு தோணறது."

"அதெல்லாம் உன்னோட பிரமைன்னு நா காண்பிக்கறேன் மீனு!"

"எப்போ? கல்யாணத்துக்கப்புறமா? ஸாரி, எனக்கு ரிஸ்க்

எடுத்துக்க இஷ்டமில்லே."

ஹரிஹரனின் முகத்தில் கோபத்தின் ரேகை தெரிவதை அவள் கவனித்தாள்.

"ஹரிஹரன், நீங்கள் என்னைத் தப்பா நினைச்சுக்கக் கூடாது. என் மனது ரொம்பக் கலங்கிப்போய் இருக்கு. இந்தக் கிராமத்துல நடந்திருக்கிற சம்பவங்கள்னாலே எனக்கு மனசு ரொம்ப அதிர்ந்து போயிருக்கு. எனக்கு மனுஷாகிட்டயே நம்பிக்கை போயிடுத்து ஹரிஹரன்."

"மனுஷா இருக்கற இடத்திலே எல்லா கஷ்டங்களும் இருக்கும் மீனு. பட்டணத்துலே வேற மாதிரி கஷ்டங்கள். அங்கேயெல்லாம் மத்தவாளுடைய கஷ்டங்களைத் தெரிஞ்சுக்க நமக்கு நேரமிருக்கறதில்லே. அவ்வளவுதான் வித்தியாசம்!

"அதனாலேதான் சொல்றேன் ஹரிஹரன். என் கஷ்டத்தை அதிகரிச்சுண்டேன்னா மத்தவாளோட கஷ்டங்களைத் துடைக்க எனக்கு நேரமில்லாமப் போயிடும்."

ஹரிஹரன் தீவிரமான யோசனையில் இருந்தான். அவளுக்கு அவனைப் பார்க்கப் பரிதாபமாக இருந்தது. அவனுடைய முகமும் உடம்பும் தன்னை ஆகர்ஷித்தும் தன்னால் எப்படி, இப்படிப் பேச முடிகிறது என்று ஆச்சரியம் ஏற்பட்டது.

அவள் மென்மையாகச் சொன்னாள்: "ஒரு மடத்துலே சேர்ந்தவா கல்யாணம் செய்துகொள்ளக் கூடாதுன்னு ஏன் சொல்றா? அவா அந்த மாதிரி பந்தங்கள்ளே மாட்டிண்டா, சமூகத்துக்கு சேவை செய்ய முடியாதுங்கிறதினாலேதானே?"

அவன் வெகுநேரம் ஏதோ யோசனையில் நடந்தான். ஊரின் எல்லை கண்ணுக்குப் பட்டதும் அவளைப் பார்த்துச் சிரித்தான்.

"ஓ.கே. மீனு! நா உன்னை வற்புறுத்தல்லே. உனக்கு எப்பவாவது மனசு மாறித்துன்னா எனக்குத் தெரிவி. ஏன்னா என் மனசு இனிமே மாறாது..!"

அவளது கையை ஒரு வினாடி அவன் தன் இரண்டு கைகளாலும் அழுத்திப் பிடித்துவிட்டு, மறு நிமிஷம் திரும்பிப் பார்க்காமல்

வெகு வேகமாகச் சென்றான்.

அவள் புன்னகையுடன் நடந்தாள். திடீரென்று ஒரு பெரிய சுமை மனத்திலிருந்து இறங்கினாற்போல இருந்தது. தன்னுடைய பலவீனத்தையே ஜெயித்துவிட்ட மாதிரி ஒரு நிம்மதி ஏற்பட்டது.

இந்த இரண்டு வருஷங்களில் ஹரிஹரனும் ரொம்ப மாறிவிட்டான் என்று அவள் தனக்குள் நினைத்துக் கொண்டாள். ஓர் ஆழம் தெரிகிறது கண்களில், ஒரு நிதானம் தெரிகிறது பேச்சில்...

“என் மனசு இனிமே மாறாது!”

“நம்மேல் அவ்வளவு காதலா?”

“காதல்!”

அவளுக்குச் சிரிப்பு வந்தது. இனக் கவர்ச்சியால் ஏற்படும் போதையது. அப்போதையில் மயங்கும் பித்தர்கள் பிதற்றும் வார்த்தையது. வேலையற்ற பித்தர்கள்.

நமக்கும்தான் அவனைப் பார்க்கும்போது - அவன் சிரிப்பைப் பார்க்கும்போது, அடிவயிற்றிலிருந்து என்னவோ ஒரு பிரவாகம் கிளம்புகிறது. மார்பு படபடக்கிறது. அவன் தொட மாட்டானா என்று பயித்தியக்காரத்தனமாக ஏங்குகிறது. இதற்குப் பெயர் காதலா?

‘இது வெறும் மிருக உணர்வு. பௌதிக உணர்வு. ப்யூர்லி பயாலாஜிகல். அதற்கு அடிமையானேனோ தொலைந்தேன். லட்சியங்கள், கனவுகள் எல்லாவற்றிற்கும் ‘குட்பை’ சொல்ல வேண்டியதுதான். அந்த கணேச படையாச்சியின் மனைவி நீலு மாதிரி வெகு சீக்கிரத்தில் ஒரு சுழலில் மாட்டிக்கொள்வேன்...’

அவள் அக்ரஹாரத்திற்குள் நுழைந்தாள்.

சங்கரலிங்கய்யர் வீட்டுத் திண்ணையில் கோபுவும் நந்துவும் இன்னும் யாரோ உட்கார்ந்திருந்தார்கள். சரோசியின் இடத்திற்கு வந்திருப்பவளும் உட்கார்ந்து இருந்தாள்.

மீனு ஒரு வினாடி நின்றாள்.

"பரீட்சையெல்லாம் முடிஞ்சு போச்சா கோபு?"

"ஓ"

"என்ன பரீட்சை? படிக்காமயே எளுதிட்டு வந்தாச்சு இரண்டு பேரும்!"

இரண்டும் யாரைப்பற்றியோ பேசுகிறாள் என்று நினைத்தமாதிரி வெட்டவெளியைப் பார்த்தன.

"பள்ளிக்கூடம் மோசம். வாத்தியாருங்க மோசம். பிள்ளைகளும் மோசம்."

மீனு வேகமாக நகர்ந்தாள்.

எத்தனைவிதமான அலுப்புகள்!

சங்கரலிங்கய்யர் வீட்டில் இப்போது சரோசி இல்லை என்பதைத் தவிர, எந்தவித மாற்றமும் தெரியவில்லை. அந்த நாராயணசாமியின் சீட்டாட்டம் குறையவில்லை. குடி குறையவில்லை. இந்தக் குழந்தைகளுக்கு விமோசனமேது? ருக்மிணி ஓடிப்போன மாதிரி இந்தப் பெண்ணும் ஓடப் போகிறாள்...

'ஓ.. இனிமேல் இவர்களைப்பற்றிய என் கவலைகளில் ஏதும் அர்த்தமில்லை' என்று அவள் அவசரமாக நினைத்துக் கொண்டாள். எந்தப் பக்கமும் பார்வையைத் திருப்பாமல் அவள் நேராக வீட்டிற்குச் சென்றாள்.

வீடு நிசப்தமாக இருந்தது. அம்மா சந்தைக்குப் போயிருக்க வேண்டும் என்று ஞாபகம் வந்தது. கொல்லைக் குறட்டிலிருந்து மன்னியின் குரல் இசைந்து வந்தது.

"வாராய் நெஞ்சே உன்றன் துன்மார்க்கம்
யாவையும் வைத்துக் கட்டிங்
காரார அடிக்கடி சுற்றுகின்றாய்!
உன்னவல மதிக்
கோராயிரம் புத்தி சொன்னாலு
மோர்கிலை ஓ, கெடுவாய்!

பாராயுனைக் கொல்லுவேன் வெல்லுவேன்.
அருட்பாங்கு கொண்டே."

மீனு நடையைத் தாண்டிக்கொண்டு சென்றாள். லலிதா சட்டென்று திரும்பிப் பார்த்தாள்.

"வா மீனு!" என்றாள் புன்னகையுடன். பழைய புன்னகை. பழைய தேஜஸ் முகத்தில். மீனுவுக்கு, மனசு லேசாகக் குலுங்குகிறது.

# 31

மீனு தயங்கிக்கொண்டு நிற்பதைப் பார்க்கையில் லலிதாவுக்குப் பரிதாபமாக இருந்தது. பத்து நாட்களில் எத்தனை இளைத்துக் கறுத்துப் போய்விட்டாள்! எத்தனை துல்லிய மனசு இவளுக்கு! ஏதோ ஒன்று பொங்கி எழுந்தது உள்ளே. அவள் சட்டென்று தன்னைச் சமாளித்துக்கொண்டு புன்னகைத்தாள்.

"வா, மீனு!"

மீனு வந்து மெள்ள அவளருகில் உட்கார்ந்து கொண்டாள்.

"என்ன மன்னி பண்ணிக்கொண்டிருக்கேள்?"

"என்னவோ பாடணும்போல இருந்தது! ஏகாந்தமா நாம் இருக்கறச்சே மனசு எதிர்க்க நிற்கிற மாதிரி இருக்கு. அதோடு ஒரு டயலாக் அடிக்கலாம்போல இருக்கு மீனு. என்னென்னவோ கேள்வி கேட்கணும் போல இருக்கு, அதுக்குப் பதில் சொல்ல, நிறையப் பாட்டு எங்கப்பா நல்லவேளையா கத்துத் தந்திருக்கார்."

லலிதா மறுபடி சிரித்தாள்.

மீனு திடீரென்று லலிதாவின் மடியில் முகத்தைப் புதைத்துக்கொண்டு அழ ஆரம்பித்தாள். லலிதா எதுவுமே பேசாமல் அவள் முகத்தைத் தடவிக்கொடுத்த படி அமர்ந்திருந்தாள்.

அழட்டும். மனத்திலிருக்கும் துயரமெல்லாம் வடியட்டும். இவளுக்கு வடிகால் தேவை. இல்லாவிட்டால் உருகிவிடுவாள்.

"மன்னி... ஸாரி...!"

அவளுக்குச் சிரிப்பு வந்தது.

"எதுக்கு?"

"எல்லாத்துக்கும். அன்னிக்கு நான் நடந்துண்டதுக்கு."

லலிதா சற்று நேரம் பேசாமல் இருந்தாள். பிறகு மெல்லச் சொன்னாள்:

"நீ ரொம்பக் கலங்கிப்போயிருந்தே மீனு! ரொம்ப அதிர்ச்சியடைந்திருந்தே! ராஜு மேலே நீ வெச்சிருந்த பாசம் உன்னை அப்படிப் பேச வெச்சது."

"என்னாலே தாங்க முடியல்லே மன்னி!"

"எனக்குப் புரியறது மீனு. எந்த நிலைமையிலேயும் மனசிலே தோணறதைக் கொட்டிடக் கூடாதுன்னு அடிச்சேன் உன்னை. நாதான் உனக்கு ஸாரி சொல்லணும்."

"நீங்க அடிக்கல்லேன்னா எனக்குப் பைத்தியம் பிடிச்சிருக்கும் அன்னிக்கு!"

லலிதா மிருதுவாக அவள் முதுகை வருடினாள். மீனுவின் வார்த்தைகள் தயக்கத்துடன் வந்தன.

"மன்னி! உண்மையைச் சொல்லுங்கோ. எனக்கேற்பட்ட மாதிரி கோபம் உங்களுக்கு ஏற்படல்லியா?"

"இல்லே..."

"என்னாலே நம்ப முடியல்லே."

லலிதா விரக்தியுடன் சிரித்தாள்.

"இதுதான் உன்கிட்ட கஷ்டம். எல்லாத்துக்கும் கோபப்படறதுதான் இயற்கைன்னு நினைச்சுக்கறே. ஆத்திரப்படறதுதான் இயற்கைன்னு நினைக்கறே. கருணைங்கறது ஒருத்தர்மேலே

இருந்தா போறாது. எல்லார் மேலேயும் இருக்கணும்."

"என்னுடைய கோபம் நியாயமானது மன்னி."

"நீ மாமாவைப் பார்த்து அந்த மாதிரிக் கேள்விகள் கேட்டேன்னா உன் மாமா பண்ண அதே தப்பைத்தான் நீயும் பண்றேன்னு அர்த்தம்."

"எனக்குப் புரியல்லே."

"ராஜூவுக்கு மனசு இருக்குன்னே நினைச்சுப் பார்க்காமே அவர் கோச்சுண்டார்னு சொல்றே. அவருக்கும் ஒரு மனசு இருக்கும்னு நீ நினைச்சியோ?"

"அந்த மனசிலே உறைக்கணும்னுதான் சொன்னேன் மன்னி!"

"ராஜூவின் மனசிலே உறைக்கணும்னுதான் அவரும் தனக்குப்பட்ட விதத்திலே தெரிவிச்சுண்டிருந்தார் மீனு. அது அவனைப் பொசுக்கிடும்னு தெரிஞ்சிருந்தா, அவர் அந்த மாதிரி சொல்லியிருப்பார்னு நினைக்கிறியா?"

"அவர் நினைச்சுப் பார்த்திருக்கணும்."

லலிதா மீனுவின் தலையைக் கோதிவிட்டாள்.

"சிலபேருக்கு மனசு வளர்றதில்லே. விசாலமாறதில்லே மீனு. ராஜூ எத்தனை பரிதாபத்துக்கு உரியவனோ, அத்தனைப் பரிதாபத்துக்கு உரியவர் உங்க மாமா!"

மீனு ஆச்சரியத்துடன் லலிதாவைப் பார்த்தாள். மன்னியால் எப்படி இப்படிப் பேச முடிகிறது?

"மாமா செஞ்ச கொலை அதுன்னு சொன்னீயே! அது அவரை எப்படிப் பாதிக்கும்னு யோசிச்சுப் பார்க்காமேதானே சொன்னே? சாதாரணமா ரொம்ப நியாயமா அளந்துதான் பேசுவே! அன்னிக்கு எது உன்னை அப்படிப் பேச வெச்சது? கோபம்! அந்தக் கோபம்தான் அவரை அப்படியெல்லாம் ஆட்டி வைச்சது. நம்ம எல்லார்கிட்டேயும் குரூர புத்தி இருக்கு மீனு. நாகரிகத்தினாலே மறைச்சுக்கறோம். சிலபேருக்கு நாகரிகமா இருக்கத் தெரியாது..."

"மாமா, அப்புறம் ஏதாவது பேசினாரா?"

லலிதா வெட்ட வெளியைப் பார்த்தாள். மிதமிஞ்சிய விசனம் முகத்தில் தெரிந்தது.

"ஊஹுூம். அன்னிக்கு அவர் சாயங்காலம் சந்தியா வந்தனம் பண்ணிண்டிருந்தார். ராஜு இன்னும் ஸ்கூல்லேர்ந்து வரவேயில்லையேன்னு எனக்கு ரொம்பக் கவலையாக இருந்தது. லக்ஷ்மியையும், பாவாடையையும் தேட அனுப்பிச்சுட்டு நா திண்ணையிலேயே உக்காந்திண்டிருந்தேன். நாலுபேர் பாவாடையோடு கிடுகிடுன்னு வந்தா. பாவாடை தோளிலே ராஜுவோட உடம்பு. உறைஞ்சுப் போயிட்டேன். வாயிலே வார்த்தையே கிளம்பல்லே. கூப்பிட்டு வந்த மாதிரி உங்க மாமா விருக்குன்னு பஞ்சாத்திர உத்திரிணியோட வாசலுக்கு வந்தார். பாவாடையையும் ராஜுவையும் பார்த்து அவர் முழி பிதுங்கிப்போச்சு. தடால்னு அவர் கையிலே இருந்த பாத்திரம் கீழே விழுந்தது. 'ஐயய்யோ, ஐயய்யோ, நான் மகாபாவி'ன்னு அலறினார் பாரு! ராஜுவைத் தன் தோளிலே சரேல்னு தூக்கிப் போட்டுண்டு நடுக்கூடத்திலே போட்டு, 'என்ன பண்ணே, என்ன பண்ணே'ன்னு அவனை உலுக்கு உலுக்கினார். 'நா மகா பாவி மகா பாவின்னு' மண்டையிலே அடிச்சுண்டார். ராஜுவுடைய சடலத்தைப் பார்த்தபோதைவிட அதிகமா எனக்கு அதிர்ச்சி அப்போ ஏற்பட்டது மீனு."

மீனு திகைத்துப்போய்க் கேட்டுக்கொண்டிருந்தாள்.

"அவருடைய மனசு பாறையில்லே மீனு. நம்ம எல்லாருதையும்விட அவரதுதான் மிருதுவானது. நாமெல்லாம் ராஜு போனதைத் தாங்கிண்டிருக்கோம். அவராலேதான் தாங்கிக்க முடியல்லே. உடைஞ்சு போயிட்டார் மீனு. இன்னும் ஒருத்தர்கிட்ட ஒரு வார்த்தை பேசல்லே."

லலிதாவும் மீனுவும் வெகுநேரம் மௌனமாக அமர்ந்திருந்தார்கள். சந்தையிலிருந்து பாலா வந்ததும், லலிதா எழுந்து சாமானை எடுத்துவைக்க உள்ளே போனாள்.

"நீ எதுக்கு வரே மன்னி!" என்றாள் பாலா. "இதெல்லாம்

நா எடுத்து வைக்கமாட்டேனா? இங்கே இருக்கறவரைக்கும் என்னாலே முடிஞ்சதைச் செய்யறேன்."

"சும்மா நா எப்படி உக்காந்துக்கறது சொல்லு!"

"நா உக்காருங்கறேன். உக்கார மாட்டேங்கறே? செஞ்சு செஞ்சு என்னத்தைக் கண்டே? நா பத்து நாள் இருக்கேன். உன்னை மாதிரி விதரணையா செய்யத் தெரியாட்டாலும் எனக்குத் தெரிஞ்ச லட்சணத்திலே செய்வேன்!"

லலிதா தனக்குள் புன்னகைத்துக் கொண்டாள்.

இந்தப் பாலாவும் இவள் படபடப்பும்.. இவளுக்கு எப்படி அப்படி ஒரு பெண் பிறந்தாள்?

"பேசாமே உக்காந்திருந்தா திருப்பித் திருப்பி நடந்து போனதெல்லாம் ஞாபகத்துக்கு வரது பாலா."

"சரி. காரியம் செய்யறது மனசுக்குச் சமாதானம்னா பண்ணு!"

பாலா கறிகாய் பையைக் கீழே கவிழ்த்தாள்.

பச்சைக் காய்கறிகளுக்கு அடியில் சேப்பங்கிழங்கு சின்னதும் பெரிசுமாய்.

ராஜுவுக்குப் பிடித்த சேப்பங்கிழங்கு.

"இன்னும் கொஞ்சம் கறி போடறீயாம்மா?"

ராஜுவின் ஆர்வம் கலந்த கேள்வி - கண்ணில் தயக்கம்.

சட்டென்று அவள் கண்களில் நீர் நிரம்பிற்று.

"என்ன மன்னி?"

"ஒண்ணுமில்லே பாலா."

"சேப்பங்கிழங்கா?" என்றாள் மீனு ஒரு லேசான அதிர்வுடன்.

"பண்ணாதே! நா சாப்பிடமாட்டேன்."

"இதென்னடி கூத்து? சேப்பங்கிழங்கு உனக்கு ரொம்பப் பிடிக்குமே?"

"ஆமாம். அது ராஜுவுக்கும் ரொம்பப் பிடிக்கும்!"

"ஓ!"

பாலா சட்டென்று அடங்கிப்போனாள். லலிதா பேசாமல் சேப்பங்கிழங்கையெல்லாம் தனியாகப் பொறுக்கி ஒரு காகிதப் பையில் போட்டாள்.

"தெரியாமே வாங்கிட்டன் மன்னி."

அவள் லேசாகப் புன்னகைத்தாள்.

"பரவாயில்லே பாலா. இதை லக்ஷ்மிகிட்டே சங்கரலிங்கய்யர் ஆத்திலே கொடுத்துட்டு வரச் சொல்லு."

அவள் தலையைக் குனிந்தபடி மற்ற வேலைகளில் ஆழும்போது கண்களில் மறுபடி நீர் நிறைந்தது. இன்றைக்கு, சேப்பங்கிழங்கை அப்புறப்படுத்த முடிந்தது. இன்னும் எத்தனை விஷயங்களை அப்புறப்படுத்த முடியும்? கிணற்றடியில் அவன் குளிக்கிற மாதிரி இருக்கிறது. திண்ணையில் உட்கார்ந்திருக்கிற மாதிரி இருக்கிறது. வாயிற்படியில் நின்று...

'ஆகாசத்துக்குப் போயிட்டா எத்தனை நன்னாயிருக்கும்?' என்று கேட்கிற மாதிரி இருக்கிறது. எந்த நினைவுகளை அப்புறப்படுத்த முடியும்?

அவள் மறுபடி முற்றத்துக் குறட்டுக்கு வந்து வானத்தை வெறித்துப் பார்த்தாள்.

"நீ இப்போ சந்தோஷமா இருக்கியா ராஜு. வாய்ப்பாடு சொல்லணுமேன்னு பயப்படாமே, கணக்கு வரல்லியேன்னு கவலைப்படாமே..."

"நா இனிமே மனுஷனாவே பிறக்கமாட்டேன்!"

'எத்தனை அழுத்தம் திருத்தம்! எத்தனை வெறுப்பு?'

பத்து வயசு குழந்தை பேசற பேச்சா அது?

எங்களுக்கும் உனக்கும் பத்து வருஷ ருணானு பந்தம். பந்தம் முடிஞ்சதும் நீயே போயிட்டே. இனிமே உனக்குப் பிறவி

இல்லாமே இருக்கட்டும். பகவான் உன்னை ஏத்துக்கட்டும். நினைக்க நினைக்க அவனுடைய சாவு ரொம்ப இயற்கையானது என்று அவளுக்குத் தோன்றிற்று. அவன் உயிரோடிருந்தால், இந்த அநாகரிக உலகத்தில் இன்னும் அதிகமாகக் கஷ்டப்பட்டிருப்பான். அவன் அதிகமான அதிர்ச்சிகளை அடைந்திருப்பான். அந்தக் கஷ்டத்திலிருந்து அவனை விடுவிக்க ஆண்டவனே அவனை அந்த முடிவுக்கு விரட்டியிருக்க வேண்டும்.

“ப்ராரப்த கர்மம்! எனக்குப் புள்ளையா ஏன் பொறந்தே?"

இதெல்லாம் கேட்கக்கூடாத கேள்விகள். பகுத்தறிவிற்கு அப்பாற்பட்ட காரணங்கள். புரியாத தாத்பர்யங்கள்...

முந்தாநாள் ருக்மிணி வந்திருந்தாள். மறுபடியும் கொல்லைப்புறமாக இதே குறட்டில் உட்கார்ந்தபடி கண்ணீர் விட்டாள்.

“இதென்ன அநியாயம் லலிதா. ஆண்டவன் உன்னை இப்படிச் சோதிக்கலாமோ?"

“நா என்ன உசத்தி மாமி?"

“உசத்தி இல்லாமே! நாங்கள்ளாம் சாக்கடைன்னா, நீ ஜீவநதி..."

“யாரும் ஓசத்தி இல்லே மாமி. அவாவா கர்மாவை அனுபவிக்கத்தான் வேணும்."

“கர்மாவாத்தான் இருக்கணும். இல்லாட்டா நீ படற கஷ்டத்துக்கெல்லாம் காரணமேயில்லே..!"

ருக்மிணி கர்ப்பமாயிருக்கிறாள் என்று தோன்றிற்று. சட்டென்று ஒரு பச்சாதாபம் மனசை நிறைத்தது. எத்தனை பரிதாபத்துக்குரியவள் இவள்?

“இந்த காலத்துக் குழந்தைகளுக்கெல்லாம் ரொம்ப சூட்சுமம் லலிதா. நாம்ப நினைக்கறதைவிட அதுகளுக்கு யோசனைத் திறன் ஜாஸ்தி. இப்போ கிருஷ்ணனைப் பாரேன். எங்கேயிருக்கான்னே தெரியல்லே..?”

ருக்மிணியின் கண்களில் மளமளவென நீர் பெருகிற்று.

“அழாதீங்கோ மாமி. அவன் கெட்டிக்காரன், எங்கேயாவது பிழைச்சுப்பான்.”

“அப்படித்தான் நா என்னை சமாதானப்படுத்திக்கறேன்.”

லலிதாவிற்கு, ருக்மிணியைப் பார்க்க ஆச்சரியமாக இருந்தது. எத்தனை அஞ்ஞானம் இவளுக்கு இன்னும்? அவள் போய் வெகு நேரத்துக்கு அந்தக் கண்ணீர் மனசைக் கஷ்டப்படுத்தியது. எத்தனை விதமான துக்கங்களை மனிதர்கள் மனசில் தேக்கி வைத்துக் கொள்வார்கள்?

சபேசனைப் பார்க்கத்தான் அவளுக்குக் கண்றாவியாக இருந்தது. அவர் யாரிடமும் ஒரு வார்த்தை பேசவில்லை - இதுவரை துக்கம் விசாரிப்பவர்களுக்குப் பதிலாக மடேர் மடேர் என்று தலையில் அடித்துக் கொண்டிருந்தார். பாலா ரொம்பவும் வற்புறுத்தி அவரைச் சாப்பிட வைப்பாள்.

ராஜு போன துக்கத்தைவிட, அவர் படும் வேதனையைக்கண்டு லலிதாவுக்கு அதிர்ச்சியாக இருந்தது. ஒரு வார்த்தை பேசமாட்டாரா என்றிருந்தது. தன்னிடம் அவர் நெருங்கியே வராமல் இருப்பதுதான் தன்னுடைய மிகப்பெரிய துர்பாக்கியம் என்று தோன்றிற்று. தினமும் அவள், இரவு அவரிடம் சமாதானமாகப் பேசச் செல்கிறாள். அவள் பக்கமே அவர் திரும்புவதில்லை.

இரவு வேலையெல்லாம் முடிந்து, நால்வரும் அந்தப் பெரிய வீட்டில் மூலைக்கொருவராகப் படுத்து வெகு நேரத்துக்குப் பிறகும் அவள் தூக்கம் வராமல் இருளில் விட்டத்தைப் பார்த்தபடி படுத்திருந்தாள்.

யாரோ அவள் அருகில் உட்காருவதை உணர்ந்து அவள் விருட்டென்று எழுந்து உட்கார்ந்தாள். சட்டென்று அவள் தோளைப் பற்றியபடி சபேசன் விசித்து விசித்து அழ ஆரம்பித்தார். அவள் மிதமிஞ்சிய அனுதாபத்துடன் அவரைத் தன் கைகளால் அணைத்துக்கொண்டாள்.

“அழாதீங்கோ...”

“நா பாவி, மகா பாவி."

அவள் அவசரமாக அவருடைய வாயைப் பொத்தினாள். “நீங்க பாவியில்லே... நமக்குத் தெரியாமே, நம்மை மீறி நடக்கற விஷயங்களுக்கு நாம பொறுப்பில்லே. நாமெல்லாம் ஆண்டவனுடைய கருவிகள்..."

“என்னைச் சமாதானப்படுத்தப் பார்க்கறே. எனக்கு மன்னிப்பே கிடையாது. மீனு சொன்னது சரி, அவனைக் கொலை செஞ்சுட்டேன்!”

இவருடைய இந்த எண்ணத்தை எப்படி அகற்றப் போகிறோம் என்று லலிதா திகைத்தாள்.

“இப்படியெல்லாம் உங்களையே நீங்க வருத்திக்காதீங்கோ. நம்முடைய கர்மாவை நாம் அனுபவிக்கிறோம். அவன் சாவுக்கு நீங்க பொறுப்பில்லே. மீனு அறியாப் பொண்ணு. நமக்கும் ராஜுவுக்கும் ருணானுபந்தம் பத்து வருஷம்னு பகவானே நிர்ணயிச்சிருக்கார். அதை நீங்களோ நானோ எப்படி மாத்த முடியும்..?"

சபேசன் சட்டென்று அவளுடைய தோளிலிருந்து தன் முகத்தை நிமிர்த்தி நகர்ந்து உட்கார்ந்தார்.

“இந்தக் கருணைக்கு நா அருகதையில்லே. இந்தப் பத்து நாட்கள்ளே நா இன்னொண்ணு தெரிஞ்சுண்டேன். லலிதா, நீ சாதாரண மனுஷி இல்லே. தேவியோட ஸ்வரூபம்! உன் முகத்தைப் பார்க்கவே எனக்குப் பயமா இருக்கு. எந்த ஆணவத்திலே உன்னை அப்படி தினமும் வதைச்சேன்னு பயமாயிருக்கு! அதனாலேதான் இருட்டிலே கள்ளனாட்டம் வந்திருக்கேன், உங்கிட்ட மன்னிப்பைக் கேட்க..."

அவளுக்குத் தூக்கிவாரிப் போட்டது. இவருக்கு என்ன? சித்தம் கலங்கிவிட்டதா?

“ஐயய்யோ. என்ன வார்த்தைகள் சொல்றேள்? நா சாதாரண மனுஷி. உங்களுக்கு இப்போ தோணற பயங்கள் எல்லாம் உங்க பிரமைகள்!"

"பிரமைகள் இல்லே. சாதாரண மனுஷியா இருந்தா மீனு மாதிரி கத்தியிருப்பே. ஆங்காரத்தைக் கொட்டியிருப்பே."

"எனக்கு வயசாகல்லியா? விவேகம்னு இருக்காதா!"

"விவேகமில்லே. தெய்வீகம்!"

கடவுளே!

அவள், அவருடைய முதுகை மெல்ல வருடினாள். துக்கம் தொண்டையை அடைத்தது.

"நானும் ஒரு சராசரி மனுஷி. உங்களுடைய பிரியத்துக்காக ஏங்கற ஒரு சராசரி மனுஷி."

அவர் கைகளால் முகத்தை மூடிக்கொண்டார்.

"உன்னோட நா பிரியமா ஒருநாள்கூட பேசினதில்லே. அந்தக் குழந்தைகிட்டே ஒரு நல்ல வார்த்தை சொன்னதில்லே. அவனை நல்ல வழிப்படுத்தறதா நினைச்சுண்டு துன்புறுத்தினேன். அவன் பெரியவனானா பிழைக்கக் கஷ்டப்படுவானேன்னு அவனுக்காக பணத்தைச் சேர்த்தேன்."

லலிதாவுக்குக் கண்களில் நீர் பனித்தது. ராஜூ அவர்களுக்குப் பிறந்ததற்கான தாத்பர்யம் இதுதான். அவன் மூலமாகத்தான் இவருடைய கண் திறக்க வேண்டும் என்றிருந்திருக்க வேண்டும். அவளுடைய இத்தனை நாளைய தபஸ்ஸுக்கு இல்லாத பலன், அவனுடைய சாவினால் ஏற்பட்டிருப்பது எத்தனை ஆச்சரியம்?

"லலிதா! எனக்கு விமோசனமில்லை..!"

"அப்படிச் சொல்லாதீங்கோ. ஆண்டவனோட சன்னிதானத்திலே விமோசனம் கிடைக்காதவாளே இல்லை."

"திருப்பாவைப் பாசுரம் ஒண்ணு பாடுவியே! அதைச் சொல்றியா லலிதா?"

குழந்தைக்குத் தாலாட்டுப் பாடுகிற மாதிரி அவள் அவர் தலையை தன் மடியில் கிடத்தி மயிரைக் கோதியபடி மெல்லிய குரலில் பாடினாள்:

*"போயப் பிழையும் புகுதருவான் நின்றனவும்*
*தீயினால் தூசாகும் செப்பேலோ ரெம்பாவாய்..."*

பத்து நாட்களாகத் தூங்காத தூக்கம் அவரை அசத்தியிருக்க வேண்டும். விரைவில் அவர் தூங்கிப் போனார். அவரை அவள் ஜாக்கிரதையாகத் தலையணையில் கிடத்தி அருகில் அணைத்தபடி படுத்துக்கொண்டாள். ஜென்ம சாபல்யம் அடைந்தாற்போல ஓர் ஆனந்தம் மனத்தை நிறைத்தது.

காலையில் கண் விழித்தபோது, நன்றாகப் பொழுது புலர்ந்திருந்தது. நேற்றைய இரவின் நினைவு வந்ததும் ஒரு பரவசம் மனசில் எழுந்தது. சபேசன் அங்கு இல்லை. தனக்கு முன்னால் எழுந்துவிட்டார் என்கிற பரபரப்புடன் அவள் பாயைச் சுருட்டி மூலையில் வைக்கையில், சுவரில் இருந்த கண்ணாடியில் முகம் தெரிந்தது. தூக்கிவாரிப் போட்டது. நெற்றியில் புதிதாகப் பெரிய அளவில் குங்குமம், தலையில் ஒரு பெரிய செம்பருத்திப் பூ. இதற்கு என்ன அர்த்தம்?

சட்டென்று ஒரு கலக்கம் நெஞ்சில் கிளம்பியது. அவள் பரபரப்புடன் வீடு முழுக்கத் தேடினாள்.

சபேசனைக் காணவில்லை.

# 32

"மீனு!"

மீனு திடுக்கிட்டு விழித்துக்கொண்டாள். அது என்ன.. சோகக் குரலில் அடிபட்ட பட்சி உயிருக்கு இறைஞ்சுகிற மாதிரி!

"மீனு!"

மன்னியின் குரல்.

அவள் சரேலென்று எழுந்தாள். கூடத்திலிருந்த தூணைப் பிடித்து நிற்கத் தெம்பில்லாதவள்போல் லலிதா கீழே அமர்ந்திருந்தாள். நெற்றியில் வழக்கத்தைவிடப் பெரியதாகப் பொட்டு. தலையில் பெரியதாக செம்பருத்திப் பூ. இது என்ன கோலம்?

"என்ன மன்னி?"

மன்னியின் பார்வை எங்கோ நிலைகுத்தி நின்றது ஜீவனில்லாமல்.

மீனு, லலிதாவின் தோளைப் பிடித்துக் குலுக்கினாள்.

"என்ன மன்னி?"

"மாமாவைக் காணோம் மீனு!"

"என்னது.. இங்கேதான் எங்கேயாவது இருப்பார். சரியாப் பாருங்கோ!"

"பார்த்தாச்சு!"

"வயலுக்குப் போயிருப்பார்."

"இல்லே மீனு. அவருக்கு, எல்லாத்திலேயும் பிடிமானம் விட்டுப்போச்சு. அவர் வீட்டை விட்டே போயிட்டார்!"

பாலா அலறி அடித்துக்கொண்டு வந்தாள். விவரம் தெரிந்ததும் படபடவென்று வெடித்தாள்.

"என்னமா அப்படிப் பண்ணுவன் அவன்? இத்தனை நாள் உன்னை வறுத்தெடுத்தது போறாதுன்னு உனக்குத் துணை இருக்கவேண்டிய சமயத்தில் கிளம்பிப் போயிட்டானா?"

"அம்மா, சித்தப் பேசாம இரு! மாமா வயல் பக்கம் போயிருக்காரான்னு விசாரிப்போம். பாவாடையைக் கூப்பிட்டுச் சொல்லலாம் மன்னி."

லலிதா தீர்மானமாகத் தலையை அசைத்தாள்.

"கூப்பிடச் சொல்லு. ஆனா எனக்கு நம்பிக்கை இல்லே. நேத்திக்கு அவர் அந்த மாதிரிப் பேசினபோதே நா அனுமானித்திருக்கணும். பயப்பட்டிருக்கணும்."

"என்ன பேசினான்?"

"நான்தான் ராஜுவோட சாவுக்குக் காரணம்னு அழுதார். நா அவரை எவ்வளவோ சமாதானப்படுத்திப் பார்த்தேன். திரும்பத் திரும்ப தனக்கு விமோசனமில்லைன்னு புலம்பினார்."

லக்ஷ்மி அரக்கப் பரக்க வந்து நின்றாள்.

"என்னம்மா?"

"பாவாடையைக் கூட்டிண்டு வா லக்ஷ்மி. சாமியைக் காணும்."

"ஐயய்யோ பனையாத்தா! இன்னும் என்ன சோதனை வரணும் இந்த வீட்டுக்கு?" - அவள் வெளியேறியதும் மீனு தயக்கத்துடன் கேட்டாள்:

“அப்புறம் என்ன சொன்னார் மாமா?”

“ராஜு போனதுல அவருக்கு மூளையைப் பாதிச்சிருக்கணும். நீ தேவியோட ஸ்வரூபம். உன்னைக் கண்டாலே பயமாயிருக்குன்னு சொன்னார். நா பதறிப்போனேன். நா சாதாரண மனுஷி. உங்க அன்புக்காக ஏங்கற சராசரி மனுஷின்னேன். அவருக்குப் புரியவே இல்லைன்னு நினைக்கிறேன்.”

“இப்படி ஒருத்தன் வயிற்றெரிச்சலைக் கொட்டிப்பானா?”

லலிதா வெகுநேரம் பேசாமல் உட்கார்ந்திருந்தாள்.

“ஒரு வேடிக்கை என்ன தெரியுமோ பாலா? நேத்துதான் முதல் தடவையா எங்கிட்டே நெருக்கமா மனசைத் திறந்து பேசினார். அதுவே ‘என் ஆயுசுக்குப் போறும்னு’ நினைச்சுட்டார் போலேயிருக்கு.”

மீனு அதிர்ந்து போனாள்.

மாமா நிஜமாகவே வீட்டை விட்டுப் போயிருப்பாரா? பொத்திப் பொத்திக் காத்த வீட்டையும் நிலங்களையும் விட்டுவிட்டுப் போக மனசு வந்திருக்குமா - சரேலென்று வீட்டை விட்டுப் போன கிருஷ்ணன் மாதிரி! மாமாவுக்கு எத்தனை பெரிய பிடிமானம் இருந்தது? ஒவ்வொரு விஷயத்திலும் - பஞ்ச பாத்திர உத்திரிணியிலிருந்து சங்கரலிங்கய்யர் நிலம்வரை? - இத்தனையையும் க்ஷணப்போதில் உதறிவிட்டுப் போக வேண்டுமானால், மூளை கலங்கித்தான் போயிருக்க வேண்டும்.

ராஜு போய்விட்ட அதிர்ச்சியின் விளைவாக இருக்க வேண்டும். அந்த அதிர்ச்சி அத்தனை பலமாக அவரைத் தாக்க வேண்டுமானால், அவருக்கு ராஜுவின் மேல் தான் நினைத்ததைவிட அதிகப் பிரேமை இருந்திருக்க வேண்டும்.

மன்னி நேற்று சொன்னது வாஸ்தவம்தான்.

“அவர் மனசு பாறையில்லே. நம்பளைவிட ரொம்ப பலஹீனமான மனசு அவருக்கு!”

ராஜு போனது மட்டும்தான் அவருக்கு அதிர்ச்சியைத்

தந்திருக்குமா? நாம் அன்று கத்தினது அவரைப் பாதித்திருக்காதா? அந்தப் பலஹீனமான மனசு அத்தனை கொடுமையான வார்த்தைகளைத் தாங்கியிருக்குமா?

யோசிக்க யோசிக்க, தன்னுடைய வார்த்தைகள்தான் அவரை அதிகமாக வாட்டியிருக்க வேண்டும் என்று தோன்றிற்று.

ஏற்கனவே குற்றமுள்ள நெஞ்சுடன் கலங்கியிருந்தவரை அதிகமாகத் துன்புறுத்தியிருக்க வேண்டும்.

நாம் அந்த மாதிரி அன்று வெடித்திருக்காவிட்டால்?

ஒருவேளை அவர் இன்றைக்கு எல்லாவற்றையும் உதறிவிட்டுப் போயிருக்க மாட்டாரோ? மன்னியின் சமாதானத்தில் சமாதானமாகியிருப்பாரோ? சமாதானமாகி மன்னியிடம் நெருங்கி வந்திருப்பாரோ? அவருடைய அன்பிற்காக ஒரு சராசரிப் பெண் மாதிரி ஏங்கிய மன்னியின் ஏக்கத்தைப் பூர்த்தி செய்திருப்பாரோ?

"அம்மா!"

வாசலிலிருந்து பாவாடை உள்ளே நுழைந்து நடையில் நின்றான். தலையைக் குனிந்துகொண்டு மெல்லிய குரலில் சொன்னான்: "நான் வரும்போது வயல் பக்கம் எல்லா இடத்திலேயும் பார்த்துட்டேன்மா. ஒரு இடத்திலேயும் சாமியைக் காணோம்..."

"குளம் குட்டை எல்லா இடத்திலும் தேடிப் பாருடா பாவாடை!"

பாலாவின் குரலில் அழுகை வெடித்தது.

மீனுவுக்குத் தூக்கிவாரிப் போட்டது. மாமாவும் அப்படி ஏதாவது செய்துவிடுவாரோ?

லலிதா தீர்மானமாகச் சொன்னாள்: "அவர் அந்த மாதிரியெல்லாம் செய்யமாட்டார் பாலா..!"

"எப்படிச் சொல்றே?"

"இதைப் பார். என் நெற்றியிலே குங்குமத்தையும் தலையிலே

பூவையும் வெச்சுட்டுப் போயிருக்கார். தான் ஆத்ம ஹத்தி பண்ணிக்க மாட்டேன்னு தெரிவிக்கிற மாதிரி!"

'ஹைலி டிராமாட்டிக்' என்று மீனு தனக்குள் சொல்லிக்கொண்டாள். மாமாவுக்கு இப்படியெல்லாம் நாடக பாணியில் நடந்துகொள்ளத் தெரியுமா? மன்னிக்கு இன்னும் அதிர்ச்சியைக் கொடுக்கக் கூடாது என்கிற கரிசனமா?

"பண்ணை ஆட்களை அனுப்பிச்சு இருக்கேன்மா. நாலு பக்கமும் பார்க்கச் சொல்லி!"

நிமிஷமாய்ச் சேதி அக்ரஹாரம் பூராவும் பரவிவிட்டது. ஓடிவந்து விசாரித்த ஒவ்வொருத்தருக்கும் பதில் சொல்வதற்குள் போதும் போதும் என்றாகிவிட்டது.

"எங்கே போயிருப்பார்?"

"ஏன் போனார்?"

"மனுஷனுக்கு ஏன் இப்படிப் புத்தி போச்சு?"

இந்த அக்ரஹாரத்துக்குள் எத்தனை விரிசல்கள் இருந்தாலும், இது மொத்தமாக ஒரு குடும்பம்தான் என்கிற பிரக்ஞை மீனுவுக்குள் ஒரு வியப்பை ஏற்படுத்தியது. இவர்கள் எல்லாரும் தங்கள் பிரச்னைகளில் மூழ்கிப் போனாலும், அடுத்தவர் வீட்டு வம்பில் நாக்கை வளைத்தாலும், மனிதாபிமானம் என்கிற வட்டத்துக்குள்தான் இருக்கிறார்கள் என்று தோன்றிற்று.

ஹரிஹரன் செய்தி தெரிந்து விரைந்து வந்தான்.

"நா காரை எடுத்துண்டு தேடிப்பார்த்து வரேன் மாமி. கவலைப்படாதீங்கோ" என்று சமாதானம் சொல்லிவிட்டுக் கிளம்பினான்.

"யாரு மன்னி அது?" என்றாள் பாலா.

"மீனு படிக்கிற காலேஜிலே லெக்சரரா இருக்கார்."

"சினிமா ஸ்டார் மாதிரின்னா இருக்கார்."

சமய சந்தர்ப்பம் தெரியாமல் உளர இந்த அம்மாவால்தான்

முடியும் என்று மீனுவுக்கு ஆத்திரம் வந்தது.

"ரெண்டுபேரும் பல்லைத் தேய்க்க எழுந்திருங்கோ. காப்பி குடிக்கலாம். நாம காப்பி குடிச்சு முடிக்கிறதுக்குள்ளே அண்ணா வந்து நின்னாலும் நிப்பான்."

மீனு எழுந்திருந்தாள்.

"அம்மா ரொம்ப யதார்த்தவாதி மன்னி!"

"அப்படித்தான் இருக்கணும் மீனு. யாருக்காகவும் யாரும் இருக்கோம்ங்கற பிரமையே வேண்டாம்னு உங்க மாமா உதறிட்டுப் போயிட்டார் பாரேன்!"

மீனுவுக்கு லேசாக மனசு குலுங்கிற்று. மாமா கிளம்பிப் போனதுதான் மன்னிக்கு மிகப்பெரிய அதிர்ச்சி என்று புரிந்தது. அவள் கட்டாயப்படுத்தி லலிதாவைக் கிணற்றடிக்கு அழைத்துச் சென்றாள். லலிதாவின் கண்களில் நீர் வழிவதையும் தோள் குலுங்குவதையும் கண்டு அவளுக்குக் கஷ்டமாக இருந்தது. அற்புதமான மனசை உடைய இந்த மன்னி கஷ்டத்தைத் தவிர வேறு எதையும் அனுபவிக்கவில்லை என்று தோன்றிற்று.

எத்தனை அக்கிரமமான பரிதாபம் இது!

லலிதா முகத்தைக் கழுவிக்கொண்டு வந்தாள். ஆளோடியில் இருந்த கண்ணாடியைப் பார்த்துப் பளிச்சென்று குங்குமத்தை இட்டுக்கொண்டாள். சமையலறையிலிருந்து எட்டிப் பார்த்த பாலாவைப் பார்த்து மெல்லப் புன்னகை பூத்தாள்.

"அவர் உயிருக்கு ஓர் ஆபத்தும் வந்துடாது பாலா. எனக்குத் தெரியும். அவர் என்னை ஏமாத்திட மாட்டார்."

மீனுவுக்கு ஆச்சரியமாக இருந்தது. இந்த மாதிரி ஒரு எண்ணத்துக்கு என்ன பெயர்? பக்தியா, பத்தினித்தனமா? அதுவும் அத்தனை கேவலமாக நடத்திய புருஷனிடம் எப்படி இப்படி ஓர் பிடிமானமிருக்க முடியும்?

"அவனுக்காக நீ இப்படிப் பரிஞ்சுண்டு பேசறது எனக்கு வேண்டியிருக்கல்லே மன்னி!" என்றாள் பாலா காபியை நீட்டியபடி.

“இனிமே அவன் உன்னை ஏமாத்தறதுக்கு என்ன இருக்கு?”

லலிதா எதுவும் சொல்லாமலே காபியைக் குடித்தாள்.

“நீ சித்த நேரம் பேசாம இரும்மா” என்றாள் மீனு மெள்ள.

திடீரென்று ஒரு பெரிய ஆயாசம் மனசை அழுத்திற்று. மாமாவும் ராஜுவும் இல்லாமல் அந்தப் பெரிய வீட்டின் பரிமாணம் இன்னும் அதிகரித்துவிட்டாற் போல பிரமையேற்பட்டது. மூலைக்கு மூலை பயங்கர எதிரொலிகள் கேட்டன. இந்த வீட்டில் மன்னி இனிமேல் தனியாக எப்படி இருக்கப்போகிறாள்? அந்தக் கற்பனையே பரிதாபமாக இருந்தது.

அக்ரஹாரத்து ஜனங்களும், பண்ணை ஜனங்களும் நான்கு பக்கமும் தேடிப் பார்த்துக் கையை விரித்துக்கொண்டு வந்து நின்றார்கள். இரண்டு நாட்கள் பொறுத்துப் பார்த்து ஹரிஹரன் பேப்பரில் விளம்பரம் கொடுத்துவிட்டுப் போலீஸிலும் சொல்லிவிட்டு வந்தான்.

எதற்கும் பலனில்லாமல் நாட்கள் சரசரவென்று நகர்கையில் அம்மாவுக்கு இருப்புக்கொள்ளாமல் போவதை மீனு உணர்ந்தாள்.

“நீ இங்கே தனியா என்ன பண்ணப்போறே மன்னி. எங்களோட மெட்ராஸிலே வந்து இருந்துடு.”

“வேண்டாம் பாலா. நா இங்கேயே இருக்கேன்.”

“தனியா என்ன பண்ணப்போறே? திரும்பத் திரும்ப பழசை நினைச்சுண்டு, அழுதுண்டு உட்காரப்போறே.. அரவணைச்சுப் போகக்கூட ஆள் இல்லாம...”

“எனக்குத் தனியா இருக்கறது ஒரு கஷ்டமும் இல்லே! என்னை வற்புறத்தாதே. நா இங்கேதான் இருக்கப் போறேன். எதுக்குன்னா.. ஒரு முக்கியக் காரணமும் இருக்கு. அவருக்குத் திரும்பிவரத் தோணித்துன்னா இங்கேதானே வருவார்? அவர் வர சமயத்திலே நான் இங்கே இருக்கணும்.”

“உனக்குப் பைத்தியம் பிடிச்சிருக்கு மன்னி.”

“எனக்கு நம்பிக்கையிருக்கு பாலா. ஒருநாளைக்கு அவர் திரும்பி வருவார்."

அம்மாவுக்குக்கூட கண்களில் நீர் தளும்புவதைப் பார்க்க மீனுவுக்கு ஆச்சரியமாக இருந்தது.

“உன்னுடைய அருமை தெரியாத மூடன் அவன். உன்னுடைய பிரியத்துக்கெல்லாம் அருகதை இல்லாதவன் அவன்!”

“பாலா, தயவுசெய்து என் காதுபட அவரைப் பத்தி இப்படி எல்லாம் பேசாதே. உன்னுடைய வார்த்தைகளைக் கேட்டு என் மனசுக்கு சந்தோஷம் ஏற்படும்னு நினைக்கிறியா?"

மன்னியின் இந்த வார்த்தைளையெல்லாம் நினைக்க நினைக்கத் தாங்கவொண்ணாத வியப்பேற்பட்டது. இப்படிப்பட்ட அன்பின் ஸ்வரூபம் ஒன்று இருக்குமா! இதிகாச புராணத்தில் வரும் கதாநாயகிகள் மாதிரி? எந்தவித எதிர்ப்பும் இல்லாத ஓர் அன்பைச் செலுத்துவது சாத்தியமா? அதுவும் எந்த மாதிரி மனிதரிடம்? ஓட ஓட விரட்டியவர்... வார்த்தைகளாலேயே கொன்றவர்... பிரியத்தைக் காண்பிக்கவே மறுத்தவர்...

அந்த மாதிரி ஒரு மனிதரிடம் இப்படிப்பட்ட ஓர் அன்பைச் செலுத்துவது யாருக்காவது சாத்தியமா? அவளுக்கு நம்புவதற்குக் கஷ்டமாக இருந்தது. ஆனால், இப்பொழுது மன்னி படும் வருத்தம் சத்தியமானது.

‘ஓ.. மன்னியின் இப்போதைய வருத்தத்திற்கு நாம்தான் காரணம். இந்தப் பழியிலிருந்து மீளுவது எப்படி? பிராயச்சித்தத்திற்கு என்ன வழி?’

“சாமி இப்படிச் செய்வார்னு நினைக்கவேயில்லே மீனு!"

லக்ஷ்மியின் வார்த்தைகளில் தொனித்த கரிசனம், மனசை நெகிழ வைத்தது. கண்களில் நீரை வரவழைத்தது. ‘சாமிக்குக் கோபம் வந்தாலும் விபரீதம். வருத்தம் வந்தாலும் விபரீதம்!’

இது எத்தனை உண்மையான வார்த்தை என்று தோன்றிற்று. அத்தனை ஆர்ப்பாட்டம் செய்துகொண்டிருந்த மாமா, வாஸ்தவத்தில் எத்தனை பலவீனமானவர்! ஆத்திரத்தையும்

அடக்கத் தெரியாமல், கோபத்தையும் தாங்கத் தெரியாமல்..!

"அம்மாவை நினைச்சாதான் ரொம்பக் கஷ்டமாயிருக்கு மீனு. தெய்வம் மாதிரி நம்ப அம்மா. ஒருநாள்கூட மனசுக்கு சந்தோஷம் கிடையாது. ஆனா, முகத்திலே அந்தச் சிரிப்பு இருக்கும் எப்பவும். இந்தக் கிராமத்திலே நடக்கிற அக்கிரமத்தை எல்லாம் பார்த்துக்கிட்டு சிரிச்சுக்கிட்டு நிக்கறாளே பனையாத்தா அதுமாதிரி..!"

மீனுவுக்குச் சிலிர்த்தது. ஏதோ திரை கிழிந்து பல சம்சயங்கள் விலகுகிற மாதிரி இருந்தது...

அனைத்துலகையும் தழுவும் பரிவு... இது. சத்தியம். தான், தன் சுகம் என்பதை மறந்து துறந்து, மற்றவர்களை ரட்சிக்க வைக்கும் பரிவு. இந்தப் பரிவும் அன்பும்தான் யோகிகளின் சாதனை... இதுதான் அந்த ஷாக் அப்ஸார்பர். எத்தனை இடிகளையும் தாங்கிக்கொண்டு...

உன்னால்தான் மாமா வீட்டைவிட்டுப் போனார் என்று சொல்லிக் காட்டாத கருணை... அதனால் பாதிக்கப்படாமல் சிரிக்கும் அப்ஸார்பர்... கயவனுக்கும் கருணை காட்டும் கருணை... பகைவனுக்கு அருளும் கருணை அந்த மனத்துக்குத்தான் இருக்கும்... காணாமற்போன ஆட்டைத் தேடிக்கொண்டு போன இடையனின் கதையின் தாத்பர்யம் இதுதான்...

மன்னியின் செய்கையும் சொல்லும் பத்தினித்தனத்திலே வருபவை இல்லை. அவள் மனத்தில் பொங்கும் அனைத்துலகையும் தழுவும் பரிவின் பரிணாமம் அவை... ருக்மிணி, சரோசி பாலு வாத்தியார், சங்கரலிங்கைய்யர் எல்லாரிடமும் அவள் விகல்பமில்லாமல் காட்டும் பரிவு.

அவள் எழுந்தாள்.

"அம்மா எப்படித் தனியா இருக்கும்? நீ இங்கேயே தங்கிடு மீனு!"

அவள் திடுக்கிட்டாள். பதில் சொல்லாமல் புன்னகைத்தாள்.

"நா கொஞ்சம் தனியா நடந்துட்டு வரேன் லக்ஷ்மி."

அவள் அக்ரஹாரத் தெருவைக் கடந்து வயல்வெளிக்கு வந்தாள்.

“இங்கேயே தங்கிடு!”

மறுபடியும் ஒரு திகைப்பு ஏற்பட்டது. எம்.ஏ. படிக்க வேண்டும் என்கிற எண்ணம் என்னாவது? வேறு என்னென்னவோ சாதிக்க வேண்டும் என்ற கனவுகள் என்ன ஆவது?

வாஸ்தவத்தில் சென்னையில் கற்றுக்கொள்ள முடியாத பல விஷயங்களை... இந்தக் கிராமத்தில் இவர்களின் கண்ணீரில்-மன்னியின் புன்னகையில்தான் கற்றுக்கொண்டிருக்கிறோம் என்று தோன்றிற்று. மனசு இப்பொழுது எத்தனை தெளிந்துவிட்டது! மன்னியைவிட ஒரு நல்ல ஆசான் யார் இருப்பார்கள்?

வயல்களின் பசுமை கண்ணைக் கட்டி நிறுத்திற்று. மஞ்சளும் சிகப்புமாய்ப் பட்டாம்பூச்சிகள் வா வா என்று கண்ணாமூச்சி விளையாடின. வெள்ளை நாரைகள் இவள் நம்மைத் துரத்தப் போகிறாளா என்று காத்திருந்தவை போல் நின்று மேலே பறந்தன.

‘அடுத்த ஜென்மத்திலே நான் நாரையாகத்தான் பொறக்கப்போகிறேன்!’

பிறந்து இந்த வயலில்தான் நிற்கப்போகிறான். அவள் தன்னைப் பார்க்கிறாளா என்று ஏங்கி நிற்கப் போகிறான்...

‘மீனு அக்கா நீ இங்கேயே இருந்துடேன்..!’

அவள் திடுக்கிட்டாள்.

மேல் படிப்பு? நமது ஆசைகள்? இன்னும் பட்டங்கள் எதற்கு என்று அவள் ஒரு விநாடி யோசித்தாள். நம் புத்தியை விசாலமாக்கவா? பெரிய உத்தியோகம் தேட உபயோகமாக இருக்கும் என்பதற்கா?

அவளுடைய ஆசைகள் லட்சியங்கள்.. இங்கேயே பலிக்கலாம்..!

ராஜூ மாதிரி எத்தனை குழந்தைகள் இங்கு?

தேஜஸ்ஸூடன் பிறந்து இருளில் தள்ளப்பட்டு... அந்த

இருளிலிருந்து வெளியேற வழி தெரியாமல் தாங்களே குறுக்கு வழிகளைத் தேடிக்கொண்டு...

இவர்களுக்கு நாம் வழிகாட்டக்கூடாதா? நமக்கு அதுதான் பிராயச்சித்தம்...

"மீனு!"

அவள் புன்னகையுடன் திரும்பினாள். இவன் எப்படி இப்படிக் கூப்பிட்டனுப்பிய மாதிரி வந்து நிற்கிறான்?

"ஊருக்குக் கிளம்பிடப் போறியா மீனு?"

ஹரிஹரனின் பார்வையில் ஏக்கம் தெரிந்தது.

அவள் மென்மையாகச் சிரித்தாள். "இல்லே.. இங்கேயே தங்கறதா முடிவு பண்ணியிருக்கேன்."

அவன் கண்கள் வியப்பில் மலர்ந்தன.

"ஓ குட்!"

"மாமா ஆத்திலே குழந்தைகளுக்காக ஒரு பள்ளிக்கூடம் ஆரம்பிக்கப்போறேன், ராஜுவோட ஞாபகார்த்தமா. குழந்தைகள் ஆசையா வரக்கூடிய ஸ்கூலா நடத்தப் போறேன்."

"ரொம்ப சந்தோஷம் மீனு. இதைவிட ஒரு நல்ல காரியம் இந்தக் கிராமத்திலே ஏற்பட முடியாது. என்னுடைய ஹெல்ப் உனக்கு உண்டு மீனு."

"தேங்க்ஸ்."

"மாமாவைப் பத்தி ஏதாவது தெரிஞ்சுதா?"

"இல்லே."

"டூ பேட். உனக்கு இன்னும் வெறுத்துப் போயிருக்கும். இப்போ பிரியம் என்கிற வார்த்தைக்கு ஏதும் அர்த்தமில்லைன்னு நிச்சயப்பட்டுப் போயிருக்கும்."

அவள் அவனை நிமிர்ந்து நேரடியாகப் பார்த்தாள். எத்தனை ஆர்வம் அந்தக் கண்களில்? அன்பை ஏந்திக்கொண்டு காத்து நிற்கும் ஆர்வம்! அவள் அடக்கப் பார்த்த பிரவாகம், மேலே

திமிறிக்கொண்டு எழுந்தது.

"இல்லே ஹரிஹரன்.. அன்பு என்கறது ரொம்ப சத்தியமானதுன்னு இப்போதான் புரியறது."

அவன் ஆர்வத்துடன் அவள் கையைப் பற்றினான்.

"என் விஷயத்திலேயும் உன் மனசு மாறுமா?"

அவள் கூச்சத்துடன் கையை விடுவித்துக் கொண்டாள்.

"நீங்க என்னை அவசரப்படுத்தக் கூடாது. இரண்டு பெரிய அதிர்ச்சி எனக்கு ஏற்பட்டிருக்கு. அதிலேர்ந்து மீள கொஞ்சநாள் ஆகும்."

"நா காத்திருக்கத் தயார்!"

"ஸ்கூல் நடத்தப்போற விஷயத்தைப் பத்தி தீவிரமா இருக்கேன் ஹரிஹரன்!"

"உன் விவகாரத்திலே நா குறுக்கே வரமாட்டேன். ஆஸ்பத்திரி கட்டற விஷயத்திலே தீவிரமா இருக்கேன்! மஞ்சு மேற்பார்வை பார்க்கப்போறா."

அவள் சிரித்தாள்.

"என்னுடைய ஒத்துழைப்பும் உங்களுக்கு உண்டு!"

"போறாது.. ஆயுஸுக்கும் உன் தோழமை வேணும்!"

"அவசரப்படக் கூடாது!"

"ஆயுசுக்கும் காத்துண்டிருப்பேன் மீனு!"

ஈர மண் தரையில் புள்ளிகள் பளிச் பளிச்சென்று விழுந்தன. புள்ளிகளைச் சுற்றி மேலும் கீழும், பக்கவாட்டிலும் பரபரவென்று ஓடிய கோடுகளில் தாமரை இதழ்கள் விரிந்தன. கொடிகள் வளைந்தன. கிளிகள் உட்கார்ந்தன.

"எத்தனைப் பெரிய ஆர்ட்டிஸ்ட் மன்னி நீங்க?"

எந்தப் பதிலும் சொல்லாமல் கிளிகளின் இறக்கைகளைச் சரி செய்துவிட்டு நிமிர்ந்து லலிதா புன்னகைத்தாள்.

மன்னியின் முகத்தில் தேஜஸ் அதிகரித்திருந்தது. மீனுவுக்கு சிலிர்த்தது. நித்தியம் மாமாவை எதிர்நோக்கி விரியும் கோலங்கள். அலுக்காமல், அதரங்களில் அமர்ந்திருக்கும் புன்னகைகள்.

மீனு அக்ரஹாரத்தில் பார்வையை ஓட்டினாள். எல்லார் வீட்டு வாசலிலும் பளிச்சென்று மெழுகப்பட்டு கோலங்கள் விரிந்து... ஹரிஹரன் தன் அம்பாஸிடரைத் துடைத்தபடி அவளைப் பார்த்துப் புன்னகைக்கிறான். அவனுக்கு உதவியாகக் காலை மெல்ல ஊன்றி நிற்க ஆரம்பித்திருக்கும் மஞ்சு. மீனுவுக்காகக் காத்துக்கொண்டிருக்கும் அன்பு ஜீவன்கள்...

"நான் உங்களை ஏமாற்ற மாட்டேன்... எனக்குக் கொஞ்சம் அவகாசம் கொடுங்கள்."

இன்னும் கொஞ்ச நேரத்தில் கிராமத்துக் குழந்தைகள் வர ஆரம்பித்துவிடுவார்கள். வெகு உற்சாகத்துடன், 'வணக்கம் மீனு அக்கா' என்று அவளுடைய பால விஹாரத்துக்குள் நுழையப்போகிறார்கள்.

அவர்கள் 'மீனு அக்கா' என்று கூப்பிடும்போது, ராஜுவின் குரலைக் கேட்கிற மாதிரி இருக்கிறது. ஆகாச வீடுகளைப்பற்றி கனவு கண்ட ராஜு...

அவள் ஆர்வத்துடன் குரல்கள் வந்த திசையைப் பார்க்கிறாள்.

பளிச்சென்ற உடையில் கோபுவும், நந்துவும், பின்னால் கிச்சு, நாணு, நாச்சாமி... கனஜாக்கிரதையாகக் கோலத்தை மிதிக்காமல் உள்ளே நுழைகிறார்கள்.

புது மலராய் முகங்கள், கனவில் மிதக்கும் கண்கள்.

இவர்களது கனவுகள் நனவாக வேண்டும்... ஆசைகள் நிராசையாகாமல் இருக்க வேண்டும்... ஏமாற்றம் ஏற்பட்டாலும் தாங்கிக் கொள்ளும் மனசு இருக்க வேண்டும்... பூமியின் கனம் தாங்காமல் ஆகாசத்துக்குப் பறக்கிறேன் என்று சொல்லாமலிருக்க வேண்டும்..!

முற்றும்

www.ingramcontent.com/pod-product-compliance
Lightning Source LLC
LaVergne TN
LVHW060211051026
849517LV00005B/1372
* 9 7 8 9 3 9 5 5 1 1 1 0 0 *